AF764918

இன்ஸ்பெக்டர் செண்பகராமன்

ஆசிரியரின் பிற காலச்சுவடு வெளியீடுகள்

நாவல்

- 18வது அட்சக்கோடு (கிளாசிக் நாவல்)
- ஒற்றன்!
- யுத்தங்களுக்கிடையே . . .
- மானசரோவர் (கிளாசிக் நாவல்)

சிறுகதை

- அசோகமித்திரன் சிறுகதைகள் (1956 – 2016)
- ஐந்நூறு கோப்பைத் தட்டுகள் (கிளாசிக் சிறுகதைகள்)
- வாழ்விலே ஒரு முறை (முதல் சிறுகதைத் தொகுப்பு வரிசை)
- அழிவற்றது
- 1945இல் இப்படியெல்லாம் இருந்தது. . .
- இரண்டு விரல் தட்டச்சு

கட்டுரை

- எரியாத நினைவுகள் (கிளாசிக் கட்டுரைகள்)

இன்ஸ்பெக்டர் செண்பகராமன்

தேர்ந்தெடுத்த குறுநாவல்கள்

அசோகமித்திரன் (பி. 1931)

ஆந்திர மாநிலம் செகந்தராபாத்தில் 22 செப்டம்பர் 1931இல் பிறந்த அசோகமித்திரனின் இயற்பெயர் ஜ. தியாகராஜன். தந்தையின் மறைவிற்குப்பின், இருபத்தொரு வயதில் குடும்பத்துடன் சென்னைக்குக் குடியேறினார். ஜெமினி ஸ்டூடியோவில் பணிபுரிந்துவந்த இவர் *கணையாழி* மாத இதழின் பொறுப்பாசிரியராகவும் பல ஆண்டுகள் பணியாற்றியுள்ளார்.

1954 முதல் எழுதிக்கொண்டிருக்கும் அசோகமித்திரனின் படைப்புலகம், சிறுகதை, குறுநாவல், நாவல், விமர்சனம், சுய அனுபவப்பதிவுகள் எனப் பன்முகப் பரிமாணங்கள் கொண்டது. 1996இல் ‘அப்பாவின் சிநேகிதர்’ சிறுகதைத் தொகுப்புக்காக சாகித்ய அகாதமி விருதுபெற்ற இவரது பல படைப்புகள் பல இந்திய – அயல்மொழிகளில் மொழிபெயர்க்கப்பட்டுப் பெரும் வரவேற்பைப் பெற்றுள்ளன.

அசோகமித்திரன்

இன்ஸ்பெக்டர் செண்பகராமன்

தேர்ந்தெடுத்த குறுநாவல்கள்

காலச்சுவடு பதிப்பகம்

இன்ஸ்பெக்டர் செண்பகராமன் • தேர்ந்தெடுத்த குறுநாவல்கள் • ஆசிரியர்: அசோகமித்திரன் • © அசோகமித்திரன் • முதல் பதிப்பு: டிசம்பர் 2013 • இரண்டாம் பதிப்பு: மே 2016 • வெளியீடு: காலச்சுவடு பப்ளிகேஷன் (பி) லிட்., 669, கே. பி. சாலை, நாகர்கோவில் 629 001.

inspekTar ceNpakaraaman • **Selected Novellas** • Author: Ashokamithiran • © Ashokamithran • Language: Tamil • First Edition: December 2013 • Second Edition: May 2016

Published by Kalachuvadu Publications Pvt. Ltd., 669, K.P. Road, Nagercoil 629001, India • Phone: 91-4652-278525 • e-mail: publications @kalachuvadu.com

ISBN: 978-93-81969-90-8

05/2016/S.No. 524, kcp 1533, 18.6 (2) KLL

பொருளடக்கம்

அரசுகள் திரைப்பட விழா நடத்துவதில்லை. நம் நாட்டில்தான் முதல் விழா 1952இல் நடந்தது. அப்போது காட்டப்பட்ட ‘பைசைக்கிள் திருடன்’, ‘ரோஷமான்’ படங்கள் நாட்டில் பெரும் பாதிப்பை ஏற்படுத்தின. பின்னர் பல ஆண்டுகள் பல காரணங் களினால் விழா நடத்தப்படவில்லை. இரு யுத்தங்களும் ஒரு காரணம். அடுத்த விழாவில் பரிசு தருவது என்று தீர்மானித்து ஒரு தனிக்குழு அமைத்து ‘தங்க மயில்’ பரிசு தருவதாக ஏற்பாடு. ஒரு மிகச் சிறிய நாட்டிலிருந்து வந்த படத்துக்குப் பரிசு என்று அறிவிக்கப்பட்டது. படத்தின் தயாரிப்பாளர் திணறிப் போய்விட்டார். இப்போது ஒரே ஊரில் விழா. சிறந்த படம் என்ற ‘தங்க மயில்’ பரிசு கிடையாது.

இந்த நூலில் உள்ள நான்கு கதைகளில் ஒன்று சிகந்தராபாத் என்ற ஊரில் நிகழ்கிறது. ஒன்று சென்னையில். ஒன்று சென்னை யிலும் சிகந்தராபாதிலும். ஒன்று தமிழ்நாட்டுக் கிராமம் ஒன்றில்.

இக்கதைகளை எழுதும்போது எனக்குக் கிடைத்த மன நிறைவு வாசகர்களுக்கும் கிட்டினால் நான் மகிழ்ச்சியடைவேன்.

இந்த நூலை வெளியிட முன்வந்த காலச்சுவடு பதிப்பகத்துக்கு என் மனமார்ந்த நன்றி.

சென்னை **அசோகமித்திரன்**

அக்டோபர், 2013

இன்ஸ்பெக்டர் செண்பகராமன்

காந்திமதி என்ற பெயரை ஆண்பாலாக என்னால் நினைத்துப் பார்க்க முடியவில்லை. ஆனால் அந்தப் பெயரைச் சொல்லிக்கொண்டு என் முன்னால் ஆறடி ஆள் ஒருவன் நின்றான்.

பள்ளி மாணவனை ஆள் என்று சொல்லலாமா? பையன். என்னுடன் படிக்கும் பையன். முழுப்பெயர் காந்திமதிநாதன்.

அந்த நாளில் கால் பரீட்சை, அரைப் பரீட்சை, முழுப் பரீட்சை எல்லாம் பயமுறுத்தும் விஷயங்கள். முழுப் பரீட்சையில் முழுக்கத் தேறிவிட்டால் பரவாயில்லை. அப்படி இல்லாதபோது கால்பரீட்சை, அரைப்பரீட்சை மதிப்பெண்கள் மிக முக்கியம். அவை கணக்கில் எடுக்கப்படும்படி அமையாவிட்டால் மீண்டும் ஓர் ஆண்டு அதே வகுப்பில் கிடக்க வேண்டும்.

அப்படிப்பட்ட பையன்களை 'இரண்டாம் ஆண்டு' என்று அழைப்பார்கள். ஒருவன் இரண்டு ஆண்டு ஒரே வகுப்பில் படித்ததாலேயே அவன் அடுத்த வகுப்புக்கு அனுப்பப்பட வேண்டும் என்றில்லை, கால்பரீட்சை, அரைப்பரீட்சை, முழுப் பரீட்சை எல்லாம் முறையாக ஒழுங்காக எழுத வேண்டும்.

நான் ஐந்தாவது ஃபாரத்திற்கு போயிருக்கிறேன். கல்வி அமைப்பு 10+2+3 என்றிருந்த காலத்தில் ஒன்பதாவது வகுப்புக்குச் சமமானது இந்த ஐந்தாவது ஃபாரம். அந்த வகுப்புக்குப் போனபோது காந்திமதி என் வகுப்புத் துணைவன் ஆனான்.

அவன் ஒரு 'இரண்டாம் ஆண்டு.' அதாவது பரீட்சையில் தேறாதபடி ஒன்பதாவது வகுப்பில் இன்னொரு ஆண்டு இருக்க வேண்டியவன்.

சிறிது நாட்கள் பொறுத்துத்தான் அவன் வீடும் என் வீட்டுத் திசையில் இருப்பது தெரிந்தது. அவன் வயதிலும் உருவத்திலும் என்னைவிடப் பெரியவன். அதிலும் அந்தப் பருவத்தில் ஒரு வயது அதிகமானால்கூட ஒருவன் மிகப் பெரியவனாக இருக்கக்கூடும். மனிதப் பிறப்பின் இரகசியங் களை அறியவரும் நாட்கள் அது. காந்திமதி உண்மையில் மிகமிகப் பெரியவன். எல்லா இரகசியங்களும் அறிந்தவன். அப்படியிருந்தும் எங்களிருவரிடையே எப்படி அவ்வளவு நெருக்கமான நட்பு ஏற்பட்டது என்று இன்று நினைத்தால் கூட ஆச்சரியமாக இருக்கிறது. எப்போதுமே எச்சரிக்கைக் குரலும் அபாய அறிவிப்புமாக உள்ள ஹரிகோபால், "நீ அவன்கூட சேர்ந்தே, உன்னைக் கெடுத்துடுவான்" என்று சொல்லியும் நான் காந்திமதியுடன் நண்பனாக இருந்தேன்.

காந்திமதிக்கு அந்த வகுப்பில் இரண்டாம் ஆண்டு படிப்பது மிகுந்த வருத்தத்தை உண்டு பண்ணியது. அவனுக்குக் கணக்குப் புரியாது. தமிழில் தடுமாறுவான். இங்கிலீஷ் என்றால் தொண்டை யடைத்து விடும். உழைக்க மாட்டான் என்றில்லை. ஆனால் பள்ளிப் படிப்பு அவனுக்கு ஏறவில்லை. அவனுக்கு அப்பா கிடையாது என்றும், அவனுடைய அம்மா, தம்பி, தங்கைகள் எங்கோ திருநெல்வேலிக்கருகே ஒரு கிராமத்தில் இருப்பதாக வும் சொல்லியிருந்தான். அங்கேயிருந்து படிக்கக் குடும்ப நிலை இடம் தரவில்லை. இங்கே சிகந்திராபாத்தில் அவனுடைய மாமா அவனைப் படிக்க வைப்பதாக அழைத்து வந்திருக்கிறார்.

காந்திமதி கடைசிப் பெஞ்சில் உட்கார்ந்துகொள்வான். நான் முதல் பெஞ்சில். பார்க்கப்போனால் எங்களிருவருக்கும் பரிச்சயமோ நட்போ ஏற்பட வகுப்பறையில் வாய்ப்பில்லை. பெரிய பையன்களுடைய உலகமே தனி.

திடீர் என்று தமிழ்ப் பிரியரான ஒருவர் எங்களுக்கு பிரின்ஸ்பாலாக வந்தார். பள்ளியில் தமிழ் நாடகம் போட வேண்டுமென்றார். ஆயிரம் பையன்கள் படிக்கும் அந்தப் பள்ளியில் தமிழ் மாணவர்கள் நூற்றைம்பதுக்கு மேலிருக்க மாட்டார்கள். அந்த நூற்றைம்பதில் இருபது பேரை நாடகத் தில் நடிக்கவென்று இழுத்துப் போனார்கள். அந்த இருபது பேரில் நானும் காந்திமதியும் இருந்தோம்.

அப்போதும் எங்களிருவரிடையே நெருக்கம் தோன்ற வாய்ப்பில்லை. ஆனால் இருபது பேர் நடிக்கும் நாடகத்தில் மூன்று பெண் பாத்திரங்கள். நான் ஒரு பெண் பாத்திரம். காந்திமதி இன்னொன்று.

அவன் எப்படி மறுப்புத் தெரிவித்தான் என்று தெரியாது. நான் அழக்கூடச் செய்தேன். ஆனால் பிரின்சிபால் "இதோ பாரு, ஒழுங்கா கொடுத்த வேஷத்தைப் போடு. இல்லேன்னா டி.சி. கொடுத்து அனுப்சிடுவேன்" என்றார். அந்த நாளில் ஒரு பையனைப் பள்ளியே வெளியேற்றி விட்டால் அவன் வேறு எந்தப் பள்ளியிலும் சேர முடியாது. அந்தப் பிரின்சிபால் அடாவடிக்காரர் என்று சொல்வதற்கில்லை. இருபது பேரில் என் குரல்தான் இன்னும் உடையாது இருந்தது. மற்ற இரு பெண் வேடங்களும் நகைச்சுவை காட்சியில் வருபவை. ஆண் குரல் கொண்ட பெண்கள் இன்னும் சுவை கூட்டக்கூடும். அதிலும் ஆறடிப் பெண் மேடையில் தோன்றினால் பேசி நடிக்கக்கூடத் தேவையில்லை.

மூன்று மணிநேர நாடகத்துக்கு மூன்று மாத ஒத்திகை நடந்தது. முதல் சில நாட்களில் யாருக்குமே ஒன்றுமே பிடிபடாமல் இருந்தது. ஆனால் போகப் போக நாடகத்தின் மொத்த அமைப்பும் அதன் தனித்தனி அம்சங்களும் ஒவ்வொரு பாத்திரத்தின் முக்கியத்துவமும் எல்லாருக்கும் புலப்படத் தொடங்கியது. நானும் காந்திமதியும் எங்கள் பாத்திரங்கள் மீது அக்கறை காட்ட ஆரம்பித்தோம். நகைச்சுவைப் பெண் பாத்திரத்துக்கு அந்த நாளில் இரு முன்மாதிரிகள். ஒன்று டி.ஏ. மதுரம். இன்னொன்று சி.டி. ராஜகாந்தம். காந்திமதிக்கு ராஜகாந்தத்தைப் பிடிக்கும். அவள் நடித்திருக்கிறாள் என்று ஒரு மோசமான தமிழ்ப்படத்தை அது எங்கள் ஊரில் ஓடிய ஏழு நாட்களிலும் போய்ப் பாத்திருக்கிறான். என் பாத்திரம் சோகமானது. அந்த நாளில் கண்ணாம்பா நடித்த 'கனகதாரா' என்றொரு தெலுங்குப் படம் மாதக் கணக்கில் ஓடியது. கதாநாயகி கண்ணாம்பாவுக்கு இவ்வளவுதான் இன்னல்கள் என்றில்லை, கணவனைச் சிறையிலிட்டு, அவளுக்கு அவதூறு கற்பித்து, அவளுடைய குழந்தைகளைக் காட்டில் கொண்டுபோய் விட்டு இறுதியில் அவளைத் தூக்கில் போடவும் ஏற்பாடாகும். அப்போது கணவன், காட்டில் விடப்பட்டாலும் கட்டிளங்காவலன் வளர்த்த மகன், மகள் எல்லோருமாக வந்து கண்ணாம்பாவைக் காப்பாற்றுவார்கள். இந்த இறுதிக் காட்சியில் கண்ணாம்பா மகிழ்ச்சியில் மாறி மாறி அழுது சிரிப்பது மிகவும் பயமூட்டுவதாக இருக்கும். என் மனதில் நான் கண்ணாம்பாவை இருத்தினேன்.

கடைசியில் நாடகநாள் வந்தது. நூற்றியிருபது மாணவர்களின் குடும்பங்கள் தவிர வேறு சிலரும் வந்து எங்கள் பள்ளி ஹாலை நிரப்பி வழியச் செய்தார்கள். எங்கள் நாடகம் துவங்கியது. மூன்று மாத ஒத்திகை போதாது என்பதாலோ, அல்லது அதிகம் என்பதாலோ காட்சிக்குக் காட்சி நாங்கள் வசனத்தை மறந்து நின்றோம். வசனம் நினைவுக்கு வந்தபோது தவறான இடத்தில் சொன்னோம். ஆனால் வந்திருந்தவர்கள் எதையும் ரசிக்கத் தயாராக வந்திருந்தார்கள். காந்திமதி மேடையில் தோன்றும் போதெல்லாம் ஹாலே வெடித்து விடும்படி சிரிப்பு. காந்திமதி அவனுக்குச் சாத்தியமான கோமாளித்தனம் எல்லாம் செய்தான். இன்று அதை அப்படியே சினிமாவில் பயன்படுத்தினால் தணிக்கைக்காரர்கள் வெட்டி விடுவார்கள். நான் மேடையோரத் திரையருகில் நின்று பார்த்தபோது அவன் சைகைகளிலும் இடுப்பசைவுகளிலும் ஏதோ ஆபாசம் இருக்கிறது என்று தெரிந்ததே ஒழிய அவை என்ன குறிக்கின்றன என்று தெரிய வில்லை. என்னுடைய சோக நடிப்பு எல்லோருக்கும் தமாஷாக இருந்திருக்க வேண்டும். செத்துப்போன என் மகனின் சடலத்தின் மீது தலைவிரி கோலமாக நான் விழுந்து பிலஹரி ராகத்தில் பாடினேன். எல்லோரும் விழுந்து விழுந்து சிரித்தார்கள். பாட்டின் இறுதியில் நானும் சிரித்துவிட்டேன். என் வீட்டிலிருந்து வந்த என் அம்மா, சகோதரிகள் மட்டுமாவது அழுதிருக்க வேண்டாமா?

அன்றிரவு மேக்கப் கலைத்துவிட்டு நாங்கள் வீடு திரும்பப் பத்து மணிக்கு மேலாகி விட்டது. நானும் காந்திமதியும் ஆக்ஸ்போர்டு தெருவில் நடந்துகொண்டிருந்தோம். ஒரு சிறிய கார் பின்னாலிருந்து வந்து எங்கள் பக்கத்தில் நின்றது. ஆணைகளே இட்டுப் பழக்கப்பட்ட ஒரு குரல், “ஏண்டா இவ்வளவு நேரத்துலே ஊர் சுத்திண்டிருக்கே?” என்று ஒலித்தது. உடனே காந்திமதி மூன்றடியாகக் குறுகி அந்தக் குரலுக்குரியவரிடம், “இன்னிக்குத் தான் ஸ்கூல்லே டிராமா, மாமா,” என்றான்.

“அவன் யாருடா?”

“அவனும் டிராமாவிலே இருந்தான், மாமா.”

“சொர்ணம் வந்தாளா?”

“அக்கா இன்னிக்கு வீட்டுக்கு வெளியே. வரதுக்கு இல்லேன்னு சொல்லித்து மாமா.”

“சரி வண்டியிலே ஏறு.”

அந்தச் சிறிய வண்டிக்குக் குட்டி குட்டியாக நான்கு கதவுகள். காந்திமதி உடலைக் குறுக்கிக்கொண்டு பின்சீட்டில் ஏறிக் கதவை மூடினான். கார் உள்ளே இருட்டாக இருந்ததால் அவன் எனக்கு என்ன முகச்சமிக்ஞை காட்டினான் என்று தெரிய வழியில்லை.

"அவனை ஏண்டா நடுத்தெருவிலே விட்டே?" அந்தக் குரல் அதட்டியது.

'நீயும் ஏறு' என்று ரகசியம் பேசுவது போலக் காந்திமதி என்னிடம் சொன்னான். நானும் அவனுடன் பின்சீட்டில் உட்கார்ந்தேன். அந்த இருட்டில் எனக்கு முதலில் ஏற்பட்ட உணர்வு அந்த மனிதரிடமிருந்து ஏதோ ஒரு நெடி வந்து கொண்டிருந்தது. இனிப்பு, கசப்பு, காரம், புளிப்பு எல்லாம் கலந்ததாக இருந்தது. வண்டி கிளம்பியது.

காந்திமதியிடம் "யார்?" என்று நானும் ரகசியம் பேசும் குரலில் கேட்டேன்.

"மாமா, மாமா." என்று அந்த இருட்டில் அவன் வாயைப் பெரிதாகத் திறந்து ஆனால் சப்தமே வராதபடி எனக்குத் தெரியப்படுத்தி விட்டான்.

நான் வாயை மூடிக்கொண்டு உட்கார்ந்திருந்தேன். எங்கள் வீடிருக்கும் தெருவையும் தாண்டிக்கொண்டு வண்டி உருண்டது. காந்திமதி முடங்கிக் கிடந்ததைப் பார்த்து எனக்கும் நாவே எழவில்லை. வண்டி இன்னொரு பெரிய சாலையில் திரும்பி ஏழெட்டு பங்களாக்களைக் கடந்து கீஸ் ஹைஸ் ஸ்கூல் அருகில் சென்றது. எங்கள் ஊரின் பிரதான பெண்கள் பள்ளி அது. அந்த இடத்தில் சாலை பாம்புநாக்குபோல இரண்டாகப் பிரியும். அந்த இரு பிரிவுகளுக்கிடையில் மிகப்பெரிய முக்கோண வடிவ மைதானத்தைச் சுற்றி குட்டையான காம்பவுண்டுச் சுவர். அதன் நடுவில் ஒரு பங்களா. பங்களா காம்பவுண்டு, சுவர் இரண்டும் நீல நிறமுடையதாக உள்ளதை நான் பகல் வேளையில் பார்த்திருக்கிறேன். அந்த வீட்டைப் பார்த்தபடி தான் நாங்கள் கோயில், காய்கறிக்கடை, மாவரைக்குமிடம், ரயில்வே நிலையம் எல்லாவற்றுக்கும் போக வேண்டும். சாலையி லிருந்து பங்களா வெகுதூரத்தில் இருக்கும். ஆதலால் அதிலுள்ள மனிதர்களை அவ்வளவு தெளிவாகப் பார்க்க முடியாது. என் வரையில் அந்த வீடு யாரோ என் கற்பனைக்கெட்டாதவர்கள் வசிக்குமிடம். ஆனால் இந்த இருட்டில் காந்திமதியின் மாமா வின் கார் அந்த வீட்டு கேட் முன்னால் நிற்கிறது. காந்திமதி வண்டியிலிருந்து ஓடிச் சென்று கேட்டைத் திறக்கிறான். வண்டியும் உள்ளே நுழைகிறது. இந்த வீட்டிலா காந்திமதி இருக்கிறான்?

பங்களாவின் முகப்பில் வண்டி நின்றவுடன் விரைப்பாக ஒருவன் சல்யூட் அடித்தான். ஓடிச்சென்று பங்களா வெராண்டா விளக்கையும், முகப்பு விளக்கையும் ஸ்விட்சுப் போட்டு எரிய விட்டான். காந்திமதியின் மாமா முதலில் இறங்கினார். அதன் பிறகு நாங்கள் இருவரும் இறங்கினோம்.

காந்திமதியின் மாமா காந்திமதியைவிட ஓரங்குலம் அதிக உயரமாக இருந்தார். பின்தலையில் பிறை வடிவத்தில் கன்னங் கரேலென்று மயிர். தலையின் இதர பகுதிகள் பொன் வண்ணத் தில் மின்னின. அவ்வளவு சுத்தமான வழுக்கையை நான் அதற்கு முன்னர் பார்த்ததில்லை. “காந்தி, அவனை இட்டுண்டு உள்ளே வா” என்று சொல்லியபடி அவர் பூட்ஸ் கால் கடக் கடக்கென்று சப்தமெழுப்ப வீட்டினுள்ளே சென்றார். காந்திமதி ரகசியக் குரலில், “நீயும் உள்ளே வா” என்றான்.

என்னையும் தொற்றிக்கொண்ட ரகசியக் குரலில், “யாரு? யாரு?” என்று கேட்டேன்.

“அதான் சொன்னேனே, மாமா, மாமா.”

“மாமான்னா பேர் என்ன?”

காந்திமதியின் குரல் பரம ரகசியமாயிற்று. “எஸ். செண்பக ராமன்” என்றான்.

“மிலிட்டரியா?” அந்த நாளில் எங்கள் ஊரில் மிலிட்டரி நடமாட்டம் நிறைய இருந்தது.

“இல்லே. போலீஸ் இன்ஸ்பெக்டர். இன்ஸ்பெக்டர் ஆப் போலீஸ்.”

இன்ஸ்பெக்டர் செண்பகராமன், இன்ஸ்பெக்டர் செண்பக ராமன், சீருடை அணியாத செண்பகராமன் ... இப்படி வாய்க் குள் சொல்லிக்கொண்டு அந்த பங்களாவினுள் நுழைந்தேன்.

பழங்காலப் பங்களா. வெராண்டாவை அடுத்துப் பெரிய ஹால். கூரையிலிருந்து தொங்கும் இரு விளக்குகள் அந்த ஹாலிலிருந்த விசித்திரப் பொருட்களைப் பார்க்க உதவின. சுவரில் நான்கு ஜதை கலைமான் கொம்புகள். ஒரு பெரிய படத்தில் ஜரிகைத் தலைப்பாகை, ஜரிகை அங்கவஸ்திரம், நீளக்கோட்டு, பாண்ட், பூட்ஸூமாகப் பெரிய மீசை வைத்த ஒருவர், ஓர் உருவிய கத்தி மீது லேசாகச் சாய்ந்தபடி நின்று கொண்டிருந்தார். அதற்கிணையான இன்னொரு படத்தில் நிர்ணயிக்க முடியாத வயதுடைய பெண்மணி கெட்டிக்கரை போட்ட பட்டுப்புடவை, கழுத்தில் பலவகைச் சங்கிலிகள், மாலைகள், கைகளில் கட்டை விரல் தவிர எல்லா விரல்களிலும்

மோதிரம், நெற்றியில் கல்வைத்த சுட்டி, மூக்குத்தி, புல்லாக்கு, காதில் வளையம், இடுப்பில் ஒட்டியாணம் ஆகிய அலங்காரத் துடன் வலது முழங்கையை உயரமான ஸ்டூல் ஒன்றின் மீது சாய்த்தபடி நின்றுகொண்டிருந்தாள்.

ஹாலின் இரு பக்கங்களிலும் தனித்தனி அறைகள். செண்பக ராமன் பூட்ஸ் சப்தம் கேட்டு ஓர் அறையிலிருந்து ஒரு பெண்மணி விரைந்து வந்தாள். ஐந்தடிக்குக் குறைவாக இருக்கும். இரட்டை நாடி. ஆனால் மிகவும் லட்சணமான முகம். தலையில் மைக்கறுப் பாக மயிர் படிப்படியாக வளைந்து இருந்தது. தங்க பிரேம் போட்ட கண்ணாடி.

செண்பகராமன் ஒரு ஸ்டுல் மீது ஒரு காலை வைக்க அவள் பூட்ஸைக் கழற்றினாள். அவர் காலைச் சிறிது தூக்கி சாக்ஸையும் உருவி எடுத்தாள். அதேபோல இன்னொரு காலும். ஹால் ஓரத்திலிருந்த ரப்பர் செருப்பை எடுத்து வந்தாள். செண்பகராமன் அதை அணிந்து ஓர் அறையினுள் மறைந்தார்.

ஹாலில் நிலவிய இறுக்கம் சிறிது தளர்ந்தது. அந்தப் பெண்மணி புன்முறுவலுடன் "யார் இந்தத் தம்பி?" என்று என்னைப் பற்றிக் காந்திமதியிடம் விசாரித்தாள்.

"இவனும் எங்கூட டிராமாவிலே ஆக்ட் பண்ணினான்."

"முகத்தைச் சரியா கழுவலியா? அரிதாரமெல்லாம் அப்படியே இருக்கே!"

எனக்கு அவள் என்ன சொல்கிறாள் என்று புரியவில்லை. முகத்தில் ஏதோ இருக்கிறது என்பது மட்டும் தெரிந்தது. கையால் முகத்தைத் துடைத்துக்கொண்டேன்.

"கொஞ்சம் இருங்க, அத்தானைக் கவனிச்சுட்டு வந்துடறேன்." என்று அவள் செண்பகராமன் சென்ற அறைக்குள் சென்றாள்.

"யாரிது?" என்று காந்திமதியைக் கேட்டேன்.

பெரிதாக வாயைத் திறந்து சப்தமெழுப்பாமல், "மாமி," என்றான்.

"நான் போறேன்" என்றேன். கால் மைல் இருட்டில் தனியாக நடக்கவேண்டும்.

"வேண்டாம், வேண்டாம்" என்று தலையை ஆட்டினாள். "மாமாகிட்டே சொல்லிட்டுப் போ."

எனக்கு அன்று இரவு வீட்டுக்கே போகமுடியாது என்று தோன்றிவிட்டது. இப்படி எல்லாரும் நடுநடுங்கிச் சாகும்

இடத்தில் மாட்டிக் கொண்டேனே? இன்ஸ்பெக்டராய் இருந்தால் என்ன, எல்லாரும் இப்படிப் பயப்பட வேண்டுமா? காந்திமதி நாளெல்லாம் இப்படித்தான் கிடக்கிறானா? இப்படிக் காலம் தள்ளும் இவனா சற்று நேரத்திற்கு முன்பு மேடையில் சுமார் முன்னூறு பேர் மத்தியில் கூத்தடித்தான்? அந்த முன்னூறு பேர் நடுவில் அவனுடைய மாமா இருந்திருந்தால் அவன் எப்படி நடித்திருப்பான்? நிச்சயம் மாமா இருக்கமாட்டார் என்ற தைரியம்,

செண்பகராமனும் அவருடைய மனைவியும் வெளியே வந்தார்கள். செண்பகராமன் அகலமான சிவப்புக் கரை போட்ட வேட்டி மட்டும் கட்டியிருந்தார். அவருடைய மார்பில் கருகரு வென்று ஏராளமான மயிர். காந்திமதியைப் பார்த்து, "சாப்டாச் சாடா?" என்று கேட்டார்.

"இல்லை, மாமா" என்று காந்திமதி குழைந்து சொன்னான்.

"நீ என்ன பண்ணறே?" என்று என்னைப் பார்த்துக் கேட்டார்.

எனக்குக் கேள்வி புரியவில்லை. விழித்தேன்.

"நீ சாப்டாச்சா?" என்று கேட்டார்.

"இல்லை, இனிமேத்தான்."

"வா, வந்து சாப்பிடு."

"இல்லை, நான் வீட்டுக்குப் போகணும்."

உண்மையில் எனக்கு என் அம்மா, தங்கை, அக்காக்கள் நினைவு வந்து சற்றுச் சங்கடமாயிருந்தது. நாடகத்தில் அவர்கள் முதல் வரிசையில் உட்கார்ந்திருந்தார்கள். அவர்கள் யாரும் என்னை நேராகப் பார்க்கக் கூடாது என்று அம்மா கண்டிப் பாகச் சொல்லியிருந்தாலும் அவர்கள் எல்லாரும் என்னை மட்டுமே பார்த்துக்கொண்டு விழுந்து விழுந்து சிரித்துக்கொண் டிருந்தார்கள். என்னைப் பெண்ணாக மாற்றிய ஒப்பனையாளன் இயற்கையே திடுக்கிடும் அளவுக்கு என் இடுப்புக்கு மேலே என் உடல் அமைப்பை மாற்றியிருந்தான். என் சகோதரிகள் தான் சற்றுக் குறைவாகச் சிரித்தவர்கள். ஆனால் அவர்கள் இப்போது எனக்காகக் காத்துக்கொண்டிருப்பார்கள்.

செண்பகராமன் கேட்டார், "எங்கே உன் வீடு?"

"லான்சர் பாரக்ஸ்."

"அதைத் தாண்டித்தானே வந்தோம்?"

"ஆமாம்."

"அப்பவே சொல்றதுக்கென்ன? அங்கேயே இறக்கி விட்டிருப்பேனே."

நான் காந்திமதியைப் பார்த்தேன். அவன் கண்களோ எங்கோ பத்து மைல்களுக்கப்பால் பார்ப்பது போல இருந்தது.

"டிராமாவிலே என்ன வேஷம்?"

"ராணி வேஷம்"

"என்ன?"

"நான்தான் ராணி."

"அப்போ தடபுடலா டிரஸ்ஸெல்லாம் போட்டுட்டு டான்ஸ் ஆடியிருப்பே?"

"நாடகம் ஆரம்பிக்கறப்பவே ராஜா செத்துடறாரு, ராணிக்கு ஒரு இடத்திலே பைத்தியம் பிடிக்கும். அப்ப கொஞ்சம் ஆட்டம் இருக்கும்."

ஓகோகோவென்று செண்பகராமன் சிரித்தார். அவர் சிரிப்பதைக் கண்டு அவருடைய மனைவி, காந்திமதி, முதலில் விளக்குப் போட்ட போலீஸ்காரன் எல்லோருமே இறுக்கம் தளர்ந்து சிரித்த முகமாக நின்றார்கள்.

"இவன் கடைசி சீன்லே பாட்டுக்கூடப் பாடுவான் மாமா," என்று தைரியமாகச் சொன்னான்.

"அது என்னடா பாட்டு? எங்கே பாடு."

இரவு பதினொரு மணியிருக்கும். என் வீட்டில் அம்மா, அக்கா, தங்கைகளோடு நிறையத் திட்டும் அடியும்கூடக் காத்திருக்கும். அவர்களுக்குத் தெரியுமா நான் ஒரு போலீஸ்காரர் வீட்டில் மாட்டிக்கொண்டு விட்டேன் என்று?

"பாடுடா, பாடு."

அழுகை வராத முறையில் அந்த ஹாலில் அந்தப் போலீஸ் இன்ஸ்பெக்டருக்கு நான் பிலகரி ராகப் பாட்டைப் பாடினேன். அந்த ராகத்தின் ராகினி தேவதை எங்கோ கண்ணுக்குத் தெரியாத இடத்தில் மிதந்துகொண்டு தவித்துக்கொண்டிருக்க வேண்டும். எந்த வரியையும் இருமுறை பாடாதபடி நான் பாட்டை முடித்தேன். என் பாட்டு முடிந்துவிட்டது என்று எல்லாருக்கும் புரிய ஒரு விநாடியாயிற்று. செண்பகராமன் உற்சாகமாகக் கைதட்டினார். காந்திமதிப் பக்கம் திரும்பி,

"ஏண்டா, இந்த டிராமாவை மறுபடியும் ஆடுவீங்களா" என்று கேட்டார்.

"இல்லை மாமா. இன்னிக்கு மட்டும்தான்."

செண்பகராமன் என் அருகில் வந்து என் முதுகைத் தட்டிக் கொடுத்தார். "நீ எங்கே இருக்கேன்னு சொன்னே?" என்று கேட்டார்.

"லான்சர் பாரக்ஸ்."

"பேர் என்ன?"

"சந்திரசேகரன், எஸ்."

"காந்தி, அவனை வீட்லே கொண்டுபோய் வீட்டுட்டு வா. டேய் பையா, நான் உன் வீட்டுக்கு வரேண்டா. காந்தி, சைக்கிளை வேணா எடுத்துட்டுப் போ."

நான் பதறி "சைக்கிள் வேண்டாம். மாமா" என்றேன். எங்கள் ஊரில் சைக்கிளில் இரட்டைச் சவாரி, இருட்டில் விளக்கு இல்லாமல் போவது, மணி அல்லது பிரேக் சரியில் லாமல் ஓட்டுவது எதுவானாலும் உடனே எங்கேயிருந்தோ ஒரு போலீஸ்காரன் பிடித்துப் போய் இரண்டு ரூபாய் அபராதம் உண்டுபண்ணி விடுவான்.

செண்பகராமன் சிரித்தார். "பரவாயில்லேடா, நானே ஓட்டிண்டு வரட்டுமா?"

"வேண்டாம் மாமா. வேண்டாம் மாமா."

செண்பகராமன் இன்னும் பலமாகச் சிரித்தார். "ஒண்ணும் பயப்படாதே. காந்தி உன்னைக் கொண்டுபோய் விட்டுடுவான்."

செண்பகராமனின் மனைவிகூட உற்சாகம் மிகுந்தவளாகக் காணப்பட்டாள். அன்று அந்த ஹாலில் உண்மையிலேயே உற்சாகமும் மகிழ்ச்சியும் நிரம்பி வழிந்தது.

காந்திமதி என்னுடன் ஒரு வார்த்தை பேசவில்லை. அந்த வீட்டில் இருந்த சைக்கிளில் பின் சக்கரத்தில் காற்று இல்லை. நாங்கள் இருவரும் அந்த நள்ளிரவில் மௌனமாக நடந்தோம். என் வீடு வந்தடைந்த பிறகு மட்டும் "போயிட்டு வரேண்டா," என்றான். அவன் குரலில் வழக்கமாக உள்ள குழைவு இல்லாதது போலத் தோன்றிற்று.

"ஏண்டா இவ்வளவு நாழி? எங்கே போய்ச் சுத்திட்டு வரே? உனக்காக எல்லாரும் சாப்பிடக் காத்திண்டிருக்கா. எங்கேயோ போயிட்டேயே? ஸ்கூல்ருந்து நேரே வீட்டுக்கு

வரலே?" அம்மா கேட்டதில் சிறிது கோபமும் எரிச்சலும் இருந்தது. என் அக்காக்களில் ஒருத்தியும் தங்கையும் தூங்காது விழித்திருந்தார்கள். என்னைப் பார்த்ததும் அவர்களுக்குச் சிரிப்பு பொத்துக்கொண்டு வந்தது.

"எனக்கு ஒண்ணும் சாதம் வேண்டாம். போ!"

என் சகோதரிகள் இன்னும் அதிகமாகச் சிரித்தார்கள். அப்பா வந்தார். "என்ன நடு ராத்திரியிலே அசட்டுச் சிரிப்பு?" என்றார். மேலெழுந்தவாரியாக அவர்கள் சிரிப்பு அடங்கியது என்றாலும் எந்த விநாடியும் பீறிக்கொண்டு வரக்கூடும் என்பது நன்கு தெரிந்தது. அந்த வாரமெல்லாம் சிரித்துக்கொண்டிருந் தார்கள். அம்மாதான், "நீ நன்னாவே ஆக்ட் பண்ணினே, ஆனா வாயைத் திறந்து பேசியிருக்கலாம்," என்றாள்.

நாடகத்திற்கு அடுத்த நாள் நாடகத்தில் நடித்தவர்களுக்கு மட்டும் விடுமுறை. நான் எண்ணெய் தேய்த்துக் குளித்தேன். அம்மா கூடாது என்றாலும் படுக்கைக் குவியல்மீது படுத்துத் தூங்கினேன். தூங்கி எழுந்தபோது நல்ல சுரம் அடித்தது.

வீட்டில் யாருக்குச் சுரம் என்றாலும் முதலில் இரண்டு வாய் மிளகு கஷாயம் குடித்தேயாக வேண்டும். நானும் மிளகு கஷாயத்தை விழுங்கிவிட்டு வாய் எரிச்சல் தாங்காமல் உஸ்புஸ்ஸென்று அலட்டிக்கொண்டிருந்தேன். வீட்டு வாசல் முன்பு ஒரு சிறிய கார் வந்து நின்றது.

எனக்கு அது என் சம்பந்தப்பட்ட விஷயம் என்று தோன்ற வில்லை. யாரோ யார் வீட்டுக்கோ வரவேண்டியவர்கள் தவறுதலாக இங்கே வண்டியை நிறுத்தியிருக்கிறார்கள் என்றே எண்ணினேன். அம்மா மட்டும் வாசல்கேட்டருகே சென்றாள். வண்டியிலிருந்து உயரமான ஒருவர் இறங்கினார். அம்மாவை ஏதோ கேட்டார். அம்மா இங்கேதான் என்பதுபோலத் தலையை அசைத்து வீட்டுப்பக்கம் திரும்பி, "சந்துரு!" என்று கூப்பிட்டாள். நான் டிராமாவில் கொண்டுவர மாட்டாத அசக்த உணர்வைப் போர்த்துக்கொண்டு ஈனசுவரத்தில் "என்ன?" என்று கேட்டேன்.

"இங்கே வா. உன்னை தேடிண்டு ஒத்தர் வந்திருக்கார், பாரு."

நான் வாசல்கேட்டருகே சென்றேன். அந்த உயரமான மனிதர் என்னைப் பார்த்துப் புன்னகை புரிந்தார். "என்ன சந்திரசேகரன், ஒரு நாள்ளியே எல்லாத்தையும் மறந்துட்டயா?" என்றார். இன்ஸ்பெக்டர் செண்பகராமனை நான் அடையாளம் கண்டுகொண்டேன். இப்போது அவர் சீருடையில் இல்லை.

எனக்கு அவரை எப்படி வரவேற்பது, என்ன உபசரிப்பது என்றெல்லாம் தெரியவில்லை. அவராகவே உள்ளே வந்து அங்கிருந்த ஸ்டூலில் உட்கார்ந்து கொண்டார். எங்க அம்மாவைப் பார்த்து, "உங்க பையன் நன்னாவே பாடறானே," என்றார்.

என் அம்மா அதை மௌனமாக ஏற்றுக்கொண்டாள். பூட்ஸும் மீசையுமாக ஒருவர் தன்னை யார் என்று தெரியப் படுத்திக்கொள்ளாமல் வீட்டுக்குள்ளே வந்து உட்கார்ந்து கொண்டால் என்ன என்று நினைப்பது? அம்மா என்னைப் பார்த்து, "யாரு இந்த மாமா" என்று கேட்டாள்.

"காந்திமதியோட மாமா. போலீஸ் இன்ஸ்பெக்டர்."

"செண்பகராமன்னு பேர். திருநெல்வேலி ஜில்லா." என்று செண்பகராமன் சொன்னார். தொடர்ந்து, "பாவம். ராத்திரி பத்து மணிக்குப் பாட்டு பாடுன்னேன். உடனே பாடினான் சந்திரசேகரன், நான் அப்பவே சொல்லலே. உங்க வீட்டுக்கு வருவேன்னு?" என்றார்.

"ஆமாம் மாமா நேத்திக்கே சொன்னார்மா, வீட்டுக்கு வரேன்னு."

"ஏன் தலையைக் கிலையை வாராம இருக்கே? டல்லா இருக்கயே? தூங்கலையா?"

"மத்யானத்திலேந்து ஜுரம். எண்ணெய் தேச்சுண்டு தூங்கி னான். பிடிச்சுண்டுடுத்து" அம்மா சொன்னாள்.

"எங்கே?" செண்பகராமன் அவருடைய வலது கையை என் கழுத்தில் வைத்துப் பார்த்தார். அவருடைய கையிலிருந்து கடுமையான சிகரெட் வாசனை அடித்தது.

"நல்ல ஜுரமிருக்கே? டாக்டர் கிட்டே காமிச்சீங்களா?"

"இவா அப்பா வந்தப்புறம்தான் அழைச்சிண்டு போகச் சொல்லணும்."

"சந்திரசேகரன், தலையை வாரிண்டு வா. நான் இவனை டாக்டர்கிட்டே அழைச்சிண்டு போயிட்டு வர்றேன்."

என் அம்மா என்ன செய்வதென்று தெரியாமல் விழித்தாள்.

"ஒண்ணும் கவலைப்படாதீங்க. இரண்டு டோஸ் கார்மினேடிவ் மிக்ஸர் சாப்டா எல்லாம் சரியாயிடும். கிளம்பு, சந்திரசேகரன்."

நான் சலவையிலிருந்து வந்த சட்டை ஒன்றைப் போட்டுக் கொண்டு தலையை வார முயற்சி செய்துவிட்டு அவருடன்

கிளம்பினேன். எனக்கு வண்டியில் எங்கு உட்காருவது என்று சந்தேகம். முன்தினம் பின் சீட்டில்தான் உட்கார்ந்திருந்தேன். இன்றும் அங்கே ஏறப் போனேன்.

"இங்கே வா, சந்திரசேகரன். முன்னாலே என் பக்கத்திலே வா."

நான் முன்சீட்டில் உட்கார்ந்து கொண்டேன். ஒரு குமிழ் வைத்த இரும்புக் கம்பி வண்டியின் அடியிலிருந்து கிளம்பி எங்கள் இருவரின் கால்களிடையே நீட்டிக்கொண்டிருந்தது. வண்டியை ஓட்டும்போது செண்பகராமன் அதை அடிக்கடி இப்படியும் அப்படியுமாகத் தள்ளிக்கொண்டிருந்தார். ஒவ்வொரு முறையும் அது என் காலை இடிக்கும். நான் அதற்கு முன்னர் ஒரு காரில் முன் பக்கத்தில் உட்கார்ந்து வண்டி ஓட்டப்படுவதை இவ்வளவு கவனமாகப் பார்க்க நேர்ந்ததில்லை. "இது என்ன?" என்று கேட்டேன்.

"இதுதான் கியர். இது போட்டாத்தான் கார் போகும்."

"நீங்க வெறுமனே வெறுமனே தள்ளறேளே?"

செண்பகராமன் சிரித்தார். "அடுத்த வருஷம் நானே உனக்குக் காரோட்டக் கத்துத் தரேன்." இது சொல்லிவிட்டு அவர் ஹைதராபாத்தின் முக்கிய சின்னங்களில் ஒன்றான சார்மினார் சிகரெட்டைப் பற்ற வைத்துக்கொண்டார். கார் கிளாக் டவரைத் தாண்டி மார்க்கெட் ஸ்டிரீட்டில் சென்று பரஞ்சோதித் தெருவில் திரும்பி கண்டோன்மெண்ட் ஆஸ்பத்திரிக்குள் நுழைந்து நின்றது. "வா, சந்திரசேகரன்," என்று செண்பகராமன் என்னை அழைத்துப் போனார். நான் அந்த ஆஸ்பத்திரியில்தான் பிறந்தேன் என்று என் அப்பா அம்மா சொல்லியிருந்தாலும் நாங்கள் அந்த ஆஸ்பத்திரிக்குப் போவதே கிடையாது. ரயில்வே ஆஸ்பத்திரி ஒன்றரை மைல் தூரத்தில் இருந்தது. இதற்கு ஒன்றே முக்கால் மைல் நடக்க வேண்டும்.

எங்கும் யாரிடமும் கேட்காமல் செண்பகராமன் நேராக டாக்டர் அறைக்கு என்னை அழைத்துப் போனார். டாக்டர் எழுந்து நின்றார். "உங்களுக்கு இஞ்ஜெக்ஷன் சனிக்கிழமைக்குத் தானே?" என்றார்.

"பையனுக்காக வந்தேன்."

"என்ன ஆச்சு?"

"ஜுரமாம். தலைக்கு எண்ணெய் தேச்சுக் குளிச்சுட்டுத் தூங்கிட்டான். ஜுரம் பிடிச்சிண்டுடுத்து."

“இங்கே வா பையா. நாக்கை நீட்டு.”

டாக்டர் என் டெம்பரேச்சரையும் சோதித்துப் பார்த்தார். “யார் பையன்?” என்று செண்பகராமனைக் கேட்டார்.

“எல்லாம் தெரிஞ்ச பையன்தான். நேத்து டிராமாலே நடிச்சானாம்.”

“பக்கத்து ஹைஸ்கூல் டிராமாவா?”

“ஆமாம். அதுதானே சந்திரசேகரன்?”

“ஆமாம் சார்.”

“நான் வந்திருந்தேனே, என்ன வேஷம்?”

“ராணியா நடிச்சானாம்” இதைச் சொல்லிவிட்டுச் செண்பகராமன் சிரித்தார். “கடைசியிலே செத்துப் போயிண்டே பாடினானாம். அப்படித்தானே சந்திரசேகரன்?”

நான் வெறுமனே நின்றேன்.

“இந்த ஜுரமே அதுனாலேதான் வந்திருக்கு.” டாக்டர், செண்பகராமன் இருவரும் சிரித்தார்கள்.

டாக்டர் ஓர் அளவு கிளாஸ் எடுத்து வெள்ளைப் பொடியாக இருந்ததை ஒரு சிட்டிகை போட்டுச் சிவப்பாக ஒரு திரவத்தை அரைக்கரண்டி விட்டார். தண்ணீர் விட்டு கிளாஸை நிரப்பினார். “இதைக் குடி, தம்பி,” என்றார்.

நான் அதைக் கையில் வாங்கிக்கொண்டு வாயில் ஊற்றிக் கொண்டேன். கசப்பு, தித்திப்பு, காரம் எல்லாம் கலந்த மருந்து.

“நாளைக்கு நீ மறுபடியும் பாடி மத்தவங்க எல்லாருக்கும் ஜுரம் வரவழைக்கலாம்” என்று டாக்டர் சொன்னார். செண்பகராமன் எழுந்தார். நாங்கள் இருவரும் கட்டிடத்தின் வெளியே வந்தோம்.

“இப்போ எப்படியிருக்கு, சந்திரசேகரன்?” என்று செண்பகராமன் கேட்டார்.

“எனக்குத் தெரியலை சார்.” ஏனோ அவரை இனி மாமா என்று அழைக்க முடியவில்லை.

“அப்போ நல்லாயிடுத்துன்னு அர்த்தம், இங்கே பக்கத்திலே ஒரு வீட்டுக்குப் போகலாமா? உன்னைப் பத்திரமா உன் வீட்டிலே கொண்டு போய் விட்டுடறேன்.”

செண்பகராமன் என் பதிலுக்குக் காத்திராமல் வேகமாக நடந்தார். நாங்கள் இருவரும் பரஞ்ஜோதித் தெருவின் எதிர்ப்

புறத்தை அடைந்தோம். அங்கிருந்த மூன்று வீடுகளில் இரண்டு நானறிந்தது. ஒன்று ஒரு வக்கீல் வீடு. அவர் மகன் என் பள்ளியிலேயே தெலுங்குப் பிரிவில் படித்துக்கொண்டிருந்தான். ஒரு சிறு சந்து. அதற்குப் பக்கத்தில் எங்கள் பள்ளி பிரின்சிபால் வீடு. அவரின் மகனும் எங்கள் பள்ளியில்தான் படித்தான். என்றாலும் வேறு செக்ஷன். முந்தைய நாள் நாடகத்தின்போது விழுந்து விழுந்து சிரித்தவர்களில் அவன் குரல்தான் பெரியதாகக் கேட்டது. அடுத்த வீடு மாடி வீடு. கீழ்ப்பகுதி திறந்திருந்து நான் பார்த்ததில்லை. செண்பகராமன் அந்த வீட்டருகில் சென்றார். மூடியிருந்த கதவை ஆள்காட்டி விரலை மடித்துக் கொண்டு இருமுறை தட்டினார். சிறிதுநேரத்திற்குப் பிறகு வேலைக்காரப் பெண் போலத் தோற்றமளித்த ஒருத்தி கதவைத் திறந்தாள். என்னை அழைத்துக்கொண்டு உள்ளே நுழைந்தார். இரண்டடி எடுத்து வைத்தவுடன் குறுகலான செங்குத்தான படிக்கட்டு. படிக்கட்டு முடிந்து நாங்கள் அடைந்த இடம் அந்த வீட்டின் முன் பக்கத்து மாடி வெராண்டா.

“வா, சந்திரசேகரன், வா, உள்ளே வா” என்று செண்பகராமன் சொன்னார். நான் அவர் கையைப் பிடித்துக்கொள்ளாத குறையாக வெராண்டாவை அடுத்த ஹாலுக்குள் நுழைந்தேன். ஒரு கணம் அந்த ஹாலின் விசாலத்தன்மை என்னைப் பிரமிக்க வைத்தது. எவ்வளவு குறுகலான மாடிப்படியும் பாதையும், எவ்வளவு பெரிய இடத்துக்கு இட்டுச் செல்கின்றன.

ஹாலின் தரையில் பாய் விரித்து ஒரு பையனும், பாவாடை தாவணி அணிந்த பெண்ணும் சிரிப்பும் கும்மாளமுமாக கேரம் போர்டு விளையாடிக்கொண்டிருந்தார்கள். அவர்களிடையே இருந்த உற்சாகத்திலிருந்து அவர்கள் வெகு நேரமாக விளையாடிக் கொண்டிருக்க வேண்டும். செண்பகராமனை முதலில் அப் பெண்மணிதான் பார்த்தாள். நொடிப்பொழுதில் அவள் முகத்திலிருந்த சிரிப்பு, கவலையற்ற தன்மை மறைந்தது. “அக்கா!” என்று அழைத்தபடி உள்ளே ஓடினாள். பையன் எழுந்து நின்றான்.

“என்ன பாபு? இன்னைக்காவது திலகாவை நீ தோக்க அடிச்சயா?” என்று செண்பகராமன் கேட்டார். பாபு அப்படியே நின்றான்.

“உக்காரு, சந்திரசேகரன். பாபு, இந்தப் பையன் யாரு தெரியுமா? பெரிய ஆக்டர்!” செண்பகராமன் பெரிதாகச் சிரித்தார். பிறகு சுவாதீனமாக அங்கிருந்த சோபா ஒன்றில் சாய்ந்துகொண்டார்.

உள்ளேயிருந்து இன்னொரு பெண் ஹாலுக்கு வந்தாள். என்னால் அவள் வயதை நிர்ணயிக்க முடியவில்லை. கேரம்

போர்டு ஆடிக்கொண்டிருந்த பெண்ணுக்கு அக்காவாக இருக்க வேண்டும். உதடுகள், மூக்கு, கண், புருவம் எல்லாம் சித்திரத்தில் வரைந்தாற்போலப் பளிச்சென்று தெரிந்தன. செண்பக ராமனைப் பார்த்து, "வாங்க, வாங்க" என்றாள்.

செண்பகராமன் விநோதமான காட்சியைக் கண்டு மகிழும் பாவனையில் அவளைப் பார்த்துத் தலையசைத்துப் புன்னகை புரிந்தார். அவள் முகம் சற்றே சிவந்தது போல எனக்குத் தெரிந்தது. உலகமே ஒரு கணம் அசையாது நின்றது.

"நேத்து வந்திங்களா?"

"இன்னிக்குக் காலையிலேதான்" என்று தயக்கத்தோடு பேச முற்பட்டாள்.

செண்பகராமன் பெரிதாகப் புன்னகை புரிய அவள் பேச்சை நிறுத்திக்கொண்டாள்.

"அம்மா எங்கே?"

அப்பெண் பாபுவை எனக்குப் புரியாத மொழியில் கேட்டாள். மராட்டியாக இருக்கவேண்டும். லான்சர் பாரெக்ஸின் முதல் வீட்டில் வசிக்கும் சிவாஜிராவ் குடும்பத்தில் இப்படித்தான் பேசிக்கொள்வார்கள்.

அந்தப் பெண்ணின் கேள்விக்கு பாபு அவ்வளவு உற்சாகமாகப் பதில் சொல்லவில்லை. அப்பெண் தயங்கினாள்.

"பாபுக்கு என்ன? உடம்பு சரியில்லையா? என்ன பாபு? எப்படி இருக்கே?" செண்பகராமன் சிரித்தபடியே கேட்டார்.

பாபு ஓரிரு வார்த்தைகளில் ஏதோ சொல்லிவிட்டு அங்கிருந்து போய்விட்டான். செண்பகராமன் சிரித்த முகமாகவே இருந்தார். அப்பெண், "சின்னப்பையன்" என்றாள்.

செண்பகராமன் அதே சிரித்த முகத்தோடு, "நீயும் சின்னப் பெண்தானே?" என்றார்.

நான் அங்கிருந்தது அவளை இன்னமும் வெட்கமுறச் செய்தது. செண்பகராமன் உடனே, "இது நம்ம பையன்தான். சந்திரசேகரன்? வா, உக்காரு இப்படி" என்றார்.

நான் அவர் பக்கத்தில் உட்கார்ந்தேன்.

"டீ கீ ஏதும் தரமாட்டயா சந்திரசேகரனுக்கு?" என்று செண்பகராமன் கேட்டார்.

"இதோ, திலகா! திலகா!"

“ஏன் நீ போட்டுத் தரமாட்டாயா?”

அவள் முகத்தில் சங்கடம் தெரிய, “நான்தான் சொன்னேனே, அடுப்படிக்குப் போக முடியாது” என்றாள். செண்பகராமன் உரக்கச் சிரித்தார். சிகரெட்டைப் பற்றவைத்துக்கொண்டார். அப்பெண் ஓடிச்சென்று ஒரு சிறு ஸ்டூலை எங்கள் முன் எடுத்துப் போட்டு அதன்மீது ஆஷ்டிரே ஒன்றை வைத்தாள்.

நாங்கள் அங்கிருந்து கிளம்பும்போது இரவு ஒன்பது மணி கூட இருக்கும். செண்பகராமன் அப்பெண்களின் அம்மாவுடனும் இன்னொரு கிழவருடனும் வெகு உற்சாகமாக உரத்துப் பேசிக்கொண்டிருந்தார். பாபுவும் திலகாவும் கண்ணில் தென்படவில்லை. ஆனால் திலகாவின் அக்கா ஒரு மூலையில் அவ்வளவு நேரமும் நின்றுகொண்டு எல்லாவற்றையும் கேட்டபடி இருந்தாள்.

என் வீட்டில் அம்மா மிகவும் கவலைப்பட்டுக்கொண்டிருந்தாள். அப்பாவுக்கும் அப்படித்தான் இருக்கும். செண்பகராமன் என்னை வீட்டு வாசலில் இறக்கிவிட்டுப் போய்விட்டார். எனக்கு வீட்டில் என்ன சொல்வதென்று குழப்பமாக இருந்தது. அப்பா ஒன்றும் கேட்கவில்லை. அம்மாதான் துருவித் துருவிக் கேட்டாள். நான் டாக்டரிடம் போனதை மட்டும் சொன்னேன்.

அடுத்த நாள் பள்ளிக்கூடத்தில் நுழைந்தவுடனேயே ஹரிகோபால் என்னைத் தனியாகப் பிடித்துக்கொண்டான். “உன்னை பிரின்சிபால் வீட்டுக்குப் பக்கத்து மாடி வீட்டிலே பார்த்ததாகச் சொன்னாங்களே?” என்றான்.

“யார் சொன்னாங்க?”

“யாரோ சொன்னாங்க . . .”

“என்ன சொன்னாங்க?”

“அதான் மாடி வீட்டுக்குப் போயிருந்தேன்னு.”

“எந்த மாடி வீடு?”

ஹரிகோபால் மிகுந்த கோபத்தோடு என்னைப் பார்த்தான். “டேய், எங்கிட்டேயே கப்ஸா அடிக்கறியா?”

நான் என்ன பொய் சொன்னேனென்று எனக்குத் தெரியவில்லை.

“இதோ பார் சந்திரசேகர், நீ இப்படியே லோஃபர்களோட சுத்திட்டிருந்தே, நிச்சயம் இந்த வருஷம் பெயிலாய்டுவே.”

நான் அவனை விட்டுப் பிரிந்து வகுப்புக்குப் போனேன். முதல் வகுப்பு ஆங்கிலம். ஆங்கில வாத்தியார் பிரகாஷ்ராவ். ஆங்கிலத்தில் 'ஆர்' எழுத்து வரும்போதெல்லாம் அதை அழுத்தி உச்சரிப்பார். தெலுங்கர்களே ஆரை ஆறாகத்தான் சொல்வார்கள். இதை எனக்கு முதலில் சுட்டிக்காட்டியவன் காந்திமதி. பிரகாஷ்ராவ் வகுப்பில் நுழைந்தவுடனே நான் திரும்பிக் காந்திமதியைப் பார்ப்பேன். அவன் விஷமச் சிரிப்போடு தலையை ஆட்டுவான். இன்று பிரகாஷ்ராவ் வகுப்பறைக்கு வந்தவுடன் நான் காந்திமதியைத் திரும்பிப் பார்த்தேன். காந்திமதி என்னைப் பாராதவன் போல இருந்தான்.

உணவு இடைவேளையின்போது நான் காந்திமதி அருகே சென்றேன். அவனுடைய நாடக நடிப்பை நினைத்து நினைத்துப் பையன்கள் சிரித்துக்கொண்டிருந்தார்கள். அந்தச் சூழ்நிலையிலும் காந்திமதி என்னிடம் கடுகடுத்த முகத்தைத்தான் காட்டினான்.

"நேத்திக்கு நீ ஸ்கூலுக்கு வந்தியா?" என்று நான் கேட்டேன்.

"வந்தேன்."

"நான் வரலை, நம்பளுக்கு லீவு இல்லே?"

"எனக்குக் கிடையாது. செகண்ட் இயர் தடியன் தானே நான்."

எனக்கு அவன் அப்படிப் பேசியது வருத்தத்தைத் தந்தது. ஒரு மாதிரி சமாளித்துக்கொண்டு, "எனக்கு ஜுரம்" என்றேன்.

"ஓ . . ."

"ஏன் என்கிட்டே கோபமா இருக்கே?"

"இல்லையே."

எனக்கு அவனுடைய திடீர் மாற்றம் புரியவில்லை. "பின்னே என்னோட பேசமாட்டேன்றே?"

அவனுக்கும் அது புரியவில்லை. "ஒண்ணுமில்லே" என்று சற்று இசைவாகச் சொன்னான்.

ஆனால் எங்கள் இருவரிடையே ஏதோ நேர்ந்துவிட்டது. நான் அவன் வீட்டுக்குப் போனதில்லையே தவிர அவன் வார விடுமுறை நாட்கள் இரண்டு தினமும் என் வீட்டுக்கு வருவான். தினமும் பள்ளிக்கூடம் முடிந்து வீடு திரும்பும்போது எனக்காகக் காத்திருப்பான். நாடகம் போட்டபிறகு அதெல்லாம் நின்றுவிட்டது.

"என்ன இப்பல்லாம் என்னையே சுத்திக்கிட்டு நிக்கறே?" என்று ஹரிகோபால் கேட்டான்.

“நான் என்ன பண்ணினாலும் நீ என்னைத் திட்டிண்டு தான் இருக்கே.”

“நீ என் தோஸ்த். ஜிகிரி தோஸ்த்.”

“ஆமாம். நான் உன் ஜிகிரி தோஸ்த்.”

ஆனால், விரைவில் எனக்கு ஹரிகோபால் பேச்சுப் புளிக்க ஆரம்பித்துவிட்டது. என்னோடு எவ்வளவோ ஆண்டு களாகச் சேர்ந்து படிப்பவன் என்றாலும் எனக்கு அவனோடு அதிக நெருக்கமாக இருக்க முடிந்திராத காரணம், அவனுக்கு எப்போதும் யாரையாவது பற்றிக் குற்றம் குறை கூறிக்கொண் டிருக்க வேண்டும். இப்போது காந்திமதி மட்டுமல்லாமல் காந்திமதியுடைய மாமாவும் அவனிடம் அடிபட்டார்.

“நீ எப்படி அந்த ஆள் கூப்பிட்டார்னு அந்த மாடி வீட்டுக்கெல்லாம் போயிடலாம்?” என்றான்.

“என்ன நீ சும்மா மாடி வீடு மாடி வீடுன்றியே? எவ்வளவோ வீடுதான் மாடி வீடு.”

அவன் கேலியாகச் சிரித்தான். “இந்த ஊர்லியே மாடி வீடுன்னா அது ஒண்ணுதான் மாடி வீடு,” என்றான்.

“சரி, மாடி வீட்டுக்குப் போனா என்ன?”

“போ, போ. அப்ப நீயும் வாரம் இரண்டு நாளைக்கு ஊசி போட்டுக்கலாம்.”

“எனக்கு ஜுரம் கிரம் ஒண்ணும் கிடையாது.”

“ஜுரம் வராது, சீக்கு வரும்.”

“சீக்குன்னா.”

“போடா, பட்டாத்தான் தெரியும் உன் ஜாதிக்கு.”

எவ்வளவு விஷயங்கள் அறிந்தவனாக இந்த ஹரிகோபால் இருக்கிறான். அவன் சொல்வதில் பாதிக்கு மேல் புரிவதில்லையே!

ஒரு வாரம் நான் தவித்துப்போய்விட்டேன். இரண்டு மூன்று முறை என்னைப் பார்த்த உடனேயே காந்திமதியிடம் மகிழ்ச்சி யுடன் புன்முறுவல் அவனையும் மீறி வந்ததையும் உடனே அதை அடக்கிக்கொண்டு அவன் வேறு திசை பார்ப்பதையும் கவனித்துவிட்டேன். அவன் என்னை விட எவ்வளவோ பெரியவன். அவனிடம் ஏன், என்ன காரணம் என்று எப்படிக் கேட்பது? பள்ளியில் அவனை மீண்டும் மீண்டும் அணுகுவதும்

சங்கடமாக இருந்தது. முதலிலிருந்தே ஹரிகோபாலுக்கு அவனைப் பிடிக்கவில்லை. ஹரிகோபாலுக்கு யாரைப் பிடித்தது? என்னை ஒருவனைத்தான் அவனுக்குப் பிடித்திருந் தது. நான் அவனுடைய பேச்சையும் யோசனையையும் முற்றிலும் முழுவதுமாகக் காது கொடுத்துக் கேளாமலிருந்தும் கூட அவன் என்னிடம்தான் திரும்பத் திரும்ப வந்தான். ஏதோ ஜென்மத்தில் அவன் பெண் யானையாகவும் நான் அவள் குட்டியாகவும் இருந்திருக்க வேண்டும். வேறு மிருகங் களாகக்கூட இருந்திருக்கலாம். ஆனால் நான் அவன் கண் பார்வையிலேயே இருக்க வேண்டும்.

அந்த வாரத்தில்தான் கிளாஸ் டெஸ்ட். கணக்கையும், ஹிஸ்டரி ஜாகரபியையும் ஒரு மாதிரி சிவப்பு அடிக்கோடு வராத மதிப்பெண்கள் பெறும்படியாகச் சமாளித்துவிட்டேன். இதர பாடங்கள் அனைத்திலும் இருபதுக்கும் குறைவான மார்க். என்னை பெஞ்சு மீது நிறுத்திய காமேஸ்வரராவ், "ஏண்டா செகண்டு இயர் பையனோடு சேர்ந்து நீயும் செகண்டு இயர் ஆயிட்டியா?" என்று கேட்டார். மூன்று பாடங்களுக்கு மேல் இருபதுக்கும் குறைவாக மதிப்பெண்கள் பெற்றால் அப் பையன்கள் பிரின்சிபால் அறையில் அரை மணி நேரம் நின்று விட்டு வரவேண்டும். பிரின்சிபாலுக்கு என்னை அந்தக் கூட்டத் தில் கண்டதில் மகிழ்ச்சி என்று நினைக்கும் வகையில், "என்னடா, இன்னொரு டிராமா போடலாமா? உனக்கு இந்த முறை கிருஷ்ணன் வேஷம் தரேன்," என்றார்.

வரிசையாக ஐந்து நாட்கள் விடுமுறை. முதல் இரு நாட்கள் எப்படியோ தள்ளிவிட்டேன். ஆனால் மூன்றாவது நாள் எனக்குத் தாங்கவில்லை. காந்திமதி வீட்டுக்குப் போனேன். கேட்டில் இருந்த போலீஸ் கான்ஸ்டபிள், "யார் நீ? எங்கே போறே?" என்று தெலுங்கில் கேட்டான்.

"வி. காந்திமதிநாதனைப் பார்க்கணும்" என்றேன்.

"அப்படி இங்கே யாரும் இல்லே. இது போலீஸ் இன்ஸ்கெ்டர் வீடு."

"இங்கே இருக்கான். காந்திமதிநாதன் இங்கேதான் இருக்கான்."

"போடா! நான் இல்லேன்றேன், இருக்குன்னு சும்மாச் சும்மாத் தொந்தரவு பண்ணின்டு."

எனக்கு வருத்தமாக இருந்தது. உலகமே நான் காந்திமதி யைப் பார்க்க முடியாமல் சதி செய்வது போலிருந்தது.

அப்போது வீட்டிலிருந்து காந்திமதியின் மாமி தோட்டத் துக்கு வந்தார். தூரத்திலிருந்தபடியே நான் யார் என்று கேட்பது போல அங்கு நின்று பார்த்தாள்.

"அவுங்களுக்குத் தெரியும்" என்று போலீஸ்காரனிடம் சொன்னேன்.

அவன், "போடா! இப்போ மண்டையிலே போட்டுடுவேன்" என்றான்.

நான் காந்திமதியின் மாமி பக்கம் கையை உயர்த்தினேன். உடனே போலீஸ்காரன் தடியால் அடித்துவிட்டான். "ஐயோ" என்று கத்தினேன்.

காந்திமதியின் மாமி எங்களிடம் விரைந்தாள். நான் அழுதுகொண்டு நின்றேன். அவள், "என்ன?" என்று அவனைக் கேட்டாள்.

நான் தமிழில் அவளிடம், "நான் காந்திமதிநாதனைப் பார்க்க வந்தேன்" என்றேன்.

"அவர் ஊருக்குப் போயிருக்காரே" என்றாள். காந்திமதியை யும் அவர் இவர் என்று மரியாதையுடன் அழைக்கக்கூடியவர்கள் இருந்தது எனக்கு ஆச்சரியமாக இருந்தது. அவள் தொடர்ந்து, "நீங்க யாரு?" என்று கேட்டாள். எனக்கு இன்னும் வியப்பாக இருந்தது. என்னிடம் இந்த அம்மாள் ஏதோ பெரிய மனிதரிடம் பேசுவது போல நடந்துகொள்கிறாள்.

"ஒரு நாள் ராத்திரி வந்தேனே. பாட்டுப் பாடினேன். நீங்க கேட்டீங்களே," என்றேன்.

"ஓ . . . அந்தத் தம்பியா? அதான் ஏதோ பாத்த முகமாக இருக்கேன்னு நினைச்சேன். வா தம்பி, வா. உள்ளே வா." இப்படி என்னைக் கூப்பிட்டுவிட்டுப் போலீஸ்காரனிடம், "இனிமே இங்கே வரவங்களைக் கைநீட்டி அடிச்சே, உன்னை வீட்டுக்குத் துரத்திடுவேன். ஆமா," என்று கடிந்துகொண்டாள்.

வீட்டினுள்ளே போனவுடன், "கையைக் காமி தம்பி," என்றாள். என் மணிக்கட்டில் புடைத்திருந்தது. அவளே ஐயடக்ஸ் எடுத்து வந்து தேய்த்தாள். எனக்கு இப்போது இரண்டாம் முறை என் கண்களில் கண்ணீர் ததும்பியது.

நான் என்ன பேசுவதென்று தெரியாது நின்றுகொண்டிருந் தேன். "உக்காரு தம்பி," என்றாள். அப்புறம், "காந்திமதிநாதன் அம்மாவுக்கு உடம்பு சரியில்லைன்னு தந்தி வந்தது. அவர் உடனே கிளம்பிப் போனாரு. இங்கேந்து அங்கே போய்ச்

சேர்றதுக்கே மூணு நாளாவுதே? அவரு மாமாவும் அங்கே வரணும்னா தந்தி அடிக்கச் சொல்லியிருக்காரு. நீ எப்படி இருக்கே தம்பி. அன்னிக்கு ரொம்ப நன்னாப் பாடினே" என்றாள்.

நான் அப்போதும் என்ன சொல்வதென்று தெரியாது தவித்துக்கொண்டிருந்தேன். அவளுடைய முகம் கோயில் விக்கிரகத்தினது போலிருந்தது. அவளுக்குக் கோபமே வர முடியாது என்று தோன்றியது. "ஏதாவது சாப்பிடறியா, தம்பி? டீ போட்டுத் தரட்டுமா?"

எனக்குப் பதில் சொல்லத் தெரியாத காரணத்தினாலேயே சுலபமான விடை தந்தேன். "சரி".

அவள் உள்ளே போனாள். ஒரு நிமிடத்திற்குப் பிறகு அங்கிருந்தே, "உள்ளே வாயேன், தம்பி,"

நான் தயங்கியபடியே உள்ளே போனேன். அது மிகவும் விசாலமான சமையலறையாக இருந்தது. அந்த நாளில் பெரும்பாலும் விறகினால் தான் சமையல் இருக்கும். பெரிய புகைபோக்கிக் கூண்டோடு இருந்த மேடையில் அவள் சிறுபிரைமஸ் ஸ்டவ் ஒன்றை ஏற்றித் தண்ணீர் வைத்திருந்தாள். அது கொதித்தவுடன் ஒரு ஸ்பூன் தேயிலை போட்டு ஸ்டவ்வை யும் அணைத்து, அந்தப் பாத்திரத்தையும் ஒரு தட்டு கொண்டு மூடினாள். என் பக்கம் திரும்பி. "உங்க வீட்டிலே என்ன சமையல் தம்பி?" என்று கேட்டாள்.

எனக்குச் சொல்வதற்குப் பதில் இருந்தது. "உன் வீட்டிலே யாரு சமைப்பா, தம்பி? உன் அக்காங்க செய்வாங்களா?" என்று கேட்டாள்.

"என் பெரிய அக்கா ரொம்ப நன்னா சமைப்பா. ஆனா ஒரே சண்டி பண்ணுவா. எப்பவும் எங்க அம்மாவுக்கும் அவளுக்கும் சண்டைதான்."

"நன்னா சமைக்கறவங்கள்ளாம் நன்னாச் சண்டையும் போடுவாங்க ஆமா. ஒரு நாளைக்கு இவருகூட உங்க வீட்டுக்கு வந்தாராமே?"

"ஆமா. எனக்கு சுரம். காந்திமதியோட மாமாதான் டாக்டர் கிட்டே அழைச்சிண்டு போனாரு."

"அப்புறம் எங்கே போனீங்க தம்பி?"

எனக்கு அந்தக் கேள்வியின் முழுப் பரிமாணம் தெரிய வில்லை. ஆனால் என்னையுமறியாத ஒரு தற்காப்பு உணர்ச்சி யில் பதில் சொல்லாமல் இருந்தேன்.

“மாடி வீட்டுக்குப் போனீங்களா?”

அப்போதும் நான் வாய் திறக்கவில்லை.

“அந்தப் பொண்ணு அவ்வளவு அழகா இருக்காளா?”

என் கவசங்களை நொடிப்பொழுதில் இழந்துவிட்டேன். “எந்தப் பொண்ணு?” என்று கேட்டேன்.

“அங்கே எவ்வளவு பொண்ணுங்க இருந்தாங்க, தம்பி?”

“இரண்டு பேரு இருந்தாங்க. ஒருத்தி பேருதான் தெரிஞ்சுது திலகா.”

“அது சின்னவ, அவ அக்கா இருந்தது இல்லே?”

“அவ பேரு தெரியாது.”

“சக்குபாய்.”

“ஓகோ.”

“அவ ரொம்ப அழகா இருக்காளா?”

“ஆமாம்” சிறிது பொறுத்து, “நீங்ககூட ரொம்ப அழகா இருக்கீங்க” என்றேன்.

அவள் முகத்தைத் திருப்பிக் கொண்டாள். ஒரு விநாடிக்குப் பிறகு அவள் குலுங்கிக் குலுங்கி அழுதுகொண்டிருந்தாள்.

நான் சத்தம் போடாது வெளியே போய்விடப் பார்த்தேன்.

“தம்பி, டீ சாப்பிடாம போறியே?” என்று கண்கள் சிவந்து பளபளவென்று கருமையாக அவளுடைய முகத்தில் எரியும் இரு கரித்துண்டுகள் போல இருந்தன.

அவள் டீயை நன்கு ஆற்றிக்கொடுத்தாள். நான் அப்போதும் சூடு பொறுக்காமல் துளித்துளியாகச் சாப்பிடுவதைப் பார்த்த படியே இருந்தாள்.

வெளியே காரின் ஒலி கேட்டது. அதைத் தொடர்ந்து காம்பவுண்டு கேட்டு திறக்கும் சத்தமும் கேட்டது. இன்ஸ்பெக்டர் வந்துவிட்டார். நான் ஹாலிலேயே டீ குடித்துக் கொண்டிருக்க காந்திமதியின் மாமி முன் வெராண்டாவுக்குப் போனாள்.

இன்ஸ்பெக்டர் என்னைப் பார்த்து, “அட! சந்திரசேகரன்! எப்போ வந்தே நீ?” அவர் சீருடையில் இருந்தார். அவருடைய காக்கி உடுப்பு மடிப்பு உள்ளே இடங்களில் கத்தி போல இருந்தது.

"அப்பவே வந்துட்டேன்," என்று சொன்னேன்.

"நானே இன்னிச் சாயங்காலம் உன் வீட்டுக்கு வரதா இருந்தேன், தெரியுமா?"

"தெரியாது சார்."

"உனக்கெப்படித் தெரியும்? நான் உங்கிட்டேதான் சொல்லலியே? சொர்ணம், சந்திரசேகரனுக்குத் திங்க ஏதாவது கொடுத்தியா, இல்லே சும்மா டீத்தண்ணி சுடவைச்சுக் கொடுத்துட்டுப் போய்ட்டு வான்னு சொன்னியா?"

"சாப்பிடறியா, தம்பி?" என்று அவள் கேட்டாள்.

"நான் கார்த்தாலேயே சாப்பிட்டுட்டேன்."

செண்பகராமன் சொன்னார். "ராத்திரி சாப்பிடுன்னா அம்மா காத்துண்டிருக்கா, போகணும்னு சொல்லுவே. பகல்லே சாப்பிடுன்னா சாப்பிட்டுட்டேன்னு சொல்லுவே. உன்னை எப்பத்தான் கூப்பிடணும் சொல்லு."

எனக்குப் பதில் சொல்லத் தெரியாது நின்றேன்.

செண்பகராமனின் ஜோடுகளையும், காலுறைகளையும் அவர் மனைவி கழட்டினாள். செண்பகராமன் சட்டையைக் கழட்டி மனைவியிடம் கொடுத்தார். என்னைப் பார்த்து, "எங்கே வந்தே? சுரம் எல்லாம் சரியாயிடுத்தா?" என்று கேட்டார்.

"காந்திமதிநாதனைப் பார்க்க வந்தேன்."

"ஊருக்குப் போயிருக்கான். எங்க அக்காவுக்குத் திடீர்னு ஒரு கால் மட்டும் மரத்துப் போயிடுத்தாம். காந்திமதி என் அக்கா பிள்ளை, தெரியுமில்லே?"

"தெரியும் சார்."

"ஒண்ணும் சரியில்லே, சந்திரசேகரன். அவன் ஒரு சப்ஜெக்டுலே கூட இருபது மார்க் வாங்கறதில்லே. இது செகண்டு இயர் வேறே. எனக்கு அவனை என்னை பண்ணறதுன்னு தெரியலை. நீ என்ன சொல்லறே?"

எனக்குச் சொல்லத் தெரியாமல் விழித்தேன்.

அவர் மனைவி அதற்குள் அவர் சாப்பிட ஏற்பாடு செய்துவிட்டு வாசல்படியில் சாய்ந்துகொண்டு நின்றாள்.

"வா, சந்திரசேகரன், வா உள்ளே வா."

ஒரு சிறு மேஜையில் அவருக்குத் தட்டு வைக்கப்பட்டிருந்தது. நான் சற்றுத் தள்ளி நின்றேன். "உக்காரு சந்திரசேகரன்.

சொர்ணம், சந்திரசேகரனுக்கு ஒரு ஸ்டூல் போடு" என்று செண்பகராமன் சொன்னார். கிட்டத்தட்ட எங்கள் வீட்டுச் சமையல் போலத்தான் இருந்தது. "நீங்க மாமிசம் சாப்பிட மாட்டீங்களா?" என்று கேட்டேன்.

செண்பகராமன் சிரித்தார். "நீ எங்களை என்னன்னு நினைச்சே? இங்கே உன்னைச் சாப்பிடக் கூப்பிடறேன். எங்க ஊரிலே உனக்குத் தண்ணிகூடக் கொடுக்கமாட்டா எங்க அக்கா. அவ்வளவு ஆசாரம். காந்திமதி இதெல்லாம் உங்கிட்டே சொன்னதில்லையா? நீங்க என்னதான் பேசிப்பீங்க?"

"நாங்க ரொம்பப் பேசிண்டதே இல்லே. அவன் ஊர் பத்தியெல்லாம் ரொம்பச் சொன்னது கிடையாது சின்னக் கிராமம்னு மட்டும் சொன்னான்."

"அவன் அப்பா அல்பாயுசிலே செத்துப் போயிட்டாரு. எம்மாதிரி இல்லே. ஏழு குழந்தைங்க அவருக்கு." நான் வாய் திறவாமல் இருந்தேன். அவர் மனைவி அவருக்கு ரசம் ஊற்றினாள்.

"இப்போ அக்காவுக்கும் உடம்பு சரியில்லே. அவளுக்கு ஏதாவது ஆயிட்டா காந்திமதிதான் எல்லாரையும் பார்த்துக்கணும். அவனுக்கோ படிப்பே ஏற மாட்டேன்னுது."

"நன்னாய் படிப்பான், சார்."

"நீ சொல்லு. உன் பிரின்சிபால் சொல்லணுமே. நீ என்ன ராங்க்?"

"பதினெட்டு"

"நீயும் அவ்வளவுதானா?"

"போன மாசம் ஆறாவது வந்தேன்."

"இந்த மாசம் பிரமோஷன் போலேயிருக்கே" அவர் சிரித்தார்.

"ஒண்ணும் கவலைப்படாதே. அவனைப் போலீஸ்லே சேத்துடறேன். அவன் அக்காதான் வேண்டாம், வேண்டாம்கிறா. கெட்டுப் போயிடுவானாம். நான் கெட்டவனா, சந்திரசேகரன்?"

அவர் மனைவி மோர் ஊற்றினாள்.

"நான் கொஞ்சநேரம் படுத்துண்டு தூங்கப்போறேன். நீயும் கொஞ்ச நேரம் தூங்கறியா? சாயங்காலம் சினிமாவுக்குப் போகலாம்"

"சினிமாவுக்கா?"

"ஏன், உனக்கு சினிமா பிடிக்காது? சித்ரா டாக்கீஸ்லே 'ஏக் தின்கா சுல்தான்,' உனக்குத் துலுக்க சினிமா புரியுமில்லே?"

"நான் வீட்டுக்குப் போயிட்டு வரேன்."

"இல்லேன்னா நீ வீட்டிலேயே காத்திண்டுரு. உன் வீட்டிலே இன்னும் யாராவது வரதா இருந்தாக்கூட அழைச்சிண்டு போகலாம்."

"அம்மா, அக்கா, எல்லாரும் வரலாமா?"

"எல்லாரையும் இந்த ஆஸ்டின் வண்டியிலே அடைச்சுப் போட்டுடுவோம்."

"மாமியை அழைச்சிண்டு போக வேண்டாமா?"

அவருடைய மனைவி தலைகுனிந்து மேஜையைத் துடைத்துக்கொண்டிருந்தாள். செண்பகராமன் அவளைப் பார்த்தார். "நீயும் வரயா சொர்ணம்?" என்று கேட்டார். அவள் பதில் சொல்லாமல் நின்றாள்.

"நீங்கள் வாங்க" என்று நான் சொன்னேன்.

அவள் முகமாற்றமே இல்லாது என்னைப் பார்த்தாள்.

"நீங்களும் வாங்க" என்று மீண்டும் சொன்னேன்.

"போகலாமா சொர்ணம்? சந்திரசேகரன் சொன்னா அதுக்கு அப்பீல் கிடையாது. அப்ப நீ வீட்டுக்குப் போய்க் காத்திண்டிரு சந்திரசேகரன். நாங்க சரியா அஞ்சரை மணிக்கு வந்துடறோம்."

அப்பாவைக் கேட்காமல் வரமுடியாது என்று அம்மா சொல்லிவிட்டாள். என் இரு அக்காக்களும் தங்கையும் தம்பியும் காரில் ஏறிப்போய் சினிமா பார்க்கவிருப்பதற்குத் தாங்க முடியாத உற்சாகத்தோடு இருந்தார்கள். நான்கு மணிக்கே எல்லாரும் முகத்துக்கு சோப்புப் போட்டுக் கழுவி தலைவாரிப் பின்னிக்கொண்டு வாசல் கேட்டருகேயே இருந்தார்கள். அப்பா சாதாரணமாக ஐந்தரை மணிக்குத்தான் ஆபீசிலிருந்து வருவார். சற்றுச் சீக்கிரமாகவே வந்துவிட்டால் அம்மாவும் எங்களுடன் 'ஏக் தின் கா சுல்தான்' சினிமா பார்க்கலாம் என்று நினைத்தேன்.

அப்பா ஐந்தரை மணிக்கு வந்துவிட்டார். ஆனால் செண்பக ராமன் வரவில்லை. ஐந்து மணியிலிருந்தே ஒவ்வொரு நிமிடமும் நகருவேனோ நகருவேனோ என்றது. ஐந்தரைக்குப் பின் அம்மாவைத் தவிர மற்றெல்லாருக்கும் நேரம் அப்படி உறைந்து விட்டது. ஐந்தே முக்கால் ஆயிற்று. எல்லாருக்கும் ஏமாற்றத்தில்

முகமெல்லாம் தொய்ந்து போயிற்று. "எவனோ போலீஸ்காரன் சினிமாவுக்கு அழைச்சுண்டு போறேன்னு சொன்னானாம், அதை நம்பிண்டு எல்லாரும் நடுத்தெருவிலே காத்துண்டு கிடக்கணுமாம்" என்று அப்பா சொன்னார். அம்மா ஒரு கட்டுக்கீரையை அடி கிள்ளிப் போட உட்கார்ந்தாள்.

திடீரென்று தூரத்தில் செண்பகராமனின் கார் தெரிந்தது. மேடு பள்ளத்தை லட்சியம் செய்யாமல் அதன் அளவுக்கு மீறிய வேகத்தில் வந்து எங்கள் வீட்டுமுன்பு நின்றது. செண்பக ராமனும் பக்கத்தில் அவருடைய மனைவியும் இருந்தார்கள். செண்பகராமன் காரிலிருந்து இறங்கி வீட்டினுள் வந்தார். "சந்திரசேகரன் ரெடியா?" என்று கேட்டார். அப்பா அப்போது தான் முகம் கழுவிக்கொண்டு வந்தார்.

"இதுதான் என் அப்பா" என்று செண்பகராமனிடம் சொன்னேன்.

"நீங்களும் வாங்களேன்," என்று செண்பகராமன் சொன்னார்.

"இல்லே, நீங்க போயிட்டு வாங்க. நான் இப்பத்தான் ஆபீஸ்லேந்து வந்தேன். சினிமா எங்கே போயிடப் போறது" என்று அப்பா சொன்னார்.

"சந்திரசேகரன், எல்லாரையும் அழைச்சுண்டு வண்டியிலே போய் உக்காரு" என்று செண்பகராமன் என்னிடம் சொன்னார்.

நான் சமையலறையிலிருந்த அம்மாவிடம், "இன்ஸ்பெக்டர் மாமி வந்திருக்கா" என்று சொன்னேன். அம்மா எழுந்து வந்தாள்.

இன்ஸ்பெக்டரின் மனைவி அன்று பளிச்சென்று இருந்தாள். படிப்படியாகக் கன்னங்கரேலென்று தலை மயிர். அவளுடைய கரிய முகத்தில் அவளுடைய கண்களும் பல்வரிசையும் மிகவும் அழகாகத் தோற்றமளித்தன. தங்க பிரேம் போட்ட மூக்குக் கண்ணாடி அணிந்திருந்தாள். என் அம்மாவைப் பார்த்து மிகவும் அழகாகப் புன்முறுவலித்தாள். என் அம்மா, "உள்ளே வாங்களேன்" என்றாள். அவள் தயங்கினாள். "இப்பவே ரொம்ப நேரமாயிடுத்துன்னு கோவிச்சுண்டாரு" என்றாள்.

என் மூன்று சகோதரிகள், தம்பி மற்றும் நான் பின் சீட்டில் அடைந்துகொண்டோம் ... பௌதிக பாடத்தில் 'மாட்டர் இஸ் கம்ப்ரஸிபிள்' என்று ஒரு இலக்கணம் உண்டு. ஒரு பேபி ஆஸ்டின் வண்டியின் பின்சீட்டில் ஐந்து நபர்கள் – சிறு உடம்பினரானாலும் தொத்திக்கொண்டு வண்டியின் கதவையும் மூடிவிட முடிந்தது. பௌதிக விஞ்ஞானம் சத்தியம்

என்று நிரூபித்தது. செண்பகராமனின் மனைவி, “யாராவது ஒருத்தர் வேணா முன்னாலே வாங்களேன்” என்றாள். என் தங்கையை அவள் மடியில் வைத்துக்கொண்டாள். வண்டி மெதுவாக உருண்டது.

காரை ஓட்டியபடியே செண்பகராமன், “நான் வரமாட்டேன்னு நினைச்சுட்டே இல்லே, சந்திரசேகரன்?” என்று கேட்டார்.

“அப்படி இல்லே சார்,” என்றேன்.

“வண்டியும் கிளம்பலே, சொர்ணமும் கிளம்பலே அவளையே நீ சொன்னதுக்காகத்தான் சினிமாவுக்கு வரச் சொன்னேன்.”

“எனக்கு இந்த துலுக்க சினிமாவெல்லாம் புரியறதில்லே, தம்பி” என்று அவள் சொன்னாள்.

“உங்கம்மா கூட வந்திருக்கலாம்” என்று செண்பகராமன் சொன்னார்.

“வந்தா அவுங்க எங்கே உக்காருவாங்க?” என்று செண்பக ராமனின் மனைவி கேட்டாள்.

வண்டி கிங்ஸ்வேயில் திரும்பி ஜெனரல் பஜார் தெருவில் திரும்பி சித்ரா டாக்கீஸ் காம்பவுண்டு உள்ளே நுழைந்தது. செண்பகராமனின் காரைப் பார்த்தவுடன் கொட்டகைச் சிப்பந்திகள் இரண்டு மூன்று பேர் ஓடி வந்தார்கள். நாங்கள் எல்லோரும் கீழே இறங்கினோம். “கரம்சிங் எங்கே?” என்று செண்பகராமன் கேட்டார்.

“ஏழு மணிக்கு வருவார் சார். நீங்கள் போய் உட்காருங்க” என்று கொட்டகை மானேஜர் போல இருந்தவர் சொன்னார்.

நான் செண்பகராமனிடம், “கரம்சிங் இந்த சினிமா சொந்தக் காரர் தானே?” என்று கேட்டேன்.

“உனக்கெப்படித் தெரியும்?” என்று செண்பகராமன் கேட்டார்.

“எங்க அப்பாவுக்கு கரன்சிங்கை நன்றாகத் தெரியும். நாங்களும் டிக்கட் வாங்காதபடிதான் சினிமா பார்ப்போம்.”

“அப்படீன்னா நீ இப்பவே போலீஸ்காரன்” என்று செண்பக ராமன் சொன்னார்.

நாங்கள் ஸ்பெஷல் பாக்ஸ் என்று தனியாக அமைத்திருந்த இடத்தில் போய் உட்கார்ந்தோம். கொட்டகைக்கு நிறைய

விளக்குகள் இருந்தாலும் இந்த ஸ்பெஷல் பாக்ஸ் இடம் மட்டும் அரை இருட்டாகத்தான் இருந்தது. பொதுவாக கீழ் வகுப்பு களில் உட்காருபவர்கள் உயர் வகுப்பில் யார் வந்திருக்கிறார்கள் என்று திரும்பிப் பார்த்த வண்ணமிருப்பார்கள். ஆனால் ஸ்பெஷல் பாக்ஸில் இருப்பவர்களைப் பார்க்க முடியாது. உயரமான மெத்தை தைக்கப்பட்ட சோபாக்களானாலும் அதிகம் பயன்படுத்தாததால் ஒரு மக்கல் மணம் அங்கு வீசியது. நாங்கள் உட்கார்ந்தவுடனேயே ஒருவன் எங்கள் எல்லோருக் கும் ஆரஞ்ச் சோடா கொண்டுவந்து கொடுத்தான். அந்த நாளில் குடிக்கக்கூடிய குளிர்பானம் எல்லாவற்றையும் சோடா என்றுதான் அழைப்பார்கள். "இண்டர்வெல் அப்போ நல்ல டீ குடுக்கச் சொல்லு. ரிம்ஜிம் பிஸ்கெட்ஸ் கேக் இருக்கா? இருந்தா கொண்டுவரச் சொல்" என்று செண்பகராமன் அவனிடம் சொன்னார். "கரம்சிங் வந்தவுடனேயே வந்து பார்க்கச் சொல்லு" என்றும் சொன்னார்.

படம் ஆரம்பித்தது. எல்லா ஹிந்திப் படங்களும் ஆரம்பத் தில் கண்ணைக் கட்டிக் காட்டில் விட்டமாதிரிதான் இருக்கும். ஆனால் அரை மணிக்குள் யார் நல்லவன், யார் கெட்டவன், எந்தப் பெண்ணுக்கு எந்த ஆண் மீது ஆசை, எந்தப் பெண் கணவனுக்குத் துரோகம் செய்கிறாள் என்றெல்லாம் தெரிந்து விடும். அதன் பிறகு சொந்த கற்பனைக்குகந்தபடி சம்பாஷணை களை ஊகித்துக்கொள்வது ... ஏக் தின் கா சுல்தான், ஹுமாயூன் பற்றிய கதை என்று தெரியப் பல நிமிடங்கள் பிடித்தன.

செண்பகராமன் கதவருகேயுள்ள முதல் சோபாவில் உட்கார்ந்திருந்தார். அது இருவர் உட்காரும்படியானது. அவரோடு என்னை உட்கார வைத்துக்கொண்டார். எங்களைத் தாண்டி அடுத்திருந்த சோபாக்களில் அவர் மனைவி, என் சகோதரிகள், தம்பி. செண்பகராமன் சிகரெட் பற்ற வைத்துக் கொண்டார். அந்த நாளில் கொட்டகையில் புகைபிடிக்கத் தடையில்லை. பலர் சிகரெட் பிடிப்பதற்கென்றே சினிமாவுக்குப் போவார்கள்.

செண்பகராமன் திரைப்படக் கதை பற்றி ஏதும் சொல்லா விட்டாலும் ஏதாவது பேசிக்கொண்டே இருந்தார். திரையில் மேஹதாப் என்ற நடிகை முதல் முறையாகத் தோன்றினாள். மேஹ்தாபுக்குச் சிறிய வாய், தடித்த உதடுகள். கண்கள் அவ்வளவு பெரியது என்று கூறமுடியாது. அதோடு சமயங்களில் அவள் ஒரு குரங்குக் குட்டி போலக்கூட எனக்குத் தோன்றியது உண்டு. ஆனால் அபூர்வமான நடிகை. படம் போகப் போக அவளுடைய தடித்த உதடுகள், சிறிய கண்கள் எல்லாம் கவனத்தில் தோன்றவே

தோன்றாது. என்னுடைய பதிமூன்று பதினாலு வயதுக்குள் நான் அவளுடைய படங்கள் மூன்று நான்கு பார்த்திருக்கிறேன். படங்களின் இறுதியில் தேம்பித் தேம்பி அழுதிருக்கிறேன். செண்பகராமன் அழுதிருக்கமாட்டார். அவள் தோன்றியவுடன் என் கையைப் பிடித்து, “அவளைப் பாரு, அவளைப்பாரு,” என்றார். நான் பார்த்துக்கொண்டுதான் இருந்தேன். “அவளுடைய முழங்கையைப் பாரு, முழங்கையைப் பாரு” என்றார். முழங்கை முழங்கையாகத்தான் இருந்தது. “முழங்கையிது மூணு முண்டும் தெரியுது பாரு,” என்றார். நான் அதைக் கவனிக்கச் சற்று நேரமாயிற்று. அவளுடைய முகத்தைத்தான் பெரிதாகக் காட்டினார்கள். அப்புறம் அவள் பங்கு பெறாத நீண்ட காட்சி. மீண்டும் அவள் வந்தபோதும் அவள் முழங்கை தெரியச் சற்று நேரம் ஆயிற்று.

“ஆமாம் பார்த்தேன்” என்றேன்.

அந்த மாதிரிப் பெண்ணுங்கதான் பொண்ணு. பொசு பொசுண்ணு ஒரே சதையா இருக்கே, அதெல்லாம் வெறும் மாடுங்க. எந்தப் பொண்ணைப் பார்த்தாலும் முதல்ல முழங்கையை மடக்கச் சொல்லிப் பார்க்கணும்.”

நான் அதன் பிறகு படத்தில் யாரையும் பார்க்கவில்லை. அவர்களுடைய முழங்கைகளைத்தான் பார்த்துக்கொண்டிருந்தேன். செண்பகராமன் நிலைகொள்ளாமல் சோபாவில் நகர்ந்துகொண்டிருந்தார்.

“நீங்க எல்லோரும் இங்கேயே இருங்க, நீ எல்லோரையும் பார்த்துக்கோ” என்று சொல்லிவிட்டு எழுந்து போனார்.

இடைவேளை வந்தது. என் தம்பி, தங்கை, அக்காக்கள் எல்லோரும், “இன்ஸ்பெக்டர் மாமா எங்கே?” என்று கேட்டார்கள். ஆனால் செண்பகராமனின் மனைவி மட்டும் அவர் எங்கே என்று கேட்கவில்லை. அவர் என் சகோதரிகளோடு மிகவும் அன்பாக வீடு, பள்ளிக்கூடம், பண்டிகைகளைப் பற்றி பேசிக்கொண்டிருந்தார். கரம்சிங் வந்தான். இன்ஸ்பெக்டர் இல்லாததால் போய்விட்டான். எங்கள் எல்லோருக்கும் தனித் தனித்தட்டுகளில் பிஸ்கட், கேக் முதலியன வந்தன. பிறகு சுடச் சுட டீ. மீண்டும் படம் தொடங்கியது. ஹுமாயூனை ஷெர்ஷா தோற்கடித்து விட்டான். போர்க்களத்திலிருந்து உயிர் தப்பி ஹுமாயூன் ஆற்றில் குதிக்கிறான். அவனைத் தண்ணீர் சுமப்பவன் ஒருவன் எருமைத் தோலாலான அவனுடைய பெரிய பையில் காற்று ஊதி வாயைக் கட்டித் தண்ணீரில் போட, அதனைப் பிடித்துக்கொண்டு ஹுமாயூன்

கரையேறுகிறான். தண்ணீர் சுமப்பவன் அவன் புரிந்த உதவிக்குக் கேட்ட சன்மானம் ராஜாவைத் தூக்கிவாரிப் போடுகிறது. அந்தத் தண்ணீர்க்காரன் ஒருநாள், ஒரே ஒரு நாள் அரசனாக இருக்க வேண்டும். சிம்மாசனத்தில் உட்கார வேண்டும். அவன் ஆணையிடுவது நிறைவேற்றப்பட வேண்டும் என்று கேட்கிறான். ஹுமாயூன் அதற்குச் சம்மதிக்கிறான்.

படம் முடிந்தபோது மணி பத்து. தம்பியும் தங்கையும் தூங்கிவிட்டார்கள். எனக்கும் தூக்கம் கண்ணைச் சொக்கியது. செண்பகராமனின் மனைவி மட்டுந்தான் முழுதும் விழித்திருந்தாள். கொட்டகையின் பெரிய சிப்பந்திகள் வீடு திரும்பியிருந்தார்கள். டிக்கெட் கொடுப்பவர்களும், டிக்கெட்டை கிழித்துக் கொண்டு கொட்டகையுள்ளே நுழைய விடுபவர்களுந்தான் இருந்தார்கள். ஒருவன், ‘எல்லோரும் வெளியே போங்க’ என்று சொன்னான்.

நாங்கள் கொட்டகை வெராண்டாவில் நின்றுகொண்டிருந்தோம். அடுத்த ஆட்டத்துக்காக வரும் திரள் வந்துகொண்டிருந்தது. அந்த நாளில் இரவுக் காட்சிக்குப் போகிறவர்கள் கண்ணியமானவர்களாகக் கருதப்படமாட்டார்கள். போக்கிரிகள், ஊர்சுற்றுபவர்கள், சூதாடிகள், திருடர்கள் மற்றும் கெட்டவர்கள் தான் இரவுக் காட்சிக்குத் துணிந்தவர்களாக இருப்பார்கள். இவர்கள் எங்களைக் கடந்து போய் வந்த வண்ணம் இருந்தார்கள். எங்களை முறைத்துப் பார்த்தார்கள். சீட்டியடித்தார்கள். நாங்களும் இரவுக் காட்சிக்கு வந்தவர்கள் என்றுதான் அவர்கள் நினைத்திருக்க வேண்டும்.

செண்பகராமன் மனைவி எங்களை சகஜமான நிலையில் வைத்திருக்க ஒவ்வொருவரிடமும் ஏதாவது பேசி, பதில் சொல்ல வைத்து சமாளித்துக்கொண்டிருந்தாள். ஆனால் இரவு பத்து மணிக்குமேல் சோதாக்கள் நிறைந்திருக்கும் ஓரிடத்தில் நின்றுகொண்டே எவ்வளவு நேரம் சமாளிக்க முடியும்? எனக்கு ஆனந்தவிகடனில் படித்த ஒரு தொடர்கதை நினைவுக்கு வந்தது. அது ஆர்.கே. நாராயணன் ஆங்கிலத்தில் எழுதிய ‘இருட்டு அறை’யின் தமிழாக்கம்.

ஒரு குடும்பத் தலைவி. தன் கணவனிடம் கோபித்துக் கொண்டு இரவில் குழந்தைகள் தூங்கிக்கொண்டிருந்த போது வீட்டை விட்டுப் போய்விடுகிறாள். அடுத்த நாள் எல்லாம் சரியாகத்தான் இருக்கிறது என்று நிரூபிப்பது போலக் குடும்பத் தலைவன் குழந்தைகளைச் சினிமாவுக்கு அழைத்துப் போகிறான். சினிமாப்படம் தொடங்கியவுடன் ‘இதோ வந்துவிடுகிறேன்’ என்று குழந்தைகளிடம் சொல்லிவிட்டு வெளியே போக

குழந்தைகள் தனியாக சினிமாக் கொட்டகையில் தவிக்கிறார்கள். அவன் தன் ஆசை நாயகியைப் பார்க்கப் போயிருக்கிறான் . . .

எனக்குக் கணப்பொழுதில் செண்பகராமன் எங்கு போயிருக்க வேண்டும் என்று தெரிந்துவிட்டது.

சித்ரா டாக்கீஸிலிருந்து பரஞ்சோதி தெரு அரைமைல் தூரம் இருக்கும். ஓட்டமாகப் பத்து நிமிடங்களுக்குள் போய் விடலாம்.

செண்பகராமனின் மனைவியிடம், "நான் போய் அழைச்சிண்டு வரட்டுமா?" என்று கேட்டேன்.

"எங்கே போறேன்னு சொல்லிட்டுப் போனாரா தம்பி?" என்று அவள் பதிலுக்குக் கேட்டாள்.

"இல்லே . . . ஆனா . . ."

"இல்லே தம்பி. அவரு வேறெங்கையோ கூடப் போயிருப் பாரு. அந்த இடங்களுக்கு நீ போகவேண்டாம் தம்பி."

இரவுக் காட்சிக்காக எல்லா விளக்குகளையும் அணைத்து விட்டார்கள். செண்பகராமனின் மனைவியும் எங்கள் கூடவே இருந்ததால் எங்களுக்குப் பயம் இல்லை. ஆனால் வீட்டுக்குப் போனதும் அம்மாவும், அப்பாவும் எப்படிக் கோபிப்பார்கள் என்றுதான் சங்கடமாயிருந்தது.

கடைசியில் செண்பகராமன் வந்தார். அவரிடம் ஒரு கலவையான மணம். பழையபடி நாங்கள் வண்டியில் எங்களை அடைத்துக்கொண்டோம். யாரும் ஒரு வார்த்தையும் பேச வில்லை.

அதற்கடுத்த நாள் நான் பள்ளிக்குப் போயிருந்த போது செண்பகராமனின் மனைவி எங்கள் வீட்டுக்கு வந்திருக்கிறாள். என் அம்மாவுடன் வெகு நேரம் பேசிக்கொண்டிருந்திருக்கிறாள்.

காந்திமதி ஊருக்குப் போனவன் திரும்பி வரவில்லை, அவனுடைய அக்கா எழுந்து நடமாட முடியாது என்றான பிறகு அவனை வெளியூரில் தங்கிப் படிக்க வேண்டாம் என்று கூறிவிட்டார்கள். செண்பகராமன் வாரம் ஒரு முறை இரு முறை என் வீட்டுக்கு வந்துகொண்டிருந்தார். அன்றிலிருந்து அப்பா அவரைப் போலீஸ்காரன் என்று அழைக்கவில்லை.

நாங்கள் மீண்டும் ஒட்டு மொத்தமாகச் சினிமாவுக்கென்று கிளம்பவில்லை. நான் மட்டும் அவருடன் சில திரைப்படங் களுக்குப் போயிருக்கிறேன். அவர் மனைவி 'ஏக் தின் கா சுல்தான்' படத்துக்குப் பிறகு எங்களோடு வரவில்லை.

அழிவோ தேய்வோ ஏதும் கிடையாது என்று தோன்றிய செண்பகராமனுக்கு ஒரு நாள் ஜுரம் வந்தது. நல்ல மழையில் இரவு பதினொரு மணிக்கு வீடு திரும்பியிருக்கிறார். பாண்ட் ஷர்ட் கழட்டி வேட்டியுடுத்தி சாப்பிட உட்கார்ந்தவர், அப்படியே நாற்காலியோடு கீழே சாய்ந்து விழுந்திருக்கிறார். அவர் சாப்பிடும் தட்டு அவர் முகத்திலே விழுந்து காது விளிம்பில் பெரிதாகக் காயம் ஏற்பட்டு ரத்தம் கொட்டியிருக்கிறது.

அவருக்கு ஜுரம் வந்து ஒரு வாரம் கழித்துத்தான் ஒரு போலீஸ்காரன் எங்கள் வீட்டுக்கு வந்து தகவல் கொடுத்துப் போனான். அன்று மாலை நானும் அப்பாவும் அவரைப் பார்க்கப் போயிருந்தோம். அப்பா வந்ததில் செண்பகராமனுக்கு மிகவும் சந்தோஷம். இருவரும் வெகுநேரம் சிரித்துச் சிரித்துப் பேசிக்கொண்டிருந்தார்கள். செண்பகராமன் படுக்கையில் சாய்ந்தபடியிருந்து, அவர் அருகில் ஒரு மேஜையில் நிறைய மருந்துகள் இல்லாதிருந்தால் அந்தக் காட்சியை இரு பழைய நண்பர்களின் சந்திப்பு என்றுதான் கூறமுடியும்.

நான் ஒரு மூலையில் உட்கார்ந்துகொண்டு அவர்கள் பேசுவதைக் கேட்டபடி இருந்தேன். நடுவில் பெருமாள் டாக்டர் செண்பகராமனை வந்து பார்த்துவிட்டுப் போனார். இவ்வளவு கலகலப்பாகப் பேசிக்கொண்டிருக்கிறவரைப் பரிசோசித்துப் பார்த்துவிட்டு, ஏன் டாக்டர் முகத்தை அவ்வளவு கடுமையாக வைத்துக்கொண்டார் என்று எனக்குத் தோன்றவில்லை. சுமார் எட்டு மணியளவில் நாங்கள் கிளம்பினோம். நாங்கள் வெளிக் கேட்டைத் தாண்ட இருந்தபோது இன்ஸ்பெக்டர் என்னை அழைத்ததாக ஒரு போலீஸ்காரன் வந்து சொன்னான். நான் மீண்டும் இன்ஸ்பெக்டர் பங்களாவுக்குப் போக, அப்பா காய்கறிக் கடைக்குப் போனார். என்னைப் பார்த்து மிகுந்த முகமலர்ச்சி யோடு செண்பகராமன், “நீ என்னோட ஒரு வார்த்தைகூட பேசலியே, சந்திரசேகர்?” என்றார். நான் அவர் படுக்கை அருகில் போய் நின்றுகொண்டேன். செண்பகராமன் என் கன்னத்தைத் தடவிக் கொடுத்தார். அவர் கண்களில் ஈரத்தைப் பார்த்து நான் உடனே அழ ஆரம்பித்தேன்.

“இப்பவே அழாதே, சந்திரசேகர். இன்னும் பத்துப் பதினைந்து நாள் இருக்கு,” என்றார்.

நான் அழுகையை நிறுத்தினேன்.

“நாம் அன்னிக்கு ஒரு வீட்டுக்குப் போனோமே நினைவிருக்கா?”

“மாடி வீடா சார்?”

"அடே, சரியாய்ச் சொல்லிட்டியே, நீ யாருக்கும் தெரியாம அங்கே போயிட்டு வரணும். யாருக்கும் தெரியக் கூடாது."

"சரி சார்."

"அங்கே அன்னிக்கு யாரைப் பார்த்தோம். நினைவிருக்கா?"

"பையன் ஒருத்தன் – பாபு, அப்புறம் அவன் தங்கை திலகா, அவங்கம்மா –"

"இன்னும் யாரையும் பார்க்கலையா?"

"திலகாவோட அக்கா."

"சக்கு. அவ பேரென்ன?"

"சக்கு."

"அந்த சக்குவைப் பார்த்திட்டு வரணும்."

"அவ என்னோட பேசுவாளா?"

"பேசுவா. அவளுக்கு உன்னைத் தெரியும்."

"சரி."

"சொர்ணம் எங்கே இருக்கா, பாரு."

நான் ஹாலுக்கு வந்தேன். அதற்கும் சமையலறைக்கும் இடையில் இருந்த அறைக்குப் போனேன். அங்கு அம்பாள் படமொன்றின் எதிரில் உட்கார்ந்துகொண்டு செண்பகராமனின் மனைவி ஒரு சுலோகப் புத்தகத்திலிருந்து உரக்கப் படித்துக் கொண்டிருந்தாள்.

நான் மீண்டும் செண்பகராமனின் அறைக்குச் சென்றேன். "சாமி படம் முன்னாடி உட்கார்ந்திருக்காங்க." என்றேன்.

செண்பகராமன் அவருடைய மெத்தையடியிலிருந்து தடித்த காகித உறை ஒன்றை எடுத்தார். பல நாள் மெத்தையடியில் இருந்ததால் அது நலிந்து கசங்கியிருந்தது.

"இதிலே கொஞ்சம் பணம் இருக்கு. இதை சக்குகிட்டே யும் கொடுக்கலாம். அவ அம்மாகிட்டேயும் கொடுக்கலாம். ஆனா அங்கே ஒரு கிழவன் இருந்தானே அவனுக்கு மட்டும் இது தெரியவே கூடாது. அந்தப் பையனும் பொல்லாதவன். நான் கூப்பிட்டா அவன் என்னோட பேசவேயில்லை, கவனிச்சே யில்ல?"

"ஆமாம்."

"பணம் ஜாக்கிரதை."

நான் அந்த உறையைச் சுருட்டி என் அரைடிராயர் பாக்கெட்டில் வைத்துக்கொண்டேன்.

"சக்கு கிட்டே சொல்லு . . ." இதைச் சொல்ல ஆரம்பித்த போது செண்பகராமன் அழ ஆரம்பித்துவிட்டார். உடனே அவர் மனைவி அங்கு வந்துவிட்டார். "என்னங்க என்ன ஆச்சு?" என்று பதறினாள்.

"ஒண்ணுமில்லே, சந்திரசேகரன் கிட்டே பேசிண்டுருந்தேனா, என்னையறியாம எங்க அப்பா, அம்மா ஞாபகம் வந்துடுத்து."

அவர் மனைவி உருக்கம் தோய்ந்த முகத்தோடு ஒரு நிமிடம் நின்றாள். "அரோரூட் மாவு கஞ்சி தரட்டுமா?" என்று கேட்டாள்.

"சரி கொண்டா."

அவள் போய்விட்டாள். "நான் வந்து பார்க்கிறேன்னு சொல்லு. அவுங்க ஒண்ணும் கலவரப்பட்டுக்க வேண்டாம்னு சொல்லு."

"சரி."

செண்பகராமன் சிறிது மௌனமாக இருந்தார். "எனக்கு அவளைப் பார்க்கணும் போலவேயிருக்கு சந்திரசேகரன்" என்றார். மீண்டும் அழ ஆரம்பித்துவிட்டார்.

மறுபடியும் அவருடைய மனைவி ஓடி வந்தாள்.

"ஒண்ணுமில்லே, சந்திரசேகரனை என்னை தினம் வந்து பார்த்துவிட்டுப் போகணும்னு சொன்னேன்."

அவள் என்னைப் பார்த்தாள். அதைத் தாங்கமாட்டாது நான் கண்களைத் துடைத்துக்கொண்டேன்.

அன்றிரவு முழுவதும் நான் தூங்கவில்லை. அந்த உறையை என் தலையணையடியில் வைத்துக்கொண்டேன். தலையணை நகர்ந்து அது வெளியே தெரிந்தது.

என்னுடைய கணக்கு நோட்டுப் புத்தகத்தில் நடுவில் வைத்தேன். நோட்டுப் புத்தகம் வாய் திறந்த முதலை போலானது. அதன்மீதும் பக்கத்திலும் பல புத்தகங்களை வைத்து மறைக்கப் பார்த்தேன். நான் பத்துமணிவரை கண் விழித்திருந்ததைப் பார்த்துவிட்டு என் அம்மா "என்னடா, என்னாச்சு? உனக்கு?" என்றாள்.

“இன்ஸ்பெக்டருக்கு உடம்பு ரொம்ப சரியில்லை போலிருக்கே” என்றேன். “அப்பாவும் சொன்னா. நாம என்ன பண்ண முடியும்? எனக்கு அவளை நினைச்சாத்தான் ரொம்பக் கவலையாயிருக்கு”

“யாரு?”

“அவள் ஆம்படையாதான். எம் மாதிரிதான் அவளுக்கு ஒன்பது வயசில் கல்யாணம். எவ்வளவு பளிச்சுன்னு தெளிவா தங்கவிக்கிரகம் மாதிரி இருக்கா! யார் பாவமோ சாபமோ ஒரு குழந்தைகூட பிறக்கலே, போகாத கோயிலில்ல. அந்த மனுஷன் வீட்டுக்காரர் எல்லாம் அவரை இன்னொரு கல்யாணம் பண்ணிக்கோ பண்ணிக்கோன்னு பிடுங்கறாளாம். இவர்தான் விடாப்பிடியா முடியாதுன்னு சொல்லியிருக்கார். உன் பிரண்டு இருந்தானே, காந்திமதி, அவன் அம்மாவுக்கு இந்த சொர்ணத்தைக் கண்டாலே ஆகாதாம். ஆனா அவா குடும்பத்துக்காக மாசம் நூறு அம்பதுன்னு இங்கேயிருந்துதான் போறது.”

அம்மா விளக்கை அணைத்தாள்.

அடுத்த நாள் பள்ளிக்கூடத்துக்குப் போகும்போது செண்பக ராமன் கொடுத்த உறையை என் அரைடிராயரில் பத்திரப் படுத்திக்கொண்டு கிளம்பினேன். செண்பகராமனிடம் வாக்குக் கொடுத்துவிட்டேனே தவிர எப்படி அந்த மாடி வீட்டுக்குப் போவது என்று மலைப்பாக இருந்தது.

அது எங்கள் பிரின்சிபால் வீட்டின் பக்கத்து வீடு. எங்கள் பள்ளியிலே படிக்கும் அவர் மகன் எப்போதும் தெரு வாசலில் நின்றுகொண்டிருப்பான். பரஞ்சோதித் தெருவில் ஆள் நடமாட்டம் இல்லாத வேளையே கிடையாது. ஹரிகோபாலின் தயவினால் ஸ்கூலில் எனக்கு எல்லாவிதமான பெயரும் கிடைத்துவிட்டது. அந்த மாடி வீட்டுக்குப் போகும் கீழ்வாசல் கதவைத் தட்டி கதவு திறக்கப்படும்வரையில் தெருவில் எல்லோருடைய கண் பார்வையிலும் படும்படி நிற்க வேண்டும். எனக்கு மிகவும் கவலையாகப் போய்விட்டது. அன்று பகல் இடைவேளைப் போதிலும் மாலை பள்ளி விட்டுத் திரும்பும் போதும் பரஞ்சோதித் தெரு வழியாக ஐந்தாறு முறை போனேன். நான் அக்கதவை அணுகாமல் செய்வதே வாழ்வின் இலட்சியம் என்பது போல எல்லாத் தருணங்களிலும் தெருவில் நிறைய மனிதர்கள். சிலருக்கு என்னைத் தெரியும். மாடி வீட்டு வெராண்டாவிலாவது யாராவது நிற்பார்களா என்று பார்த்தேன். இல்லை. ஒரே ஒருமுறை அந்தக் கிழவர்தான் கண்ணில் பட்டார்.

இன்னொரு இரவு, வீட்டில் அந்த உறையைப் பாதுகாப்பாக வைக்க வேண்டியிருந்தது. இம்முறை நான் தூங்கிவிட்டேன். செண்பகராமன் அதில் எவ்வளவு பணம் வைத்திருந்தாரோ? கடிதம் இருக்க முடியாது. அப்படி இருந்தால் அது யாருக்காக இருக்க முடியும்? சக்குவுக்கோ அவளுடைய அம்மாவுக்கோ தான் இருக்க வேண்டும்... என்ன எழுதியிருப்பார்? ஏன் இதை இவ்வளவு ரகசியமாக அனுப்ப வேண்டும்? எவ்வளவு பேர் அவரிடம் வேலை செய்கிறார்கள்? எவ்வளவு பேர் அவரைப் பார்க்க வருகிறார்கள்? அவர்களிடம் இந்தக் காரியத்தை ஒப்படைத்திருக்கக்கூடாதா? பெரியவர்கள் யாரைப் பார்ப்பதற்கும் யாரால் பார்க்கப்படுவதற்கும் என்ன செய்வதற்கும் யாருக்கும் பயப்பட வேண்டியது இல்லை. எனக்கு பிரின்சிபால் இருக்கிறார். அவர் மகன் இருக்கிறான். ஹரி கோபால் இருக்கிறான். இன்னும் யார் யார் எந்தெந்த மறைவிடங்களிலிருந்து என்னைக் கவனித்து வருகிறார்களோ? வீட்டில் போய் என்ன சொல்கிறார்களோ?

ஞாயிற்றுக்கிழமை நிச்சயம் போய்விடுவது என்று தீர்மானித் தேன். என் அரை டிராயர் ஜேபியிலும் வேறு எங்கெல்லாமோ மடித்து ஒளித்து வைக்கப்பட்ட அந்த உறை பரிதாபமாக உருக்கொண்டு விட்டது. அதன் உள்ளே பணம் இருந்தாலும் வெளிப்புறம் பிச்சைக்காரன் சட்டை போல மாறிவிட்டது. நடுவில் ஒரு நாள் அப்பாவும் அம்மாவும் செண்பகராமனையும் அவர் மனைவியையும் போய் பார்த்து விட்டு வந்திருக்கிறார்கள். அது எனக்குச் சில நாட்கள் கழித்துத் தான் தெரிந்தது.

ஞாயிற்றுக்கிழமை பகல் பன்னிரண்டு மணிக்குத் தெருவில் ஈ காக்காகூடப் போக முடியாத கடும் வெயிலில் நான் மாடி வீட்டின் கீழ் வாசல் கதவைத் தட்டினேன். வந்துவிட்டான் பக்கத்து வீட்டின் பிரின்சிபாலின் மகன். நான் அவனைப் பார்த்து அரைப் புன்னகை புரிந்துவிட்டு மீண்டும் கதவைத் தட்டினேன்.

“அவுங்க யாரும் வீட்டிலே இல்லே போலேயிருக்கே?” என்று பிரின்சிபாலின் மகன் சொன்னான்.

“யாருமே இல்லையா?”

“இருந்தா இவ்வளவு நேரம் கதவைத் திறக்காமயா இருப்பாங்க?”

“எப்படி வெளியிலே போயிட்டு உள்ளே தாப்பாள் போடுவாங்க?”

“இந்த வீட்டுக்குக் கொல்லைப் பக்கம் வழி இருக்கு. பாக்கப்போனா இவுங்க எல்லாமே அந்த வழியைத்தான் உபயோகப்படுத்துவாங்க.”

“அதுக்கு எப்படிப் போறது?”

“இந்த வக்கீல் வீட்டுப் பக்கத்திலே சந்து இல்லே, அதுலே போய் சோத்துக்கைப் பக்கமா திரும்பினா இரண்டாவது கதவு. முதல் கதவு எங்க வீடு.”

“நீங்க அந்த வழியை உபயோகப்படுத்த மாட்டீங்களா?”

“எங்களுக்கு எதுக்குக் கொல்லை வழி?”

அவன் சொன்னபடி நான் வக்கீல் வீட்டுச் சந்தில் நுழைந்து மாடி வீட்டின் கொல்லைப்புறத்தை அடைந்தேன். அங்கு அந்தக் கதவைப் பெரிய பூட்டுக்கொண்டு பூட்டியிருந்தது.

எனக்குச் செண்பகராமனின் பணம் பாறையாகக் கனத்தது. என் வெட்கம், கூச்சம் எல்லாவற்றையும் ஒதுக்கி வைத்துவிட்டு முதல்நாளே அந்த வீட்டுக்குப் போயிருக்கவேண்டும். யாரோ கேலி செய்கிறார்கள் என்பதற்காக நாம் செய்யவேண்டிய பணிகளைச் செய்யாமல் இருக்கமுடியுமா? ஒத்திப் போட்டுக் கொண்டே இருக்க முடியுமா?

ஒரு யோசனை தோன்றியது. நான் பரஞ்சோதித் தெருவில் மறுபக்கம் இருந்த ஆஸ்பத்திரிக்குப் போனேன். அந்த வேளை யில் அவுட் பேஷண்ட்ஸ் பிரிவு காலியாக இருந்தது. நான் வார்டுகள் இருக்குமிடம் சென்றேன். அது உணவு நேரம். அங்கிருக்கும் நோயாளி யாருக்கோ நான் உணவு கொண்டு வருபவன் என்று நினைத்திருக்கக்கூடும். அது பெரிய ஆஸ்பத்திரி யல்ல. இரு பெரிய ஹால்கள், சிறியதாக ஏழெட்டு அறைகள். அந்த ஊருக்கு அது போதுமானதாக இருந்தது. இந்த ஆஸ்பத்திரி யில் செண்பகராமன் படுத்திருந்தால் மாடி வீட்டிக்குச் செய்தி அனுப்புவது ஒரு பெரிய பிரச்னையாக இருக்காது. சிறிது நடக்க முடிந்த தருணத்தில் அவரேகூட அந்த வீட்டுக்குப் போய்வந்து விடலாம்.

ஆஸ்பத்திரியின் பெரிய கட்டிடத்திற்குப் பின்னால் புதிதாகச் சிறியதாக இன்னொரு கட்டிடம் இருப்பதை நான் அப்போது தான் கவனித்தேன். அங்கும் நர்சுகள் கண்ணில் தென்பட்டார்கள். அப்படியானால் அங்கும் நோயாளிகள் இருக்க வேண்டும். ஆதலால் அங்கு என்னை அன்று பார்த்த டாக்டர் இருக்கக்கூடும். அவரிடம் மாடிவீட்டுக் காரர்களைப் பற்றி விசாரிக்கலாம். முதல் அறையின் வெளியே மூன்று

நான்கு பேர் நின்றுகொண்டிருந்தார்கள். சாதாரண உடையி லிருந்தாலும் அவர்கள் போலீஸ்காரர்கள் என்பது அவர்கள் தோள்பட்டையிலிருந்து தெரிந்தது. ஒருவன் என்னைப் பார்த்து அருகே வரும்படி சமிக்ஞை செய்தான். "நீ தானே லான்சர் பாரக்ஸ்லே இருக்கிற பையன்?" என்று தணிந்த குரலில் கேட்டான் 'ஆமாம்' என்று தலையை ஆட்டினேன். "உள்ளே போ. உன்னை இன்ஸ்பெக்டர் கூப்பிட்டாரு" என்றான்.

எனக்குத் தூக்கிவாரிப் போட்டது. நிஜமாகவே ஆஸ்பத்திரி யில் செண்பகராமன்!

அந்த அறை குளுமையாக இருக்க வேண்டும் என்பதற் காக ஜன்னல்களுக்கு வெட்டிவேர் தட்டிகள் கட்டி அவற்றை நனைத்திருந்தார்கள். உள்ளே படுக்கையில் கிடந்த செண்பக ராமன் மூச்சுத் திணறிக் கொண்டிருந்தார். அருகே ஒரு நாற்காலி யில் அவர் மனைவி அசையாது உட்கார்ந்திருந்தாள். என்னைப் பார்த்தவுடன் எழுந்து நின்றாள். என்னிடம் வந்து "எங்கே போயிட்டே, தம்பி? காலையிலேந்து உன்னைத்தான் கேட்டுண் டிருந்தாரு" என்றாள்.

"ஆஸ்பத்திரிக்கு எப்ப வந்தீங்க?"

"காலையிலதான்."

நான் செண்பகராமன் அருகில் சென்றேன். அவரால் பேசமுடியவில்லை. அவர் கண்கள் என்னாச்சு என்பது போல என்னைக் கேட்டன.

நான் இல்லையெனத் தலையை ஆட்டினேன். அவர் முகம் வாட்டமுற. மெதுவாக அவர் காதில், "அவுங்க எங்கேயோ போயிருக்காங்க. யாருமே வீட்டிலே இல்லே," என்றேன்.

அவர் சிறிது ஆசுவாசப்படுத்திக் கொண்டார். அவருடைய உதடுகள் ஏதோ சொல்லத் துடித்தன. எது என்று எனக்குத் தெரிந்தது. சக்கு.

அவருடைய கண்கள் அவளை அழைத்து வா என்று கெஞ்சின.

நான் வெளியே ஓடினேன். மீண்டும் மாடி வீட்டு வாசல் கதவுக்குச் சென்று பலமாகத் தட்டினேன்.

இம்முறை பிரின்ஸிபாலே வெளியே வந்துவிட்டார். "என்னடா சந்திரசேகர்? உன் பேர் சந்திரசேகர்தானே?" என்று கேட்டார்.

"சுந்தர் இருக்கானா, சார்?" என்று கேட்டேன். சுந்தர் அவருடைய மகனின் பெயர்.

"டேய் சுந்தர்! உன்னைப் பார்க்கச் சந்திரசேகர் வந்திருக் கான் பாரு" என்று சொல்லிவிட்டு உள்ளே போனார். அவர் மகன் வெளியே வந்தான்.

"எனக்கு ஒரு ஒத்தாசை பண்ணணும். ப்ளீஸ்" என்றேன்.

"என்ன?"

"இந்த மாடி வீட்டுக்காரங்க வந்தவுடனே எனக்குச் சொல்றீங்களா? நான் எதிர் ஆஸ்பத்திரியிலே இருப்பேன். பின்னாலே ஸ்பெஷல் வார்டு இருக்கே, அங்கே."

அவன் என்னை உற்றுப் பார்த்தான். அவன் இன்னும் ஒரு கணம் தாமதித்திருந்தால் நான் அழுதிருப்பேன். "சரி" என்றான்.

நான் மீண்டும் ஆஸ்பத்திரிக்கு ஓடினேன். இம்முறை என்னை அறைக்குள் அனுமதிக்கவில்லை. செண்பகராமனின் அடிவயிற்றிலிருந்து குழாய் மூலம் நீர் இறக்கிக் கொண்டிருந் தார்கள். அவருடைய மனைவியைக்கூட வெளியே போகச் சொல்லிவிட்டார்கள்.

செண்பகராமன் அன்று மாலை ராகுகாலம் பிறந்து ஐந்து நிமிடத்துக்குக் கடைசி மூச்சை விட்டார். அவருடைய மனைவி முதலில் என்னைக் கட்டிக்கொண்டுதான் அழுதாள். பொழுது சாய்வதற்குள் ஊரிலிருந்து அவருடைய சித்தப்பாவும் காந்திமதியும் இன்னும் ஓரிருவரும் வந்தார்கள். போலீஸ் வண்டியில் அவருடைய உடலையும் ஏற்றிக்கொண்டு நாங்கள் எல்லோரும் உட்கார்ந்து கொண்டோம். அப்போதும் காந்திமதி என்னோடு பேசவில்லை. அடுத்த நாள் மீண்டும் ஒரு முறை மாடி வீட்டுக்குப் போய்வந்தேன். வீடு பூட்டித்தான் இருந்தது. அவர்கள் எங்கே போனார்கள் என்று யாருக்கும் சொல்லத் தெரியவில்லை. எங்கே ஊருக்குத்தான் போயிருக்க வேண்டும். அவர்கள் குடும்பத்தில் யார் மரணப்படுக்கையில் இருந்தார் களோ?

அடுத்து ஒரு வாரத்தில் பலமுறை அந்த உறையைச் செண்பகராமனின் மனைவியிடமே கொடுத்துவிடலாமா என்று எண்ணினேன். அது அவள் துக்கத்தை மேலும் அதிகரிக்கச் செய்யும் என்றே தோன்றியது. என்னைப் பார்த்துத் திரும்பத் திரும்ப, "இன்ஸ்பெக்டர் எங்கே போயிட்டார்டா, தம்பி?" என்று கேட்டு அழுதவண்ணமிருந்தாள். காந்திமதி என்னைக்

கண்டாலே முகத்தைத் திருப்பிக் கொண்டான். செண்பகராமனின் பேபி ஆஸ்டின் கார் கவனிப்பாரற்று ஷெட்டில் கிடந்தது.

அவர்கள் எல்லோரும் ஊருக்குப் போன பிறகுதான் ஒரு நாள் பிரின்ஸிபாலின் மகன் பள்ளிக்கூடத்தில் என்னைப் பார்த்து, "அவுங்க வந்துட்டாங்க," என்றான். நான் உடனே வெளியே ஓடினேன். இம்முறை எடுத்த எடுப்பிலேயே மாடி வீட்டுப் பின்புறச் சந்துக்குச் சென்று அங்கு திறந்து வைத்திருந்த கொல்லைக் கதவு வழியாக உள்ளே நுழைந்தேன். அங்கும் ஒரு மாடிப்படி இருந்தது. அது நேராக அவர்களுடைய சமையலறைக்கு இட்டுச் சென்றது. திலகா ஒரு கரியடுப்பை விசிறிக் கொண்டிருந்தாள். "யார் நீ?" என்று அவள் கேட்டாள்.

"சக்கு இருக்காளா?"

அவள் பதில் சொல்வதற்குள் பேச்சுக் குரல் கேட்டு சக்குவும் அவளுடைய அம்மாவும் அங்கு வந்தார்கள். அந்த அம்மாள், "யார் நீ?" என்று அதட்டலாகக் கேட்டாள்.

"நான் ஒருநாள் இன்ஸ்பெக்டர்கூட வந்தேன்," என்றேன்.

"அதுனாலே? உடனே நீயே உள்ளே நுழைஞ்சிடறதா? போடா வெளியே!"

அவள் பயங்கரமாகக் கத்தினாள். நான் நடுங்கிப் போய் விட்டேன். அவள் ஒரு துடைப்பத்தைக் கையில் எடுத்துக் கொண்டு விட்டாள்.

"இன்ஸ்பெக்டர் ஒண்ணு கொடுக்கச் சொன்னாருன்னு தான் வந்தேன்," என்றேன்.

"அவன்தான் செத்துட்டானே."

"இங்கே இந்த ஆஸ்பத்திரிலேதான் செத்தாரு. நான் அன்னிக்கு மறுபடியும் மறுபடியும் உங்க வீட்டுக்கு வந்தேன். நீங்க யாருமே இல்லே."

"இல்லாததே நல்லதாப் போச்சு."

"அவரு சக்குவைப் பாக்கணும்னு ஆசைப்பட்டார்."

"சாவறப்பவா?"

"ஆமாம்."

அவள் பின்னால் நின்ற சக்குபாய் விம்மினாள்! அவள் அம்மா, "சும்மா இரு!" என்றாள். அவள் அழுகை உடனே அடங்கிப் போயிற்று.

"என்ன கொடுக்கச் சொன்னான் மனுஷன்? அவன் இந்த ஆஸ்பத்திரிக்கு வந்து சாவப் போறான்னு எங்களுக்கு எப்படித் தெரியும்? அவன் சாவறதுக்கு ஒரு நாள் முன்னாலே கூடச் சொல்லியனுப்பிச்சேன். வராதேன்னான் பாவி. அன்னிக்கு ஊருக்குப் போனோம். அடுத்த நாள் வாயைப் பொளந்திருக்கான். என்ன கொடுக்கச் சொன்னான் அந்த பேமானி?"

சக்கு, "அம்மா" என்றாள்.

"நீ வாயை மூடுடி. என்னடா கொடுத்தான்?"

நான் நைந்து கசங்கிப் போன உறையைக் கொடுத்தேன். பத்து ரூபாய் நோட்டுகளாக முப்பது நாற்பது இருக்கும்.

"கொடுத்ததுதான் கொடுத்தான். பி.ஜி.யாக் கொடுத்திருக்கக் கூடாது?" என்றாள்.

அந்த நாளில் ஹைதராபாத் பணத்தை ஹாலி சிக்கா என்றும், இந்தியப் பணத்தை பி.ஜி. அல்லது பிரிட்டிஷ் காரண்டி என்றும் அழைப்பார்கள். இரண்டிலும் ரூபாய்தான். ஆனாலும் பி.ஜி. ரூபாய்க்கு மதிப்பு அதிகம். நூறு பி.ஜி. ரூபாய்க்கு நூற்றிப் பதினேழு ஹாலி சிக்கா ரூபாய்கள்.

"இனிமே கொல்லை வழியா வராதே" என்று அவள் சொன்னாள். நான் முன் வெராண்டாவுக்கு வர, சக்குதான் மாடிப்படி இறங்கிக் கதவைத் திறந்தாள். அவள் அம்மா காதில் விழாது என்று உறுதி செய்துகொண்டு "அவர் என்னைப் பார்க்கணும்னு கேட்டாரா?" என்றாள்.

"ஆமாம். மூச்சே விடமுடியலை. அப்பகூட உன்னைத்தான் நினைச்சிண்டிருந்தார்."

"நான் ஓடி வந்திருப்பேன். அம்மாதான் ஊருக்கு இழுத்துண்டு போயிட்டா."

நான் தெருவுக்கு வந்துவிட்டேன். அப்போதும் அவள் விடாது என்னோடு பேசினாள். "என்னைத்தான் கேட்டாரா? தெரியுமா?"

"அவராலே பேசவே முடியலை, ஆனா எனக்குத் தெரியும்."

அவள் தெருவை வெறித்துப் பார்த்தபடி நிற்க நான் அங்கிருந்து நகர்ந்தேன். பிரின்ஸிபாலின் மகன் சுந்தர் என்னைப் பார்த்தபடி வந்துகொண்டிருந்தான். பள்ளியில் உணவு இடைவேளையாக இருக்க வேண்டும்.

(1990)

விழா மாலைப் போதில்

தேனொத்த பண்டங்கள் கொண்டு – என்ன
செய்தாலும் எட்டாத உயரத்தில் வைப்பான்
மானொத்த பெண்ணடி என்பான் – சற்று
மனமகிழும் நேரத்தி லேகிள்ளி விடுவான்.

1

இந்திய அரசே முன்னின்று நடத்தும் சர்வதேச திரைப்பட விழா அந்த முறை ஹைராபாத் நகரில் 'ஃபிலிமோத்ஸவமாக' நடக்கும் என்று அறிவிப்பு வந்தது. திரைப்பட விழா, ஃபிலிமோத்ஸவ் இரண்டும் திரைப்பட விழாக்களே என்றாலும் 'திரைப்பட விழா' தலைநகரான புதுடெல்லியில்தான் நடக்கும். ஓராண்டு டில்லியில் திரைப்பட விழா என்றால், அடுத்த ஆண்டு ஃபிலிமோத்ஸவ் என்ற பெயரில் விழா வேறு ஏதாவது பெரிய நகரில் நடக்கும். சென்னை, பெங்களூர், பம்பாய், கல்கத்தா எல்லாம் ஆயிற்று. ஆதலால் இம்முறை ஹைராபாத் என்று முடிவானது பெரிய விஷயமில்லை.

டில்லியில் நடக்கும் விழாக்களில் போட்டிப் பிரிவு என்று உண்டு. போட்டிக்காக அனுப்பப் படும் படங்களில் சிறந்தது, சிறந்த நடிகர், நடிகை, டைரக்டர் என்றெல்லாம் தேர்ந்தெடுக்கப்படும். ஃபிலிமோத்ஸவ்வில் இது கிடையாது. ஆனால் பொதுவாகவே இந்தியாவில் நடக்கும் சர்வதேசத் திரைப்பட விழாக்களுக்கு உலக அரங்கில் பெரிய செல்வாக்குக் கிடையாது. இந்தத் திரைப்பட விழாக் களே பெரிய விஷயமில்லை.

அதாவது எனக்குப் பெரிய விஷயமில்லை. நான் இந்த சினிமாவையே என் மனதிலிருந்தும் கவனத்திலிருந்தும் ஒழித்து வெகுநாட்கள் ஆகின்றன. ஆனால் விதியே என்னைப் பழி வாங்குவது போலத் திரும்பத் திரும்ப சினிமா என் வழியில் தட்டுப்படும். அல்லது நான் தடுக்கி விழ வேண்டும். நான் வேண்டாம், வேண்டாம் என்றாலும் அது என் மீது வந்து விழும். நானும் விழ வேண்டும்.

இந்த ஹைராபாத் ஃபிலிமோத்ஸவ் விஷயம் அப்படித் தான். திரைப்படம், திரைப்பட விழா, ஃபிலிமோத்ஸவ் என்றெல் லாம் சுத்தமாக என் சிந்தனையிலேயே இல்லாத நாளாகப் பார்த்துத் திடீரென்று எதிர்வீட்டுமாடியிலிருந்து அந்த வீட்டுக் காரர், அவர் மனைவி, அவருடைய பெண் எல்லாருமே, "இதோ பாருங்க ... சார் சார் ... மாமா மாமா" என்றெல்லாம் என் இருப்பிடம் இருக்கும் திசை நோக்கிக் கத்தினார்கள். கையைத் தட்டிக்கூடக் கூப்பிட்டார்கள் என்று நினைக்கிறேன். எனக்கு அவர்களோடு அதிகப் பழக்கம் கிடையாது. ஆனால் அவர்கள் நிச்சயமாக எனக்கோ என் இருப்பிடத்தில் இருப்பவருக்கோ தகவல் வைத்திருக்கிறார்கள். அவர்கள் கத்திய தோரணையிலிருந்து விஷயம் அவசரம் என்று தெரிந்தது. அவர்கள் என்னைத்தான் கூப்பிட்டுக் கொண்டிருந்தார்கள். நான் அவர்கள் வீட்டுக்கு ஓடினேன். மாடிப்படி ஏறும்போது அவர்கள் எல்லோரும் சேர்ந்து, "டிரங்க்கால்! டிரங்க்கால்!" என்றார்கள். எனக்கு ஒன்றுமே புரியவில்லை. பெரியவர் டெலிபோனைச் சுட்டிக் காட்டினார். நான் அதை எடுத்துக் காதில் வைத்துக்கொண்டேன். யாரோ வெகு வேகமாகப் பேசினான். என்ன பேசினான் என்று கூட எனக்கு அவ்வளவு நிச்சயமாகக் கூறமுடியாது.

"என்ன விஷயம்?" என்று அந்த வீட்டுக்காரர்கள் கேட்டார் கள்.

"தெரியவில்லை" என்றேன்.

"ஹைதராபாத்திலிருந்து டிரங்க்கால் என்றல்லவா சொன்னார்கள்?"

"எனக்கு ஹைதராபாத் சம்பந்தம் எல்லாம் விட்டு எவ்வளவோ வருஷம் ஆயிடுத்து. இது ஏதோ ஆள் மாறாட்டம் ... அப்படித்தான் நினைக்கிறேன். உங்களுக்கு ரொம்பச் சிரமம் வைச்சுட்டேன்."

அன்று மாலை சீருடையணிந்த ஒருவன் வீட்டுக்கு வந்து ஒரு நீண்ட காகித உறையை நீட்டினான். பிரித்துப் பார்த்தேன், அடுத்த நாளே ஹைதராபாத்துக்குப் பறந்து செல்வதற்கு டிக்கெட்.

“இது என்னப்பா, யாருக்கு?”

“ஒங்க பேருதானே சுந்தர்ராஜ்?”

“ஆமாம்”

“அப்போ உங்களுக்குத்தாங்க. எங்க பிராஞ்சு மேனேஜர் அனுப்பிச்சாரு. இன்னிக்கு எங்க ஹெட் ஆபீஸிலேந்து உங்களோடு பேசினாங்களாமே!”

“உங்க மேனேஜர் யாரு? என்ன ஆபீஸ்? இப்போ ஆபீஸிலே இருப்பாரா?”

“எப்படியும் எட்டு எட்டரை மணியாயிடும், சார். எங்க ஆபீஸுக்குப் பொழுது விடியறதே சாயங்காலம் நாலு மணிக்குத்தாங்க. எங்கே வேலை எல்லாமே அப்போ தாங்க ஆரம்பமாகும்.” அது ஒரு ஹைதராபாத் செய்திப் பத்திரிகையின் சென்னைக் கிளை.

அந்த உறையின் மீது சென்னை முகவரியும் தொலைபேசி எண்ணும் இருந்தது. நான் உறையைத் தூக்கிக்கொண்டு மூசா கடைக்குப் போனேன். அங்கு மூசாவின் கல்லாப்பெட்டிக்குப் பக்கத்தில் டெலிபோன் ஓர் அலமாரியில் வைக்கப்பட்டிருந்தது. அலமாரிக்கு அடியில் தரையில் மிளகாய் வற்றல் மூட்டைகள். அங்கு சென்று டெலிபோன் பேசினால் ஒரு நிமிடத்துக்குப் பிறகு உங்களிடம் சொற்கள் எழுவதற்குப் பதிலாக வேறு ஒலிகள் வெடித்துக்கொண்டு வரும். உங்கள் கைக்குட்டையை வேறு தேடி எடுக்க வேண்டும். கல்லாப்பெட்டிக்கு இப்புறத்தில் நின்று பேசலாம் என்றால் உங்கள் முகத்தை மூசாவின் தலைக்கு மேலே வைத்துக்கொண்டு சமாளிக்க வேண்டும். மூசாவின் தலையைச் சகித்துக்கொள்ள அவனை மணந்து கொள்வதுதான் ஒரே வழி. மூசா ஆட்சேபிக்க மாட்டான் என்றாலும் அது எல்லோருக்கும் சாத்தியமில்லை.

புயலில் வளைந்த மின்சாரக்கம்பம் போல பௌதிகத்தின் சமநிலை விதியின் அந்திம எல்லையில் நின்றுகொண்டு அந்தச் சீருடைக்காரன் அலுவலகத்துக்குப் போன் செய்தேன். மாலை நேரமானதால் இணைப்பு உடனே கிடைத்துவிட்டது.

நான் ஹலோ சொல்ல, அந்த ஆள் பதிலுக்கு ஹலோ என்று சொன்னவுடனேயே எனக்குத் தெரிந்துவிட்டது.

“நீங்கதான் பத்துப் பத்தரை மணிக்கு என் எதிர் வீட்டுக்கு போன் பண்ணினீங்களா?”

“யார் வீடு? யார் எதிர் வீடு?”

என் பேட்டையின் பெயரைச் சொல்லி மூன்றாவது தெரு முப்பத்தியொன்றாம் எண் என்றேன்.

“சுந்தர்ராஜ்தானே?” என்று கேட்டான்.

“ஆமாம்.”

“சுந்தரம்! என்னைத் தெரியலே?”

“தெரியலை. நீங்க இன்னிக்கு டிரங்க்கால் பண்ணினீங்களா?”

“யாருக்கு?”

“எனக்கு.”

“உனக்கு எதுக்கப்பா? நீதான் இங்கேதானே இருக்கே?”

“அப்போ இன்னிக்கு கார்த்தாலே எனக்கு நீங்க டிரங்க்கால் பண்ணலியா?”

“உனக்கு எதுக்குப் பண்ணணும்? நீதான் இங்கேயே இருக்கியே? நிதானமாத்தான் இருக்கியா?”

“மரியாதையாப் பேசுங்க. யாரோடப் பேசறதுன்னு நினைப்பாவது இருக்கா?”

“யாரு? சுந்தர்ராஜ் தானே?”

“ஆமாம். சுந்தர்ராஜ்தான்.”

“என்ன சுந்தரம். இப்படிப் பேசறே? என்னை இன்னும் தெரியவில்லை?”

“தெரியலைன்னுதான் தெரியுதே. கொஞ்சம் சொல்லி தொலைங்களேன்.”

“நான்தான் சவுண்டு அனந்தசுவாமி. அனந்து, அனந்து.”

அப்போதும் புரியாதபடி நின்றேன்.

“ஆமாம் அனந்து! என்ன சுந்தரம், இப்படி ஒண்ணுமே தெரியாத மாதிரிப் பேசறே? அனந்துடா? மாடி ரேகா அனந்து.”

“ஓ . . . அனந்து! அனந்து! நீ எங்கேடா நியூஸ் பேப்பர் ஆபீஸ்லே போய்ச் சேர்ந்தே? நிஜப்பேர் சொல்லித்தானா, இல்லை மறுபடியும் நானூத்தி இருபதா?” நான் இப்படி தாமஷாக பேசுவது போல இருந்தேனே தவிர எனக்கு நெஞ்சின் ஒரு மூலையில் கடுமையாக வலித்தது. ரேகாவால் உண்டான காயம். ஆறு வருடங்கள் ஓடிவிட்டன என்றாலும் காயம் ஆறவில்லை என்று எனக்குத் தெரிந்தது.

வெங்கோஜிராவ் என்பவர் ஹைதராபத்தில் ஒரு மாநில அளவில் நடத்தும் பத்திரிகை சாம்ராஜ்யத்தின் சென்னைப் பிரதிநிதியாக அனந்தசாமி இருந்தான்.

வெங்கோஜிராவ் ஆங்கிலப் பத்திரிகைகள் உலகில் தேசிய அளவில் பிரவேசிக்க எண்ணம் கொண்டிருந்தார். அதற்கு அந்த வருட ஆரம்பத்தில் நடக்கும் ஃபிலிமோத்ஸவ் நல்ல வாய்ப்பாக இருக்கும் என்று தோன்றியிருக்கிறது. ஃபிலிமோத்ஸவ் நடக்கும் பதினைந்து நாட்களுக்கும் அவருடைய ஆங்கிலப் பத்திரிகை திரைப்படவிழா பற்றிய விசேஷ இணைப்பை வண்ணத்தில் வெளியிடுவதாக இருந்தது. எவ்வளவுதான் புகைப் படங்களைப் போட்டாலும் ஒவ்வொரு நாளும் நான்கு பிரம்மாண்டமான பக்கங்களை நிரப்ப நிறைய எழுதியாக வேண்டும். நான் தேவைப்பட்டேன்.

ஒவ்வொரு நாளும் ஐந்துவிழாப் படங்களுக்கு விமரிசனங்கள், விழாவைப் பற்றிய குறிப்புகள், தகவல்கள், துணுக்குகள், விழாவைப் பற்றி வம்பு, விழாவுக்குத் தப்பித் தவறி வரும் பழைய ஒளி யிழந்த நட்சத்திரங்களுடைய பேட்டிகள், சந்திப்புகள்.

"என்னைத் தவிர இன்னும் யாரு?"

அனந்தசாமி சொன்னான். *டைம்ஸ் ஆப் இந்தியா* வெள்ளிக் கிழமை சினிமாப் பக்கங்களுக்குப் பொறுப்பாளராக இருந்திருக் கிறான், வழக்கமாக நேருவது போல 'ஃபிலிம்ஃபேர்' பத்திரிகைக்கு ஆசிரியர் இல்லாதுபோனபோது கரம்சந்த 'ஆக்டிங்' ஆசிரிய ராக இருந்தான். அவன் ஆசிரியரான போதுதான் ஒரு பெரிய கொப்புளம் வெடித்தது.

அட்டைப் படத்துக்குப் புகைப்படக்காரர்களுக்கு ஆயிரக் கணக்கில் பத்திரிகை பணம் தந்தது. ஆனால் தங்கள் புகைப் படங்களை அட்டையில் வெளியிட, சினிமா நடிக – நடிகைகள் பத்திரிகையின் ஆசிரியப் பொறுப்பில் உள்ள சிலருக்குப் பத்தாயிரக் கணக்கில் பணம் கொடுத்து வந்தார்கள். ஒரு கட்டத்தில் பணம் கொடுத்தால்தான் அட்டைப் படத்தில் வரமுடியும் என்றாகிவிட்டது. இதனால் என்ன ஆயிற்று? உண்மையிலேயே மிகப் பிரபலமாகவும் செல்வாக்குடனும் இருந்த நடிகை – நடிகர்கள் கடந்த ஆறுமாத காலமாக ஃபிலிம் ஃபேர் அட்டையில் வரவே இல்லை.

இந்தப் பின்னணியெல்லாம் தெரியாத கரம்சந்த், ராஜ் கபூரை ஒரு பிரத்யேகப் பேட்டிக்கும் புகைப்படத்துக்கும் அணுக அந்த மனிதர் சில வசவுகளுக்கு இடையில் நீயுமாச்சு, உன் பத்திரிகையுமாச்சு என்று கூறியிருக்கிறார்.

கரம்சந்த் மேலும் வற்புறுத்த விஷயம் வெளியாகியிருக்கிறது. இதனால் என்னாயிற்று? பெரிய பெருச்சாளிகள் மூன்று நான்கு மாதங்கள் பதுங்கியிருந்தார்கள். ஆனால் அதே நேரத்தில்

கரம்சந்த் காலடியிலும் பெரிய வளையாகத் தோண்டியிருக் கிறார்கள். சொந்தக்காரணங்களுக்காக இருமுறை 'டிரங்க்கால்கள்' செய்து பத்திரிகையின் நிதிப்பிரிவுக்குத் தெரியப்படுத்தாததாலும் ஒரு சனிக்கிழமை இரவை ஜுஹுபீச் லாட்ஜில் செலவிட அலுவலக வண்டியை எடுத்துச் சென்றதற்காகவுமென கரம்சந்த் குற்றம் சாட்டப்பட்டு ராஜினாமா செய்யக் கேட்டுக்கொள்ளப் பட்டார்.

அந்த கரம்சந்த் இன்று ஹைராபாத் வரப்போகிறான். அவனும் நானும் நடமாடும் சொல் வங்கி என்று பெயர்பெற்ற ஓர் ஆங்கிலப் பேராசிரியரும் ஃபிலிமோத்ஸவ் வைபவத்தை வெங்கோஜிராவின் பத்திரிகைக்காக 'கவர்' செய்யப் போகிறோம்.

2

அடுத்த நாள் காலை நாலே முக்கால் மணிக்கு நான் மீனம்பாக்கம் விமான நிலையத்தில் இருந்தேன். ஒரு காலத்தில் விமான நிலையத்துக்குத் தினமும் வந்திருக்கிறேன். ஆளரவம் இல்லாத அத்துவானமாக இருந்ததிலிருந்து சிறிது சிறிதாகப் பெருக ஆரம்பித்து உள்ளே நுழைவதே கதவு வழியாக வர வேண்டுமென்றாகி, போலீஸ்காரர்கள் வந்து, சுவரளவு கண்ணாடிகள் பொருத்தப்பட்டு, குளிர்சாதனம் அமைக்கப் பட்டு, பயணிகள் தவிர இதர மனிதர்கள் கட்டணம் செலுத்த வேண்டும் என்றாகும்வரை வந்திருக்கிறேன். அப்போது அந்த நிலையம் ஒரு சிறிய அமைப்புதான். இப்போதோ மிகப் பெரியதாகி ஏராளமான மனிதர்கள் குழுமி, கிட்டத்தட்ட ஒரு பேருந்து நிலையம் போல மாறிவிட்டது. இன்னும் பெரிது செய்து கொண்டிருந்தார்கள். இரவு பகலாகக் கட்டட வேலை நடந்து கொண்டேயிருக்க வேண்டும் என்பதற்கு எங்கு திரும்பினாலும் தடயங்கள் இருந்தன.

அதிகாலையில் அரைகுறையாக ஷவரம் செய்துகொண் டிருந்த என் முகத்தைக் கைக்குட்டையால் துடைத்துக்கொண்ட போது முகம் சுரீரென்று எரிச்சல் தந்தது. என் அப்பா கொடுத்த அந்த நாளைய 'செவன் ஓ கிளாக்' பித்தளை ரேஸர். என் அப்பாவுக்கு வேற யாரோ எப்போதோ கொடுத்ததைப் பல ஆண்டுகள் பத்திரப்படுத்தி எனக்குத் தந்தார். நான் ஒருமுறை ஷவரம் செய்துகொண்டேன். பழக்கமே இல்லாததால் முகத்தில் எங்கெங்கோ ரத்தகாயம். "நீங்க கொடுத்த ரேஸர் எப்படி இருக்கு பாருங்க," என்று அப்பாவைக் கோபித்துக்கொண்டேன். என் கோபத்தைப் பொருட்படுத்த முடியாத கவலைகளில் என் அப்பா மூழ்கியிருக்க வேண்டும். என்னுடைய இரண்டாவது ஷவரம் சுடுகாட்டில். எனக்கு நூறு அடி தள்ளி என்னால்

தீயிடப்பட்ட என் அப்பா எரிந்துகொண்டிருந்தார். அந்த சுடுகாட்டுத் தொழிலாளி வெறும் தண்ணீர் தடவி என் முகத்தையும் தலையையும் மழித்தபோது ஏகமாக எரிந்தது. அப்பாவும் மகனும் ஒரே நேரத்தில் எரிந்துகொண்டிருந்தோம். இருபது வருடங்களாகியும் என் குடும்பத்திலும் என் உடைமைகளிலும் பிறர் குத்திப் பிடுங்குவதற்கே உருவாக்கப்பட்டது போன்ற என் மனத்திலும் எவ்வளவோ மாறுதல்கள் ஏற்பட்டுவிட்ட போதிலும் இன்னும் அந்தப் பித்தளை 'செவன் ஓ கிளாக்' ரேஸர்தான் என் முகத்தில் விசுவாசமாக முளைத்துக்கொண்டு வந்த மீசையையும் தாடியையும் அகற்றிக்கொண்டிருந்தது. அன்று காலை, கண் தெரியாத இருட்டில் அந்த ரேஸரில் பிளேடு பொருத்தியபோதுகூட நான் அப்பாவை நினைத்துக் கொண்டேன். இப்போது இருட்டில் ஷவரம் செய்துகொண்டாலும் முகத்தை வெட்டிக்கொள்வதில்லை. என் அப்பாவுக்கு அது அன்றே தெரிந்திருக்கும். ஐயோ, அந்த ஒரு நாளைக்காக என் அப்பாவைத்தான் எப்படிக் கோபித்துக்கொண்டு விட்டேன்! 'நான் தெரியாம சொல்லிட்டேம்பா' என்று ஒருமுறை சொல்வதற்கு வாய்ப்புக் கொடுக்காமல் அப்பா போய்விட்டார்.

விமானம் கிளம்புவதற்கு ஒன்றரை மணி நேரம் முன்னால் வரச் சொல்லியிருந்தும் அந்த விமானத்துக்கான ஏற்பாடுகள் துவங்கப்படவில்லை. மேஜை, மேஜை மீது ஜன்னல் என்றெல்லாம் இல்லாது நிலையத்துள் வந்த பயணியையே விசாரித்து அவரிடம் உள்ள பயணச் சீட்டைக் கிழித்து நேராக விமானமருகில் அனுப்பும் நாளிலிருந்து நான் விமானப் பயண முறைகளை அறிந்தவன். இன்று பயணிகள் கூட்டத்துக்கு இணையாக விமான நிலையம் மற்றும் விமானப் பயணக் கம்பெனிகளின் பணியாளர்கள் இருந்தார்கள். அவர்களுக்குள் நிறையப் பேசிக் கொள்கிறார்கள். சிரித்துப் பேசிக்கொள்கிறார்கள். இருவராக இருந்தால் ஒருவன் பேசிக்கொண்டே போக இன்னொருவன் தூக்கத்தில் இருப்பது போல அவன் முன் நின்று கொண்டிருப்பான் . . . பெண் பணியாளர்கள் சிதறித்தான் இருந்தார்கள். ஆண்கள் போன்று கூட்டம் கூட்டமாகச் சேர்ந்து இருக்கும் தேவை அவர்களுக்கில்லை போலிருக்கிறது. பணியாளர்களைக் கடந்து செல்லும்போது நொடிப் போதில் ஒரு புன்னகை. அடுத்த நொடி அது இருந்த இடமே தெரியாது மறைந்து விடுகிறது. நான் விமான நிலையத்துக்கு வரத் தொடங்கிய நாட்களில் சீருடை தவிரப் பயணிகளிடையும் பணியாளர்களிடையும் வித்தியாசம் தெரியாது. எல்லாரும் சேர்ந்து பேசிக் கொண்டிருப்பார்கள். எந்த முன்னறிவிப்பும் இல்லாமல் தடாலென்று எல்லாரும் ஓடுவார்கள். விமானம் நோக்கிச் செல்வார்கள். விமானத்தில் ஏறப் படிக்கட்டு மாதிரி இருப்பதை ஒருவன்

தள்ளுவண்டி போலத் தள்ளிக்கொண்டு வருவான். எல்லாமே கிராமப்புறத்தில் யாரோ ஊருக்குப் போகிறவர்களை இதர ஊர்க்காரர்கள் வழியனுப்புவது போல இருக்கும்.

இப்போது எனக்கே எல்லாம் புதிதாக இருந்ததோடு யாரையும் அணுகவும் தயக்கமாக இருந்தது. பேசுவதற்கு யாரும் இல்லாது நான் தனியாக உட்கார்ந்திருந்தது போல டஜன் கணக்கில் பயணிகள் மௌனமாக உட்கார்ந்திருந்தார்கள். குடும்பத்தோடு வந்தவர்கள் மட்டும் காத்திருப்பதை மறந்து வேறு பொறுப்புகளில் ஈடுபட வாய்ப்பிருந்தது.

ஓர் அழகிய பெண்ணை அழைத்துக்கொண்டு இரட்டை நாடியாகவும் முகத்தில் எப்போதும் பரபரப்பு தெரிகிறவனாகவும் ஒருவன் வந்து 'ஹைதராபாத்' என்று எழுதியிருந்த ஜன்னலில் ஒரு டிக்கெட்டைக் கொடுத்து விமானப் பயண அட்டை வாங்கி அதை அப்பெண்ணிடம் கொடுத்தான். யாரையோ தேடுவது போலச் சுற்றும் முற்றும் பார்த்தான். என்னைப் பார்த்து அவன் ஒரு கணம் தயங்கினான். பிறகு என்னிடம் வந்தான். சற்றுத் தயங்கிபடியே, "சுந்தர்ராஜ்!" என்றான். நான் எழுந்து நின்றேன். "அனந்து!" என்றேன்.

"நானேதாண்டா"

நாங்கள் கை குலுக்கிக் கொண்டோம். "ஆமாம் என்ன இது வெங்கோஜி ராவ் விஷயம்?" என்று கேட்டேன்.

அவனுக்கு கவலை வந்துவிட்டது.

"நான்தான் நேத்திக்குச் சொன்னேனே? நிதானமாத்தான் இருந்தியா?"

"உனக்கு என் நிதானம் பத்தி ஏன் இவ்வளவு கரிசனம்? நான் என்னிக்கு நிதானம் தவறி உன்னைக் கழுத்தறுத்தேன்? நீ என் முன்னாலே வந்து நின்னியேன்னு கேட்டேன்."

"போய்க் குஷியா இருடா, எங்க பாஸ் 'சுந்தரர்ராஜை அனுப்பு'ன்னு சொன்னப்போ நீதான்னு தெரியாது. ஆனா நீன்னு தெரிஞ்சப்போ ரொம்ப சந்தோஷமாயிருந்தது. அந்த ஆள் ரொம்ப நல்ல ஆள்."

"உன்னையே வேலைக்கு வச்சிண்டிருக்கானே?"

"இல்லேடா, நீயே பார்ப்பே பாரு. ஒரு நிமிஷம்" அனந்து எட்ட நின்றுகொண்டிருந்த பெண் பக்கம் திரும்பி 'இங்கே வா' என்பது போலத் தலையை அசைத்தான். அப்பெண் எங்களருகே வந்தாள்.

“எங்க பாஸுடைய இரண்டாவது பொண்ணு. இவளும் ஹைதராபாத் தான் போறா.” இதைச் சொல்லிவிட்டு அனந்து அவளிடம் “இவர்தான் சுந்தர்ராஜ்,” என்று அறிமுகம் செய்து வைத்தான். அவள் கை கூப்பி வணக்கம் தெரிவித்தாள். நான் கைகூப்பும் வழக்கத்தை ஆறு ஆண்டுகளுக்கு முன்பு ஒழித்திருந்தேன்.

“உன் பெயர் என்ன?” என்று தெலுங்கில் கேட்டேன்.

“ரமா ராவ்” என்றாள்.

“நீ ராவ் என்பது எனக்குத் தெரியுமே.”

அவள் சிரித்தாள். “என் பெயர் எனக்குச் சங்கடந்தான் விளைவிக்கிறது. நன்கு தெரிந்தவர்கள் சரியாகச் சொல்லிக் கூப்பிடுகிறார்கள். அநேகமாக எல்லாரும் ராமாராவ் என்று தான் கூப்பிடுகிறார்கள், மனதில் நினைத்து எழுதுகிறார்கள்.”

“இருந்துவிட்டுப் போயேன். உங்கள் முதல் அமைச்சர் பெயரே அதுதானே?”

“அதில் இருக்கிறது பெரிய சங்கடம். அதுதான் எனக்கு இன்னும் கஷ்டமாயிருக்கிறது. எனக்கு சினிமாவே பிடிக்காது.”

“அப்படியா? மொத்தமாக சினிமாவே பிடிக்காதோ? சினிமா பிடிக்காத இளம்பெண்கூட நமது பாரத தேசத்தில் இருக்க முடியுமா?”

“ஏதோ கொஞ்சம் பிடிக்கலாம். நிச்சயமாக எங்கள் தெலுங்கு சினிமாவை எனக்குப் பிடிக்கவே பிடிக்காது.”

“ஏன்?”

அவள் புன்னகை புரிந்தாள். “என் பெயர்தான் காரணம் என்று வைத்துக்கொள்ளுங்களேன்.” என்றாள்.

மாதக் கணக்கில் சோர்வில் மூழ்கியிருந்த எனக்குத் திடீரென்று உற்சாகமாக இருந்தது. “அடுத்த இரு வாரங்களுக்கு ஹைதராபாத்தில்தானே இருப்பீர்கள்?” என்று கேட்டேன்.

“என் துரதிர்ஷ்டம். இன்னும் இரு மாதங்கள் அங்கேதான் இருந்தாக வேண்டும். மார்ச் மாதத்தில் பரீட்சை.”

“என்ன பரீட்சை?”

“எம்.ஏ.”

“என்ன பிரிவு?”

“நாம் எதில் மிகவும் பின்தங்கியிருக்கிறோமோ அதில். லிட்டரேச்சர்.”

“உன்னை விட இருபது ஆண்டுகளாவது உனக்குப் பெரியவன் என்பதால் என்னால் அவ்வளவு தீர்மானமாகச் சொல்ல முடியவில்லை.”

“செக்யூரிட்டி அனௌன்ஸ்மெண்ட் வந்துவிட்டது.” என்று அனந்து சொன்னான்.

நான் அனந்துவை உற்றுப் பார்த்தேன். ஆறு ஆண்டுகளுக்குப் பிறகு அவனைப் பார்க்கிறேன். என்னிடத்தில் ஏற்பட்டிருந்த மாறுதல்கள் என் முகத்தைக் கடுகடுப்பாக்கியிருந்தன. அவன் முகம் நன்கு விரிந்து போயிருந்தது. சிவந்திருந்தான். முன் மயிர் வரிசை நன்கு பின்னுக்குப் போயிருந்தது. அவனுடைய அப்பாவையும் எனக்குத் தெரியும். ஒரு காலத்தில் நானும் அவனும் சேர்ந்து வேலை பார்த்த நாட்களில் உலகத்திலுள் ளோர் எல்லாரும் முன்னுக்கு வந்துவிட்டது போலவும் அவருடைய பையன் மட்டும் எங்கேயோ சினிமாக் கம்பெனி யில் சிக்கிக்கொண்டு சீரழிந்து கொண்டிருப்பது போலவும் பேசுவார். அவன் இப்போது சினிமாவை விட்டுவிட்டு அதை விட நிறையப் பணமுடைய பத்திரிகைத் துறைக்கு வந்து விட்டான். அவனுடைய எஜமானனின் பெண்ணை வழியனுப்ப விமான நிலையம் வருகிறான் . . .

“என்னடா பார்த்துண்டு நிக்கறே?”

“பேசத்தான் இல்லேன்னாப் பாக்கவாவது செய்யலாம் இல்லையா?”

“நீ ஹைதராபாத் போயிட்டு வா, நிறைய பேசலாம்.”

“அப்பா எப்படி இருக்கார்?”

“தம்பியோட நாக்பூர்லே இருக்கார்.”

“தம்பி என்ன செய்றான்?”

“அப்பவே சி.ஏ. பண்ணிட்டிருந்தானே? எங்க பெரியப்பா இரண்டு பேர் நாக்பூர்லேதான் இருக்காங்க. தம்பிக்குக் கல்யாண மும் ஒரு நாக்பூர் பொண்ணுதான். அங்கே பிராக்டீஸ் பண்ண றான். சரி, சரி நீ போ. செக்யூரிட்டி செக் பண்ணிட்டிருக்கான். ரமாகாரு. ஜாக்கிரதையாகப் போய்விட்டு வாருங்கள்.”

“உங்க நண்பர்தான் இருக்காரே?”

“இவனையுந்தான் நீங்க பார்த்துக்கணும். அங்கே இவனை அழைத்துக்கொண்டு போக யாரும் வராவிட்டால் நீங்கள் ஏதாவது ஏற்பாடு பண்ணவேண்டும்.”

"சம்பூர்ணா ஹோட்டல்லே டிராப் பண்ண வேண்டும், அவ்வளவுதானே. எங்களுடைய விருந்தாளிகள் எல்லாருக்கும் சம்பூர்ணாதான்."

அனந்து சிரித்துக்கொண்டான். "அதுவும் உங்கப்பாவுடையது தானே" என்றான்.

"கடைசி முறை அழைப்பு அது. ஹைதராபாத் வழியாக டில்லி செல்லும் விமானத்துக்குரிய பயணிகள் செக்யூரிட்டி செக் முடித்துக்கொண்டு ..." மீண்டும் ஒலி பெருக்கியில் அழைப்பு.

"வா போகலாம்" என்றேன்.

நானும் ரமாவும், எங்களிடம் வெடி குண்டுகள் இல்லை என்று நிரூபிக்க உள்ள சென்றோம்.

3

விமானப் பயணம் எனக்குப் பரபரப்பூட்டிய காலம் போய்விட்டது. முதலிலேயே 'பாதைப் பக்க இருக்கை என்று கேட்டு வாங்கிக்கொண்டு ஜன்னல் பக்க இருக்கைப் பயணிக் காகக் காத்திருந்தேன். நான் உட்கார்ந்திருக்க அந்தப் பயணி குசேலனாக இருந்தாலும் என்னைக் கடந்து அவனுடைய இருக்கையில் உட்கார முடியாது. விமானப் பயணமே எவ்வளவு குறுகிய இடத்தில் எவ்வளவு அதிகமான எண்ணிக்கை மனிதர் களை அடைத்துப் போட்டு அதே நேரத்தில் அவர்கள் செல்வக் கொழிப்பில் இருப்பது போன்ற பிரமையையும் ஏற்படுத்துவது தான். ஜன்னல் பக்கத்து இருக்கை அந்த பிரமையின் இன்னொரு பரிமாணம்.

எனக்கு முன்னிருந்த இருக்கையின் பின்புறத்தில் என் வசதிக்காக இணைத்திருந்த சிறு பையில் விமானம் கடல் மீது பறக்கும்போது பழுதுபட்டால் பயணிகள் எப்படி வெளியேற வேண்டும் என்பதைப் படத்தாலும் எழுத்தாலும் விளக்கும் அட்டை இருந்தது. யாரோ சூயிங்கம்மை மென்று மிகவும் சிரமப்பட்டு அந்தப் பையில் துப்பியிருந்தார்கள். விமானத்தில் பறந்து செல்லுபவர்களுக்கு வசதியும் பொது சுகாதாரப் பண்பாடும் சேர்ந்திருக்கத் தேவையில்லை.

விமானத்தில் ஒவ்வொருவராக நெளிந்து வந்துகொண்டிருந் தார்கள். இந்த விமானப் பயணத்துக்காக விடிகாலைத் தூக்கத்தைத் தியாகம் செய்துவிட்டு இன்னும் இதர காலைக் கடன்களிலும் ஓரிரண்டை ஒத்தி வைத்து வந்திருந்த நிர்ப்பந்தம் அனைவரிட மும் தெரிந்தது. என்னுடைய பக்கத்து இருக்கைக்கானவன் வந்துசேர்ந்து விட்டான். இருபத்தைந்து வயதுக்குள்ளாகத்தான்

இருக்கும். அவனுடைய தலைமுடி முதல் கால்ஜோடு வரை அதீதச் செல்வச் செழிப்பை வெளிக்காட்டிக்கொண்டிருந்தது. நான் எழுந்து நின்று என் முதுகைப் பின் சாய்த்துக்கொண்டேன். அவன் தன்னுடைய நாற்காலியில் அவனுடைய சிங்கார உடலை நுழைத்துக்கொண்டான். நான் என் நாற்காலியில் உட்கார்ந்து கொண்டு நாற்காலி வாரை என் இடுப்பைச் சுற்றிப் பிணைத்தேன். என் உடன் பறப்பவன் எந்தச் சிந்தனையுமில்லாமல் தூங்கத் தொடங்கியிருந்தான்.

ரமா ராவ் ஐந்தாறு வரிசைகளுக்குப் பின்னால் இருந்தாள். அவள் எங்கிருக்கிறாள் என்று ஒரு முறை தலையைத் திருப்பிப் பார்த்த பிறகு செய்வதற்கு ஏதுமில்லாமல் போகும் நிலையில் எதிர்கொள்ள வேண்டிய அமைதியை அனுபவிக்கத் தொடங்கினேன்.

விமானப் பணிப்பெண் என் பக்கத்திலிருந்த இளைஞனை எழுப்பி இடுப்புவாரைக் கட்டிக்கொள்ளச் சொன்னாள். அவன் அதைப் பொருட்படுத்துவதாகவும் பொருட்படுத்தாத மாதிரியும் அரைத் தூக்கத்திலேயே வாரின் இரு நுனிகளையும் இணைத்துக் கொண்டான். எனக்கு ஐந்தாறு விமான விபத்துக்கள் நினைவுக்கு வந்தன. இரு விபத்துகளில் நானே எனக்கு நெருங்கியவர்களை இழந்திருக்கிறேன். இறந்தவர்களின் வாரிசுகள் சார்பில் நிறைய இடங்களுக்கு அலைந்து திரிந்து அவர்களுக்குப் பணம் வாங்கிக் கொடுத்திருக்கிறேன். இந்த விமானம் நொறுங்கி விழுந்தால் எவ்வளவு நன்றாக இருக்கும்? என் அம்மாவுக்கு நிறையப் பணம் கிடைக்கும்.

என் பக்கத்தில் உட்கார்ந்திருந்த பையனைப் பார்த்தேன். அவன் என் கண்களுக்குப் பையனாகத்தான் தெரிந்தான். அவன் முகச் சருமம் மிக அபூர்வமான ரசாயனம் – எவ்வளவு அழகான வண்ணம்! பொன், ரோஜா, தாமரை, பால், நிலவொளி, ஐஸ்கிரீம், என்ன சொன்னாலும் அதைச் சரியாகக் குறிக்க முடியாது. என்னுடைய விபரீத மனநிலைக்காக இவன் ஏன் இறக்க வேண்டும்? விமானம் நல்லபடியாகவே ஹைதராபாத் சென்றடையட்டும். மீண்டும் பயணம் துவக்கி டில்லி போய் சேரட்டும். அந்த பையன் அவன் பெற்றோரிடமோ, கல்லூரி விடுதியிலேயே போய்ச் சேர்ந்து காலை நீட்டிப் படுத்து மிகுதி நாளை ஆனந்தமான உறக்கத்திலும் கனவுகளிலும் கழிக்கட்டும் . . . விமானம் ஒரு வழியாகக் காற்றைக் கிழித்துக்கொண்டு ஆகாயத்தில் செல்லத் தொடங்கியபோது எனக்கே தூக்கம் வந்தது.

ஆனால் தூங்கக் கூடாது என்று சொல்வது போல விமானப் பணியாள் ஒருவன் எங்கள் நாற்காலி முன்பு அமர்ந்த நிலையில்

இருந்த சிறு மேஜையைப் படபடவென்று விரித்துப் போனான். பிறகு அவனும் ஒரு பணிப் பெண்ணுமாக சிறு சிறு தட்டுகளில் இரு ரக பிஸ்கட்டுகளும் ஒரு கோப்பையுமாக எங்கள் முன்னிருந்த மேஜைகள் மீது வைத்துப் போனார்கள். என் பக்கத்து இளைஞன் அப்போதும் தூங்கிக்கொண்டிருந்தான். நான் ஒரு பிஸ்கட் பொட்டலத்தைப் பிரித்தேன். உள்ளே இருப்பது இரு பிஸ்கட்டுகள். ஆனால் அதற்குப் பலத்த கவசம் போல நாற்புறமும் மூடிய கண்ணாடிக் காகித உறை. நான் ஏதோ செய்தேன், அது பிரிந்துவிட்டது. நானும் பிஸ்கட்டுகளை எடுத்துத் தின்ன ஆரம்பித்தேன். ஆனால் முந்தைய முறை, உறையைப் பிரிக்க முடியாமல் பிஸ்கட்டை நொறுக்கிப் பொட்டலத்தோடு தட்டில் வைத்திருக்கிறேன்.

என் தங்கையைப் பெண் பார்க்க வந்தவர்களுக்கு முறையான பஜ்ஜி சொஜ்ஜியெல்லாம் தருவதை நிறுத்தி இறுதி இரண்டு மூன்று வருடங்கள் பிஸ்கட்தான் தந்தோம். பெண் பார்க்க வரப்போவதும் பரபரப்புக்குரிய நிகழ்ச்சியாக இருப்பது போய் இப்போது அலுப்புத் தட்டுவதாகக் கூட மாறிவிட்டது. எங்களுடைய நம்பிக்கையின்மை. வரும் இளைஞனையும் அவனுடைய மனிதர்களையும் தொற்றிக்கொள்ளும். ஓராண்டு அந்தத் தை மாதத்திய கல்யாணம் நிச்சயமானால் உண்டு. இல்லாது போனால் இனி இந்தப் பெண் பார்க்க வருவதற்கு உடன்படுவது இனிமேல் கிடையாது என்று என் தங்கை சொல்லியிருந்தாள். நான் அவளைக் குற்றம் கூற மாட்டேன். ஆனால் எங்களையும் மீறி என் வேலை, வேலையின்மை மணம், மணமின்மை எல்லாமே அவளுக்கு இன்னும் என்னால் மணமுடிக்க வைக்க முடியாததால் நிர்ணயிக்க முடியாத திசையில் போய்க்கொண்டிருந்தது என்று அறிய முடிந்தது. என் முகம், பார்வை, பேச்சு, சிந்தனைகூட அந்த ஒரே காரணத்துக்காக உருமாறிக்கொண்டிருந்தன. அவளுக்குக் கல்யாணமே ஆகவில்லை ஆனால் செத்துத்தான் போய்விட்டாள்.

காபியை விமானப் பணியாள் கொண்டு வந்தான். நான் 'டீ' என்று சொல்ல அவன் அடுத்த வரிசைக்குப் போய்விட்டான். ஒரு கெட்டிலில் டிகாக்ஷனும் இன்னொன்றில் பாலும் தூக்கி வந்து ஒரு கம்பங்கூத்தாடிக்குரிய ஆற்றலுடன் ஒவ்வொரு கோப்பையிலும் கீழே சிந்தாமல் ஒரு சீராக ஊற்றிப் போகும் அவனை ஒரு கணம் திரும்பிப் பார்த்தேன். இந்த ஒரு மணி நேரப் பயணத்தில் காபி குடித்தால் என்ன? ஒருவேளை டீயை விமானப் பணிப்பெண் எடுத்து வருவாள் என்ற காரணத்திற்காக இவனைப் போகச் சொல்லிவிட்டேனா?

டீயைப் பணிப்பெண்தான் எடுத்து வந்தாள். என் தவறோ அவளுடையதோ, பால் சிறிது சிந்திவிட்டது. ஒரு சொட்டு என் உடை மீதுகூட விழுந்துவிட்டது. அவள் உடனே விமானத்தின் சமையலறைப் பகுதிக்குச் சென்று ஐந்தாறு காகிதக் கைக்குட்டைகளை எடுத்து வந்தாள். சிந்திய பாலைத் துடைத்தாள். சிறிது வெந்நீரில் நனைத்து ஒரு கைக்குட்டை கொண்டு என் உடை மீது விழுந்ததையும் துடைத்தாள். அவள் பயன்படுத்தியிருந்த முகப் பவுடரும் அவள் காதருகில் தடவிக் கொண்டிருந்த செண்ட்டும் எனக்குத் தெரிந்தவைதான். ஒரு கணம் அவளையே இதானே பெயர் என்று கேட்டுவிடலாமோ என்றுகூடத் தோன்றியது. ஆனால் அவளுக்கு என்னோடு பேசிக்கொண்டிருக்க அவகாசம் கிடைக்காது. இன்னும் பலருக்கு அவள் டீ விநியோகம் செய்யவேண்டும்.

ஒரு வழியாகத் தட்டு, கோப்பை முதலானவை அகற்றப் பட்டு மடக்கு மேஜையையும் மடக்கி வைத்த பிறகு நான் எழுந்திருந்து ரமா ராவ் இருந்த வரிசையிடம் சென்றேன். இண்டியன் ஏர்லைன்ஸே வெளியிடும் *ஸ்வாகத்* பத்திரிகையைப் படித்து விட்டேன் என்று தெரிவிப்பதுபோல ஒரு சிறிய புன்னகையைத் தவழ விட்டாள். அவளுக்குப் பக்கத்திலிருந்த நாற்காலியில் கோட், டை எல்லாம் அணிந்த பெரியவர் ஒருவர் ஒரு கத்தை டைப் அடித்த தாள்களைச் சரிபார்த்துக் கொண்டிருந்தார். நடைபாதை மறுபுறமிருந்த நாற்காலி காலியாக இருந்தது. அங்கு உட்கார்ந்து ரமா ராவ் பக்கம் சாய்ந்து, "உங்களை ஒரு விஷயம் கேட்க வேண்டும் என்று தோன்றியது" என்றேன்.

"என்னையா?" அவள் ஆச்சரியத்துடன் கேட்டாள்.

"ஆமாம்."

"என்ன?"

"நான் உங்கள் அப்பாவிடம் வேலை புரியப் போகிறேன், தெரியுமல்லவா?"

"அந்த மெட்ராஸ் மேனேஜர் அப்படி ஏதோ சொன்னார். நான் அதிகம் காது கொடுத்துக் கேட்கவில்லை."

"உங்கள் அப்பா எப்படிப்பட்ட மனிதர்?"

ரமா ராவ் பெரிதாகவே புன்னகை புரிந்தாள். "நீங்கள் என்ன கேட்கிறீர்கள் என்றே புரியவில்லை. என் அப்பாவைப் பற்றி நான் என்ன சொல்ல வேண்டும்?"

"சொல்கிறேன். அவர் என்னை மூன்று வாரங்களுக்குத் தான் கூப்பிட்டிருக்கிறார்."

“அப்படியா? அதென்ன மூன்று வாரம்?”

“உங்களுக்கு ஒன்றுமே தெரியாதா? உங்கள் அப்பா ஒரு பத்திரிகை நடத்துகிறார், அது தெரியுமல்லவா?”

“என்ன கேள்வி?”

“மன்னித்துக்கொள்ளுங்கள். நான் நிரந்தரமாக ஹைதரா பாத்தில் இருந்துவிட விரும்புகிறேன்.”

“அப்படியா? சரி.”

“அதனால்தான் உங்கள் அப்பாவைப் பற்றிக் கேட்டேன்.”

“நமது இந்திய சினிமாக்களில் அப்பாக்கள் வருவார்களே, பார்த்திருக்கிறீர்கள் அல்லவா?”

“நான் பார்க்காத சினிமாவா?”

“எல்லாரும் இந்திய சினிமாவில் நிஜமே கிடையாது என்றுதான் சொல்வார்கள். ஆனால் எங்கள் அப்பா வரை அது சரியல்ல. என் அப்பாவைப் பார்த்துச் சினிமா அப்பாக்கள் அப்படியிருக்கிறார்களா அல்லது சினிமா அப்பாக்களைப் பார்த்து அவர்கள்போல என் அப்பா தன்னை அமைத்துக் கொண்டாரா என்று எனக்குச் சந்தேகம் வருவதுண்டு. வீட்டில் இருக்கும்போது, சினிமாவில் ரங்காராவ் தோற்றம் தருவது போலப் பளபளவென்று கவுன் ஒன்றை அணிந்துகொண்டிருப் பார். அதை கவுன் என்று சொல்வதா, கோட் என்று சொல்வதா? ஓவர் கோட் என்றுகூடச் சொல்லலாம். ஆனால் நல்ல மனிதர். நானே நிறையக் கிண்டல் செய்திருக்கிறேன். அப்படியும் அவர் அந்தக் கோட்டையும் சுருட்டையும் விடமாட்டார்.”

“இவ்வளவு போதும். நன்றி, மிக்க நன்றி.”

“இவ்வளவுதானா நீங்கள் கேட்க விரும்பியது?”

“நீங்கள் அவரைக் கிண்டல் செய்வீர்கள் என்ற ஒரு தகவல் போதும்.”

“அதை எங்காவது எழுதிவிடப் போகிறீர்கள்?”

“இல்லை, இல்லை. நாம் ஹைதராபாத்தில் மீண்டும் சந்திக்கும் அவசியம் நேரும் என்றே தோன்றுகிறது.”

“யூ ஆர் வெல்கம்.”

விமானம் ஹைதராபாத் விமான நிலையம் நோக்கி இறங்கத் தொடங்கியது.

4

எங்கள் விமானம் காலை ஏழு மணிக்கு ஹைதராபாத் சென்றடைந்தபோது அந்த விமான நிலையமே தூங்கி வழிந்த மாதிரி இருந்தது. என் சாமான் அனைத்துமே ஒரு பெரிய கைப்பெட்டிதான். ஆனால் பெரிய பெட்டி கொண்டுவந்து 'செக் – இன் பாக்கேஜாக' ஒப்படைத்தவர்கள் வெகு நேரம் காத்திருக்க வேண்டியிருந்தது. ரமா ராவும்தான்.

அது விமான நிலையத்துக்குள் பயணிகளைத் தவிர வேறு யாரையும் கண்டிப்பாக அனுமதிக்காத காலம். சென்னையில் அனந்து எப்படியோ உள்ளே வந்துவிட்டான். ஆனால் இது ரமா ராவின் ஊர். அவளுடைய அப்பா ராஜ கிரீடங்களை விநியோகிப்பவர். ஆனால் அவரால் அங்கு ஒரு ஆளை உதவிக்கு அனுப்ப இயலவில்லை. நான் வெளியே போய் எனக்காக யாராவது வந்திருக்கிறார்களா என்று பார்க்கலாம். ஆனால் அந்தத் தெலுங்குப் பெண்ணைத் தனியாக விட்டுப் போக மனம் வரவில்லை. ஹைதராபாத்திலிருந்து டில்லி போகும் பயணிகள் நாங்கள் வந்த விமானத்தை நோக்கிச் செல்வதைக் கண்ணாடிச் சுவற்றின் வழியாகப் பார்க்க முடிந்தது. நாங்கள் ஐம்பது நபர்கள். எங்கள் பெட்டிகள் ஊர்ந்து வரக்கூடிய நகரும் மேடையருகில் சுய நலமே பளிச்சிட முண்டியடித்துக் கொண்டு நின்றோம். விமானப் பயணம் மனிதனின் அற்பத் தனத்தை துளியும் குறைப்பதாகத் தெரியவில்லை.

விமானத்தில் என் பக்கத்தில் உட்கார்ந்து தூங்கிக் கொண்டிருந்த இளைஞன் இப்போது தூரத்தில் ஒரு நாற்காலியில் அலுப்புத் தோன்றும் முகத்தோடு உட்கார்ந்து கொண்டு அவனுடைய சாமான்களுக்காகக் காத்திருந்தான். அவன் முகத்தைப் பார்த்து முதலில் அவன் டில்லிக்காரன் என்று நினைத்திருந்தேன். ஆனால் அவன் ஹைதராபாத்தில் வசிக்கும் டில்லிக்காரனாகவும் இருக்கலாம்.

என்னுடைய தங்கையைக் கடைசியாகப் பெண் பார்க்க வந்தவன் டில்லிக்காரன்தான். எந்தப் பிரதேசத்துக்காரனும் டில்லிக்குப் போய்விட்டால் டில்லிக்காரனாகி விடுவான் என்பது தான் பொது நம்பிக்கை. தாராள மனப்பான்மை, பழைமையை வலியுறுத்தாத தன்மை, இன்றுள்ள நல்லவையை உணர்ந்து போற்றுதல் – இதெல்லாம் டில்லிக்காரனுக்குப் பொதுவாகப் போர்த்தும் பொன்னாடை. ஆனால் இந்த டில்லிக்காரன் தென்னாட்டுப் பட்டிக்காட்டு மனிதர்களைவிடப் பழைய சம்பிரதாயங்களையும் வழக்கங்களையும் கட்டிப்பிடித்திருப்பவனாகத் தெரிந்தது. ஒருவேளை எங்களுக்காக மட்டும் அந்த

சம்பந்தத்துக்காக மட்டும் அப்படிக் காட்டிக் கொண்டானோ? எனக்கு இவ்வளவு வயதாகியும் ஏன் கல்யாணம் ஆகவில்லை என்று அவனுடைய அம்மாவை விட அவன் சந்தேகம் கொண்டிருந்தான். நான் சினிமாவோடு சம்பந்தப்பட்டவன் என்று தெரிந்தபோது, அவனுடைய தோரணை மிகவும் மாறிப் போய்விட்டது. ஊருக்குப் போய்த் தகவல் தெரிவிக் கிறோம் என்று போனவர்கள் கடிதமே போடவில்லை. அவர் களுடைய உறவுக்காரர்கள் என்று சென்னையிலே இருந்தவர் களை நான் போய் விசாரித்தேன். பெண் பிடிக்கவில்லை போலிருக்கிறது என்றார்கள்.

ரமா ராவ் நான் நின்றிருந்த இடத்திற்கு வந்தாள் "என்னால் தான் உங்களுக்கு எவ்வளவு சிரமம்?" என்றாள்.

"ஒரு சிரமும் இல்லை. என் எஜமானனின் பெண்ணுக்கு உதவ நான் கொடுத்து வைத்திருக்க வேண்டும்." என்றேன்.

"எதற்கும் ஒரு தள்ளுவண்டி பிடித்து வருகிறேன்" என்று அவள் சொன்னாள்.

"தேவைப்படும். உன் பெட்டியைச் சென்னையிலேயே பார்த்தேன். பேசாமல் நீயே அதனுள் உட்கார்ந்து வந்திருக்கலாம்."

அவள் சற்று வருத்தத்தோடு சொன்னாள் "ஆமாம் . . . எனக்குத் தேவையிருக்கிறதோ இல்லையோ, என் வீட்டில் நான் எப்போது ஊருக்குக் கிளம்பினாலும் அந்தப் பெரிய பெட்டியை என்னைத் தூக்கிச் செல்லும்படி செய்து விடுகிறார் கள். ரயில் ஏற்றிவிடும்போதோ, விமானத்தில் ஏற்றிவிடும்போதோ சிரமம் தெரிவதில்லை. ஏனென்றால் என் மனிதர்கள் கூடவந்து இக்காரியங்களைப் பார்த்துக்கொண்டு விடுகிறார்கள். ஆனால் போய்ச்சேரும் இடத்தில் எவ்வளவு சிரமமாகி விடுகிறது. பார்த்தீர்களா?"

அவள் வயதுக்கு மீறிய மனமுதிர்ச்சி உடையவளாக இருந்தாள். இதையே வேறுவிதமாக, குரோதத்தோடு பிறரைக் குற்றம் சொல்வது போலச் சொல்லியிருக்கலாம். ஆனால் அப்படிச் சொல்லாமல் அவளுக்கு நேர்ந்த அசௌகரியத்தையும் பொதுவாக அனைவருக்கும் நேருவதாகத்தான் பேசினாள்.

என் தங்கையும் ஆரம்பத்தில் பிறர் மீது குற்றங்குறை கூறி ஆத்திரப்படுபவளாக இருந்தாலும் நாட்கள் ஆக ஆக அந்தக் குணம் அவளிடமிருந்து மறையத் தொடங்கியது. அவளுடைய இறுதி ஆறுமாத காலத்தில் ஒருவரைப் பற்றி ஒரு வார்த்தை சொல்வதில்லை. அவளுடைய மனிதர்களைக் குற்றம் கூறி ரோசம் பிறப்பிப்பதில் கூட எப்பயனும் கிடையாது

என்று அவள் நினைத்திருக்க வேண்டும். ஒருவேளை அதுதான் உண்மையோ?

நான் வழக்கம் போல ஒரு சினிமாக்காரனைத் துரத்திக் கொண்டு பொழுது விடிந்தவுடனேயே வெளியே போய் விட்டேன். அம்மா மட்டும் வீட்டில் தனியாக இருந்திருக்கிறாள். என் தங்கை காலையில் சாப்பிட்டுவிட்டு ஆபீஸுக்குப் போகிறேன் என்று கிளம்பி ஒரு மணி நேரம்கூட முடிந்திருக்காது. தங்கையின் அலுவலக டெஸ்பாட்ச் குமாஸ்தா வீட்டுக்கு ஓடி வந்திருக்கிறார். அம்மாவிடம் "அம்மா, அம்மா! பதறிடா தீங்க" பதறிடாதீங்க! நடக்கக் கூடாதது நடந்துவிட்டது" என்று பதறியிருக்கிறார். அவருடன் போகும்போது யாருக்காக, எதற்காகப் போகிறோம் என்றுகூட அம்மாவுக்கு தெரியாதாம். அப்புறம் எனக்குத் தகவல் கொடுக்க எங்கெங்கோ யார் யாரோ தேடியிருக்கிறார்கள். நான் ஒரு சினிமாக்காரன் பின்னால் போயிருக்கிறேன்! நானாக இரவு ஒரு மணிக்கு அரை சுய நினைவில் வீடு திரும்பியபோது எங்கள் போர்ஷன் கதவு பூட்டியிருந்தது. வாசல் கதவு எல்லாக் குடித்தனக்காரர் களுக்கும் பொதுவானதால் அதுமட்டும் திறந்திருந்தது. நான் ரேழியில் படுத்துத் தூங்கியும் விட்டேன். விடியற் காலையாகி யும் என் வீட்டுக் கதவு பூட்டியபடி இருந்தது. அம்மாவும் தங்கையுமாக எங்கே போயிருக்கிறார்கள்?

தங்கை போயே போய்விட்டாள். இரண்டாவது மாடியி லிருந்து குதித்ததில் எட்டு இடத்தில் எலும்பு முறிவு. குதித்துப் பன்னிரண்டு மணி நேரத்துக்குப் பின்தான் சாவு. போலீஸ் காரர்கள், பத்திரிகைக்காரர்கள், எடுத்ததற்கெல்லாம் கையை நீட்டும் ஆஸ்பத்திரி சிப்பந்திகள், போலீஸ் கேஸ், 'அடுத்த ட்யூடி டாக்டர் பார்க்கட்டும்' என்று தட்டிக் கழிக்கும் இளம் டாக்டர்கள், மணிக்கொரு முறை 'இதை வாங்கி வா, அதை வாங்கி வா' என்று சீட்டை நீட்டும் மேட்ரன் – இதற்கெல்லாம் ஈடு கொடுத்தும் கொடுக்க முடியாதபடியும் அம்மா தனியாகத் திண்டாடியிருக்கிறாள். நான் விவரம் தெரிந்து ஆஸ்பத்திரி போவதற்குள் உடலை ஆஸ்பத்திரி வார்டிலிருந்து அப்புறப் படுத்தியாகிவிட்டது. அம்மாவால் என்னைப் பார்த்து அழத் தெரியவில்லை. வையத்தெரியவில்லை. பேசக்கூடத் தெரியவில்லை.

இப்படித்தான் ஏற்கனவே தனியனாக இருந்தவன் இப்போது முற்றிலும் முழுவதுமாகத் தனியனானேன்.

தடதடவென்று 'பாக்கேஜ் கன்வேயர் பெல்ட்' இயங்கத் தொடங்கியது. ஒவ்வொரு பெட்டி (அல்லது மூட்டையாக) சுவரில் இருந்த ஒரு துவாரத்தின் வழியாக அந்த அகலமான

கன்வேயர் பெல்டில் நகர்ந்து வந்தது. ரமா ராவின் பெட்டி பத்துப் பதினைந்துக்குப் பிறகுதான் வந்தது. அதன் அளவுக்கும் கனத்துக்கும் அதிக சம்பந்தம் இல்லை. நான் அதைத் தூக்க ரமா ராவ் தள்ளுவண்டியை என்னருகே கொண்டு வந்தாள். பெட்டியை வண்டியில் வைத்து நாங்களிவரும் விமான நிலையத்தின் வாயிற்புறம் நோக்கி நடந்தோம். "உங்கள் பெட்டியையும் வண்டியிலேயே வைத்துவிடலாமே" என்று அவள் சிரித்தபடி சொன்னாள்.

நான் அப்படிச் செய்து "லாரல் – ஹார்டி மாதிரி இருக்கிறது அல்லவா?" என்றேன்.

அவள் சிரித்தாள். அது இங்கிதச் சிரிப்பு. சிறிது பொறுத்து அவள் கேட்டாள், "நீங்கள் சொன்னீர்களே, என்ன பொருள்?"

"ஓ, உனக்கு லாரல் – ஹார்டி தெரியாது அல்லவா?"

"ஏதோ, சினிமா சம்பந்தம் என்று மட்டும் தெரியும்."

"ரொம்பச் சரி. ஐம்பது ஆண்டுகள் முன்பு அவர்கள் பெரிய நகைச்சுவை ஜோடி. ஒருவன் தடிமனாக இருப்பான். இன்னொருவனும் தடிமன்தான். ஆனால் முன்னவன் அருகில் இருக்கும்போது ஒல்லியாக இருப்பவன் போல இருப்பான். இந்தத் தடி – ஒல்லி ஜோடியில் இவர்கள் உருவத்தை வைத்துத் தமாஷ் இருக்காது. அவர்கள் உரையாடலிலும் சம்பவச் சிக்கலிலும்தான் இருக்கும். எனக்கு அவர்கள் தமாஷ் மீது மரியாதை உண்டு."

"நான் சினிமா பார்த்தால் இவ்வளவெல்லாம் யோசிப்பதில்லை."

"தேவையில்லை. இப்படி யோசிப்பதை நான் தொழிலாக வைத்துக்கொண்டிருக்கிறேன். அதனால் தான் உங்கள் அப்பா என்னைக் கூப்பிடுகிறார்."

"ஒரே வாரத்தில் பைத்தியம் பிடித்துத் தற்கொலை செய்து கொள்வதற்கு இதைவிட உசிதமான வழி கிடையாது. ஒரு நாளைக்கு இரண்டு அல்லது மூன்று பார்த்தால் அதிகம். அவ்வளவையும் நீ பார்த்தாக வேண்டும் என்று உங்கள் அப்பா சொன்னால், உடனே அங்கிருந்து நடந்தே மெட்ராஸ் போய் விடுவேன்."

நாங்கள் விமான நிலையக் கட்டிடத்தின் வெளியே வந்து விட்டோம். ரமா ராவுக்கு கார் வந்திருந்தது. என்னை எதிர் கொண்டழைக்க யாரும் கிடையாது.

“கவலை வேண்டாம். என்னுடன் வாருங்கள். நீங்கள் வீட்டுக்கு வந்து அப்பாவைச் சந்தித்த பிறகு நீங்கள் எங்கு தங்க வேண்டுமோ அங்கு போகலாம்.”

நான் தயங்கினேன். “எனக்கு இப்போதே உங்கள் அப்பா வைச் சந்திக்க விருப்பமில்லை. எதற்கும் அந்தப் பத்திரிகை ஆபீஸுக்கு போன் செய்கிறேன். நீங்கள் கிளம்புங்கள்.”

“இல்லை. உங்களுக்கு ஓர் ஏற்பாடு அமைவதற்கு முன் நான் கிளம்பப் போவதில்லை.”

நான் டெலிபோனைத் தேடிப் போகக் கிளம்பியபோது, “சுந்தர்ராஜ்! மிஸ்டர் சுந்தர்ராஜ்!” என்று ரமா ராவ் கூப்பிட்டாள்.

நான் திரும்பினேன். “சார். உங்களுக்காக வந்திருக்கிறார்கள்,” என்றாள். சீருடை அணிந்த ஒருவன் அந்தப் பத்திரிகையின் பெயர் எழுதிய பெரிய தாளைத் தூக்கிப் பிடித்துக்கொண் டிருந்தான். அவனிடம் சென்றேன். “நீ யாருக்காகக் காத்திருக் கிறாய்?” என்று கேட்டேன். அவன் என் பெயர் அடங்கிய ஒரு காகித உறையைக் காட்டினான்.

“நான்தான்” என்றேன். “தாங்க்யூ மிஸ் ராவ்.” என்று ரமா ராவிடம் கூறினேன்.

“படங்கள் பார்க்கப் போகும்போது என்னிடம் சொல்லுங் கள். என்னையும் கூட அழைத்துப் போங்கள்.”

“இது லாரல் – ஹார்டி சமாசாரம் இல்லையே?”

“இல்லை இல்லை. நிஜமாகத்தான். நீங்கள் என்ன பார்த்து என்ன எழுதப் போகிறீர்கள் என்று நான் பார்க்கப் போகிறேன்.”

“இப்படி உளவு பார்ப்பதற்காக உன் அப்பா உனக்கு இரட்டிப்புச் சம்பளம் தரவேண்டும்.”

“பை பை, நிச்சயம் டெலிபோன் செய்யுங்கள்.”

அவள் போய்விட்டாள். நான் சீருடை ஆளைத் தொடர்ந் தேன். அவன் என்னை அங்கேயே இருக்கச் சொல்லிவிட்டு வண்டியைக் கொண்டுவருவதற்காக விரைந்தான். நான் அவன் என்னிடம் கொடுத்த உறையைத் திறந்து பார்த்தேன். அடுத்த ஒரு வாரத்துக்கு அது நிகழ்ச்சி நிரல். விழாத் தொடக்கம், அடுத்த நாள் மாலை, புதிய திறந்த வெளி அரங்கில், முதலமைச்சர் தலைமை, யார் யாரோ வாழ்த்துக்கள், குத்துவிளக்கை ஏற்றுவது ஐம்பது ஆண்டு நடித்தும் இன்னமும் ரசிகர் கவனம் பெறும் ஹிந்தி நடிகர் அஷோக்குமார், குத்து விளக்கை ஏற்றுவதில் அவருக்கு உதவி புரிய இருக்கும் நபர், அன்றைய நாளில்

சில கோடி இந்தியர்களின் பகற் கனவுகளிலும் இரவுக் கனவு களிலும் தோன்றும் நட்சத்திரம் ஜெயதேவி.

ஜெயதேவி. ஜெயதேவி.

என் உதடுகள் ஜெயதேவி என்று அசைய, என் தலைக்குள் ரேகா ரேகா என்றுதான் ஒலித்தது.

5

சம்பூர்ணா ஹோட்டல் ஐந்து நட்சத்திர அந்தஸ்து பெறாதது எனினும் நட்சத்திர ஹோட்டல்களின் அம்சங்கள் பல பெற்றிருந் தது. இருபத்து நான்கு மணி நேர காஃபிஷாப், தனித்தனி சைவ – அசைவ உணவு விடுதிகள், இன்று ஹோட்டல் என்றால் இருந்தே தீர வேண்டும் என்கிற டண்டூரி பிரிவு, மதுசாலை, இரவில் காபரே ஆட்டம், பெண் வரவேற்பாளர்கள், கழுத்தில் ஒரு பக்கமும் ஒரு கையிலும் மட்டும் நீலப்பட்டையிட்ட வெள்ளைச் சீருடை அணிந்த அறைப் பையன்கள், அறையில் விசை திருப்பினால் தொடர்ந்து கேட்டுக்கொண்டிருக்கும் கஜல் பாட்டுகள், ஒரு அலங்கார மாடிப்படி, மாடிப்படிக்கு இருபுறங்களிலும் 'விருந்தினர்' லிஃப்ட். எனக்கு இரண்டாவது மாடியில் 206ஆம் நம்பர் அறை. உள்ளே நுழைந்ததும் தூக்கம் வந்தது.

ஆனால் சிறிதும் தூங்கிவிடாதபடி அடுத்தடுத்த ரூம் பையன்கள் கதவைத் திறந்து உள்ளே வந்த வண்ணம் இருந்தார் கள். ஒவ்வொருவனும் என் முகத்தைப் பார்த்தே என்னை அறிந்துகொள்ளும் முயற்சியில் ஈடுபட்டனர். ஹோட்டல்களின் சகல பரிமாணங்களையும் அனுபவிக்கும் வயதுடையவன், அனுபவமுள்ளவன் யார் என்று அவர்களுக்குத் தெரியும். அவர்களுடைய தராசில் நாற்பது வயதுக்காரன் எல்லாரும் ஒரே அளவில்தான் இருப்பார்கள்.

முதல் அரைமணி நேரத் தொல்லையைச் சமாளித்துவிட்டுப் பத்திரிகை காரியாலயத்துக்கு டெலிபோன் செய்தேன். ஆசிரியர் பத்து மணிக்குத்தான் வருவார் என்று பதில் வந்தது. நான் அவரை பத்தரை மணிக்குச் சந்திக்க வருவேன் என்று தகவல் கொடுக்கச் சொன்னேன். படுக்கையில் சாய்ந்தேன்.

திரைப்பட விழாவின் தொடக்கம் மாலையில். ஒரு பத்திரிகையின் சார்பாகச் செல்பவனுக்குச் சில சலுகைகள் உண்டு. ஆனால் அதெல்லாம் அவனுடைய அட்டையை அவன் அந்த நெரிசலிலும் பரபரப்பிலும் பத்திரமாக வைத்திருக் கிறானா என்பதைப் பொறுத்தது. சமீப காலத்தில் நான்

இந்தத் துறையை விட்டு விலகிப் போனவன். ஆதலால் எல்லா வற்றையும், எல்லாரையும் பழக்கப்படுத்திக்கொண்டு விடுவது உசிதம். நான் பத்தரை மணிக்கு வெங்கோஜிராவின் பத்திரிகைக் கோட்டையினுள் பிரவேசித்தேன்.

வெங்கோஜிராவ் ஒரு பெரிய தேசியப் புள்ளியாகிவிட நிறையத்தான் பாடுபட்டிருக்க வேண்டும். வரவேற்பறை ஏற்பாடே தடபுடலாக இருந்தது. ஒல்லியான ஒரு பெண் என்னை ஆசிரியர் அறைக்கு அழைத்துச் சென்றாள்.

“வாருங்கள் . . . பிரயாணம் சௌகரியமாக இருந்ததா? நான்தான் ஸ்ரீபதி, நிர்வாக ஆசிரியர்.”

ஸ்ரீபதியுடன் கைகுலுக்கினேன். என் வயதுதான் இருக்கும். அடக்கமான தோற்றம். இன்னும் இருபது ஆண்டுகளுக்கு வெங்கோஜிராவ் இன்னொரு நிர்வாக ஆசிரியரைத் தேட வேண்டியதில்லை. ஸ்ரீபதியின் முகத்தில் எஜமான் விசுவாசம் அவ்வளவு உறுதியாகத் தெரிந்தது.

“ஐந்து நிமிடங்கள்தான். மிஸ்டர் கரம்சந்த் வந்துவிடுவார். நேற்றே வந்துவிட்டார். உங்களையும் நேற்றே அழைத்து வரத் தான் நினைத்திருந்தேன். ஆனால் எங்கள் மதராஸ் ஆபீஸுக்கு உங்களை உடனே கண்டுபிடிக்க முடியவில்லை.”

“அனந்தசாமி என்னுடைய பழைய நண்பன். நாங்கள் இருவரும் சிறிது காலம் சேர்ந்து ஒரே இடத்தில் உத்தியோகம் புரிந்திருக்கிறோம்.”

“அப்படியா? எனக்கு அவரைப் பற்றி அவ்வளவு தெரியாது.”

“மகரம் ஸ்டுடியோவில் நான் விளம்பரப் பிரிவில் இருந்தேன். அவர் சவுண்ட் ரிகார்டிஸ்டாக இருந்தார்.”

“அட? அவர் டெக்னீஷியனா?”

“யார் டெக்னீஷியன் இல்லை? நீங்கள்கூடப் பத்திரிகை டெக்னீஷியன்.”

ஸ்ரீபதி ஒரு நிமிடம் அப்படியே நின்றான். முகத்தில் சிறிது வாட்டம் தெரிய, “நீங்கள் சொல்வது சரி. எல்லாமே டெக்னீஷியன் வேலையாகப் போய்விட்டது. உண்மையில் எனக்கு முதல் நாள் பத்திரிகைக்கும் அடுத்த நாள் பத்திரிகைக்கும் வித்தியாசம்கூடத் தெரியாமல் போய்விடுகிறது” என்றான்.

“இப்படி இவ்வளவு வெளிப்படையாக நீங்கள் இதை ஒத்துக்கொள்ளக் கூடாது. ஒவ்வொரு இதழும் ஒரு மாபெரும் புதிய சிருஷ்டி என்றுதான் நீங்கள் வலியுறுத்த வேண்டும்.”

"ஆமாம் சுந்தர்ராஜ், நாம் நிறையைப் பொய்களைத் தினமும் வலியுறுத்தத்தான் வேண்டியிருக்கிறது . . ."

"சோர்வு அடையாதீர்கள். இந்தத் திரைப்பட விழாவை ஜமாய்த்து விடுவோம்." ஸ்ரீபதியின் நாணய உணர்வு எனக்குச் சற்று வருத்தத்தைத் தந்தது. இவன் இருபது ஆண்டுகள் பத்திரிகை ஆசிரியனாக இருக்க முடியாது.

"கரம்சந்த் எப்போது வருவதாக ஏற்பாடு?"

"பத்தரை மணிக்குத்தான். ஹோட்டலுக்கு வண்டி வர வில்லை? அவரும் சம்பூர்ணாவில்தான் இருக்கிறார்."

"அப்படியா? எனக்குச் சொல்லவில்லையே?"

"ஏர்போர்ட்டில் அந்த ஆள் சொல்லைவில்லை? உங்களுக்குக் கடிதம் அனுப்பிருந்தேனே?"

"பரவாயில்லை. நான் அந்தக் கடிதத்தை முழுதும் படிக்க வில்லை. இன்றைய துவக்க நிகழ்ச்சித் தகவல்களை மட்டும் பார்த்தேன்."

"அவனே சொல்லியிருக்கலாம். பேராசிரியர் ரங்கநாதனும் சம்பூர்ணாவில்தான் இருக்கிறார். அவரும் நேற்று இரவே வந்துவிட்டார். ஹோட்டலில் எல்லாம் சௌகரியமாக இருக்கிறதா?"

"குறை சொல்ல ஒன்றுமில்லை."

"எதுவானாலும் என்னிடம் சொல்லுங்கள். நான் உங்கள் ரசிகன்."

"கமான் ஸ்ரீபதி. நமக்குள் இந்த மயக்கங்கள் எல்லாம் எதற்கு? எனக்கு சினிமா பற்றிப் பெரிய எதிர்பார்ப்புகள் இல்லை."

ஸ்ரீபதி புன்னகை புரிந்தான். "இதை நீங்கள் வெளிப்படை யாக ஒத்துக்கொள்ளக் கூடாது. நாம் எல்லோருமே மயக்கங் களை வாரி இறைக்கும் தொழிலில் இருக்கிறோம்."

ஸ்ரீபதி இருபது ஆண்டுகள் என்ன, இருநூறு ஆண்டுகள் கூடப் பத்திரிகை ஆசிரியனாக இருப்பான் என்று இப்போது தோன்றியது.

கரம்சந்தும் மயக்கங்களைக் களைந்தவனாக இருந்தான். அவன் பம்பாயில் இருந்தபோது அவன் வெளியிட்ட என் கட்டுரைகள் அவனுக்கு நன்கு ஞாபகம் இருந்தது. ரங்கநாதன் தான் பரபரப்புத் தாங்காதவனாக இருந்தான். எப்போதோ

யாராரோ எழுதிய புத்தகங்களிலிருந்து மனப்பாடமாக ஒப்பித்துக் கொண்டிருந்தான். நான் ஒரு கட்டத்தில் சொன்னேன். "நாம் இங்கே எழுத வந்திருக்கிறாம் ரெங்கநாதன். பேச அல்ல."

நால்வரும் திரைப்பட விழாவுக்காக இந்திய அரசு அமைத்திருந்த அலுவலகத்திற்குச் சென்றோம். தகவல் அதிகாரி என்னைப் பார்த்து தமிழில், "வாங்க, சார். என்னைத் தெரியறதா?" என்று கேட்டாள்.

"ரங்கநாயகி?"

"அட? ஞாபகம் இருக்கே?"

"ஒரே தெருவிலே எவ்வளவு வருஷம் இருந்தோம்! தெரியாமப் போயிடுமா?"

ஆனால் அதிகம் பேசிக்கொள்ள வழியில்லாமல் அங்கு ஏராளமான கூட்டம். இந்தியாவெங்கிலிருந்தும் பத்திரிகைக் காரர்கள் அங்கு வந்து அடையாள அட்டை பெறுவதற்கு அலைந்து கொண்டிருந்தார்கள். வெங்கோஜிராவின் செல்வாக்கு விசேஷமாக இருந்தது. எங்கள் மூவருடைய அடையாள அட்டைகள் தயாராக இருந்தன. என்னுடையதில் மட்டும் என் போட்டோ இல்லை. ஸ்ரீபதி அரை மணி நேரத்தில் அதற்கும் ஏற்பாடு செய்தான்.

ஸ்ரீபதி அவனுடைய அலுவலகத்துக்குப் போய்விட நாங்கள் மூவரும் சம்பூர்ணாவுக்குத் திரும்பினோம். "முதலில் இந்த விழாவைப் பற்றி நாம் எப்படி, என்ன செய்ய வேண்டும் என்பதைப் பற்றிப் பேசித் தீர்மானித்த பிறகு சினிமாக்களை பற்றி நாம் சாவகாசமாக விவாதிக்கலாம்" என்று நான் ரங்க நாதனிடம் சொன்னேன். தனியாக நாங்கள் இருவர் மட்டும் இருக்க நேர்ந்த ஒரு சிறு இடைவெளியில் கரம்சந்த "தாங்க்யூ, தாங்க்யூ" என்றான்.

"இவனை எங்கே பிடித்தீர்கள்? இவனை எப்படி இரு வாரங்கள் சகித்துக்கொள்வது?"

"எனக்கு முதலில் தெரியாது, சுந்தர். ஐந்தாறு பெயர்கள் சொல்லப்பட்டபோது ஏனோ நான்தான் புரபொஸர் ஒருவர் கூட இருந்தால் நல்லது என்றேன்."

"இந்த விழா முடிவதற்குள் நான் உங்களைத் தினமும் மனதார வைய வேண்டி வரும். என் பக்கத்து ரூம்தான் அவனுக்கு." இதற்குள் ரங்கநாதன் எங்களுடன் சேர்ந்து கொண்டான்.

மாலை. மத்திய மந்திரி, மாநில மந்திரிகள், ஏராளமான அதிகாரிகள், ஊர்ப்பிரமுகர்கள், அவர்கள் குடும்பங்கள், பழைய

நடிகர்கள், அதிக வேலையில்லாத இன்றைய நடிகர்கள், என்ன செய்கிறார்கள் என்பதே புலப்படாமல் எந்த சினிமா ஸ்டூடியோவுக்குச் சென்றாலும் அங்கு காணப்படும் குங்குமப் பொட்டு – தங்கச்சங்கிலிக்காரர்கள், கண்பட்ட இடத்தில் எல்லாம் போலீஸ்காரர்கள் ... துவக்க விழாவுக்காகப் பல லட்ச ரூபாய் செலவழித்து நிர்மாணிக்கப்பட்ட மேடையில் வரிசையாகச் சிம்மாசனங்கள் போன்ற நாற்காலிகள் – இதெல்லாம் பெரிய சினிமாவாக இருந்தது. நான், ரங்கநாதன் மற்றும் கரம்சந்திடமிருந்து பிரிந்து தனியாக ஓரிடத்தில் இருந்தேன். அங்கிருந்த இரண்டாயிரம் மூவாயிரம் நபர்களின் பரபரப்பு எனக்குப் பீதியைத்தான் உண்டு பண்ணியது. ஆனால் இந்தப் பித்துப் பிடித்த கூட்டத்தில் நானும்தான் ஓர் அங்கம். நானும் இந்த விபரீத மனக்கிளர்ச்சிக்கு ஒரு காரணமாயிருந்திருக்கிறேன். இருக்கப் போகிறேன் ...

எப்படியோ என்னைக் கண்டுபிடித்து ரங்கநாயகி வந்தாள். அவளுக்கிருக்கும் எவ்வளவோ பொறுப்புகளுக்கிடையிலும், பிடுங்கலுக்கிடையிலும் அவள் என்னைப் பார்க்க வந்ததிலிருந்து அவளுடைய நெருக்கடியை உணர முடிந்தது.

"சார். உடனே என்னோடு வாங்கோ. உங்களை சீஃப் மினிஸ்டர் அழைச்சிண்டு வரச்சொன்னார்."

"எனக்கு அவரைத் தெரியாதே?"

"அவரில்லை. அவருக்கு வேணுங்கறவர் ஒருத்தர். வாங்கோ, சீக்கிரம். உங்களை அவர்கிட்டே விட்டுட்டு நான் போகணும்."

அவள் ஓடினாள் என்றே சொல்ல வேண்டும். நான் அவளைப் பின்தொடர்ந்தேன். எனக்காக காத்திருந்த நபர் "சார் சுந்தர்ராஜ்தானே?" என்றான்.

"ஆமாம்."

"எங்க கூட வாங்க. சார்."

நான் அவனைப் பின்தொடர்ந்தேன். அது மிக மிக முக்கியமானவர்கள் தங்குமிடம். வெராண்டாவில் இரு பெண்மணிகளைப் பார்த்தேன். அவர்களில் ஒருத்தியை நான் எங்கோ பார்த்திருக்கிறேன். சட்டென்று நினைவுக்கு வரவில்லை.

அந்த ஆள் ஒரு மூடிய கதவைத் தட்டினான். "வாரு ஒச்சினாரு" என்றான். அவர் வந்துவிட்டார்!

"உள்ளே போங்க சார்" என்றான்.

உள்ளே போனேன்.

உடலைச் சுருங்க அடிக்கும் அளவுக்குக் குளிர்ப்படுத்தப் பட்ட அந்த விசேஷ அலங்கார அறையில் ஒரு குரல், "சார்" என்று உருக்கத்தோடும் தயக்கத்தோடும் அழைத்தது.

ஜெயதேவி நின்றுகொண்டிருந்தாள்.

6

ஜெயதேவி, "வாங்க" என்றாள்.

"நீயா?" ஜெயதேவி என்று, தெரிந்தும் கேட்டேன்.

"ஆமாம், சார். உங்க ரேகா..."

"இல்லை. நீ நீதான். என்னை சீஃப் மினிஸ்டர் அழைச்சதா அல்லவா அந்த பி.ஐ.பி. ஆபீஸர் சொன்னார்?"

"சிஃப் மினிஸ்டர் அழைச்சாத்தான் வருவீங்களா?"

"என்னை யார் அழைச்சது..?

"நான் தான்..."

"நீயா? அடிப்பாவி! இப்படிப் பொய் சொல்லியிருக்கியே..?"

"போகாதீங்க சார். போகாதீங்க. எவ்வளவு நாள் கழிச்சு நாம பார்க்கறோம்? தயவுசெய்து போகாதீங்க..."

"ரேகா. நான் இங்கே ஒரு பொறுப்பை ஏத்துண்டு வந்திருக் கேன்."

"என்னைப் பார்க்கறதும் ஒரு பொறுப்பா வைச்சுக்கக் கூடாதா, சார்?"

"இன்னும் பதினைந்து நிமிஷத்திலே ஃபிலிம் பெஸ்டிவல் இனாகுரேஷன் நடக்கப் போறது. நானும் போகணும்..."

ஜெயதேவி ஓடிவந்து என் கையைப் பற்றிக் கொண்டாள். "இரண்டு நிமிஷமாவது இருக்கலாமல்லவா..?"

நான் நின்றேன்.

"நான் ரொம்ப நாளா உங்களைத் தேடிண்டிருக்கேன்..."

நான் பேசவில்லை.

"ஆறு வருஷத்துக்கும் மேலா இருக்கும்..."

நான் அப்போதும் ஒன்றும் சொல்லவில்லை.

"சீதா போனபோது நான் பம்பாயில் இருந்தேன்..."

“நீயாவது வெளியூரில் இருந்தே! நான் சென்னையில் இருந்தே முழு நாள் கழிச்சுத்தான் தெரிந்தது . . .”

“அம்மா எப்படி இருக்காங்க?”

“ஏன், நீ வீட்டுக்கு வந்திருக்கலாமே?”

“நீங்கதான் வேற எங்கேயோ போயிட்டீங்களாமே!”

“இருந்தால் என்ன . .? உனக்கு விசாரிச்சுச் சொல்ல மனுஷங்க கிடையாதா . .?”

அவள் ஒரு கணம் பேசாமல் நின்றாள். பிறகு சொன்னாள். “நான் எப்படி வருவேன்? எப்படி வர முடியும்?”

நான் கைகளை விடுவித்துக்கொள்ள முயற்சி செய்தேன்.

கதவை ஒரு முறை தட்டியபிறகு ரங்நாயகி வந்தாள். “டயத்லே எல்லாரும் வந்தாச்சு . . . மேடம், உங்களுக்காக காத்திருக்காங்க . . .”

ஜெயதேவி என்னிடம், “இது முடிந்த பிறகு நீங்கள் மறுபடியும் வரவேண்டும்” என்றாள்.

நான் புன்னகை புரிந்தேன்.

“இன்னி ராத்திரி இங்கேதான் இருக்கேன் . . . எங்கே மாடம்?” அவள் ரங்கநாயகியைக் கேட்டாள்.

“ஹோட்டல் பஞ்ஜாரா,” என்று ரங்கநாயகி சொன்னாள்.

“நீங்க வரணும். நான் உங்களுக்காகவே காத்திருப்பேன்.”

“பார்க்கலாம் . . .”

“அப்படிச் சொல்லக்கூடாது. கட்டாயம் வரணும் . . .”

“இந்தியாவின் ஹைபர் சூப்பர் டார்லிங் ஸ்டார் கூப்பிட்டால் நான் வராமல் இருக்க முடியுமா? ஆனால் உன்னை யார் தனியாக விடுவாங்க . .?”

“அது என் கவலை. பத்து மணிக்கு வந்துடுங்க . . .”

“பார்க்கலாம் . . .”

“அப்படிச் சொல்லிவிடாதீங்க சார் . . .” அவள் அழுது விடுவாள் போலிருந்தது.

அறை வெளியே நிறைய நடமாட்டம் கேட்டது. நான் வெளியே வந்தேன். ஒரு அதிகாரி என்னைத் தடுத்து நிறுத்தி, “இனாகுரேஷனுக்கு முந்தி ஒரு இண்டர்வியூவும் கிடையாது

என்று உனக்குத் தெரியாது? உன் கார்டைத் தடுத்து நிறுத்தி விடுகிறேன் பார். நீஃபெஸ்டிவல் உள்ளேயே நுழைய முடியாது" என்றான்.

அப்போது புடைசூழ ஜெயதேவியும் வெளியே வந்தாள். என்னைப் பார்த்து, "மறக்காதீங்க சார். கட்டாயம் ஹோட்டலுக்கு வாங்க" என்று சொல்லிவிட்டு என்னைக் கடந்து போனாள். அந்த அதிகாரி அவளைப் பின்தொடர்ந்து போனான்.

துவக்க விழா கலாட்டாவும் கூத்தாகவும் இருந்தது. சாலையில் போலீஸ்காரர்கள் கூட்டத்தைக் கலைக்க தடியடி செய்திருக்கிறார்கள். மேடையில் அடுத்தடுத்து அபத்தமும் உளறலும். சினிமாத்துறைத் தலைவர்கள் கையை வீசிப் பிதற்றினால் மத்திய – மாநில மந்திரிகள் அசையாமல் நின்று பிதற்றினார்கள். இதெல்லாம் எனக்குப் பழக்கமாகிப் போனவை. மந்திரி ஒருவர் காது கொடுக்கக் கிடைத்தால் சம்பந்தா சம்பந்தமில்லாமல் ஒரு சினிமாப் பிரமுகர் தவறாமல் "சினிமாத் தொழிலே நசிந்து செத்துக்கொண்டிருக்கிறது" என்றும், அந்த மந்திரி உடனே, அத்தனை வரிகளையும் ரத்து செய்து, அவர்கள் அடுத்த நிமிடம் உயிர்வாழ அரசாங்கம் இன்னும் உதவிகள் புரியவேண்டும் என்பார்கள். மந்திரிகள், தேசிய ஒருமைப்பாடு, கலாச்சாரப் பாரம்பரியம், எப்படி மூலை மூடுக்கெல்லாம் சினிமாவும் சினிமா நடிகர்களும் பாட்டுகளும் ஊடுருவி இருக்கின்றன என்றும், நாட்டின் அத்தனை இடர்ப்பாடுகளையும் தீர்க்கும்படியான கருத்துப் படங்களையே சினிமாத் தயாரிப்பாளர்கள் தயாரிக்க வேண்டும் என்பார்கள். மந்திரி மேடையில் நடிகை என்று ஒருத்தி இருந்துவிட்டால், அவர் உரையில் பாதி அவளுக்குத்தான் என்பதுபோலத் திரும்பித் திரும்பிப் பார்த்துப் பேசுவார். அந்த நடிகை எழுந்தால் அவர் எழுந்து விடுவார். அவள் அவருக்கு மாலை அணிவித்தால் அவருடைய உயரம் அரை அடி உயரும் அல்லது குறையும். இதெல்லாம் அங்கிருப்போருக்குத் தேச முக்கியத்துவம் உடையதாகத் தோன்றக்கூடும். உண்மையிலேயே அதுதான் உண்மையோ என்னவோ?

என் கண்களுக்கு எல்லாமே அபத்தக் களஞ்சியமாகத்தான் தோன்றியது. அஷோக்குமார் சற்று முதிர்ச்சியுடன் பேசக்கூடும் என்று நினைத்தேன். ஆனால் அவரும் தடுமாறினார். அவருக்கு அது திரைப்பட விழா ஒன்றின் துவக்க நிகழ்ச்சி என்பதே மறந்துவிட்டது. சட்டென்று நினைவுக்கு வந்து திரைப்பட விழாக்களின் இன்றியமையாத் தன்மையை அவர் எப்போதும் உணர்ந்ததாகக் கூறினார். முன்னர் இதே மாதிரி ஒரு நிகழ்ச்சியில் வேறோர் நகரில் தேவிகாராணி

பேசியது எனக்கு நினைவுக்கு வந்தது. விழாவுக்கு வராத அயல்நாட்டு டைரக்டர்களை எல்லாம் அவள் வரவேற்றாள். அந்த டைரக்டர்கள் வரவில்லை, அவர்கள் படங்களைத்தான் காட்டப் போகிறோம் என்று விழா நெறியாளர் அவளுக்கு மேடையிலேயே சொன்னார். ஏன் எனக்கு முன்னமேயே இதெல்லாம் சொல்லவில்லை என்று அவள் சிறிது கடுகடுத்தாள். ஒரு வைபவத்துக்காக யாரையாவது அழைத்தால் அந்த நபரிடம் முன்கூட்டியே முக்கிய விவரங்களைத் தெரிவித்துவிட வேண்டும் என்றாள். எனக்கு அஷோக்குமாரே தேவிகாராணியாக மாறி விட்டது போலிருந்தது. அவரும் அவளும் சேர்ந்து நடித்த 'அச்சுத் கன்யா' கண்முன் தோன்றியது. செக்கச் செவேலென்று இருக்கும் வதனத்துடனும் படிப்படியாக வாரிப் பின்னப்பட்ட கறுத்த கேசத்துடனும் அவள் ஹரிசனப் பெண்ணாக நடித்தாள். அப்போது அவள் காதலன் யாராக இருக்க முடியும்? பிராமணப் பையனாக அஷோக்குமார். யாராவது தேவிகாரணிதான் பிராமணப்பெண், அஷோக்குமார் ஹரிஜன இளைஞன் என்று கூறியிருந்தால் தயங்காது நம்பிவிடலாம். அந்தப் படத்தை ஒரு ஜெர்மன் டைரக்டர் டைரக்ட் செய்திருந்தார். ஆதலால் தேவிகாராணியும், அஷோக்குமாரும் சர்வதேசத் திரைப்பட விழாவைத் துவக்க மிகவும் பொருத்தமானவர்கள். பிராமணப் பையன், ஹரிஜனப் பெண் எப்படிப் பார்த்தாலும் காதல் நிறைவேறாது. 'அச்சுத் கன்யா'வில் நிறைவேறவில்லை. ஆனால் அதன் பிறகு வந்த பல படங்களில் அத்தகைய காதல் கைகூடி விடும். ஒரே ஒரு வில்லன் எதிர்க்க, எட்டுப்பேர் கதாநாயகனை யும் கதாநாயகியையும் மணமுடித்து விட்டுத்தான் மறுகாரியம் என்று செயல்படுவார்கள். இந்த எட்டுப்பேரில் காமெடியனும் ஒருவனாக இருப்பான். முடிவில் அவனும் அவனுடைய ஜோடியை மணந்துகொள்வான்.

அஷோக்குமார் மேலும் மேலும் தடுமாற எனக்கு 'அச்சுத் கன்யா' அப்படியே சென்னை வரையில் விரிவடைந்தது. என் தங்கை சீதாவுக்கு ஒரு ஹரிஜன் வந்திருக்கக் கூடாதா? ஒரு அஷோக்குமார் மாப்பிள்ளையாக வந்திருப்பான். தற்கொலை யாவது சினிமா மாதிரி விஷம் குடித்துச் சாக முயற்சி செய்திருக்கக் கூடாதா? விஷம் குடித்தவர்களில் பாதிப்பேரை டாக்டர்கள் வாந்தியெடுக்க வைத்தே பிழைக்க வைத்துவிடுகிறார் கள். சீதா மாடியிலிருந்து விழுந்து கையைக் காலை உடைத்துக் கொண்டல்லவா செத்திருக்கிறாள்?

ஒரு வழியாக அஷோக்குமார் அவர் பேச வேண்டியதை யும் பேச வேண்டாததையும் பேசி முடித்துவிட்டார். அடுத்துக் குத்து விளக்கு ஏற்ற வேண்டும். இந்த சினிமாக்காரர்களுக்கு

புத்தி ஏதாவது இருக்கிறதா? ஒரு ஆர்க்லாம்ப்பை ஏற்றச் சொல்லக் கூடாது? குத்துவிளக்காம் குத்துவிளக்கு! எல்லாம் பத்திண்டு எரியும்.

சூட்டும் டையும் அணிந்த அஷோக்குமார் மேடையோரத்தில் வைக்கப்பட்ட பெரிய குத்துவிளக்கருகே சென்றார். ஒன்று இரண்டு மூன்று நான்கு ஐந்து திரி. ஒரு திரியை ஏற்றினால் போதாது. ஐந்தையும் ஏற்ற வேண்டும்.

சூட்டும் டையும் அணிந்த திரைப்பட விழா அதிகாரியும் குத்துவிளக்கருகே சென்றார். அது போதாது என்று மாநில முதலமைச்சர். அவர் ராஜரிஷி, அல்லது பக்கிரி ராஜா அல்லது கோலேச்சும் சந்நியாசி. அவருடைய காஷாயத்தைவிட நெற்றியில் தரித்திருந்த குங்குமப் பொட்டு பயமுறுத்தியது.

அஷோக்குமார் குத்துவிளக்கை ஏற்றத் தயாராக இருந்தார். ஆனால் அவராக ஏற்றிவிடக் கூடாது. ஜெயதேவி துணை புரிந்தபடிதான் அவர் ஏற்றவேண்டும். அப்படித்தான் செய்தி ஒலிபரப்பு இலாகாவும், திரைப்பட விழா நெறியாளர் அலுவலகமும், மந்திரியும், முதல் மந்திரியும் நிர்ணயித்தார்கள். ஜெயதேவி எப்படித் துணைபுரிவாள்? அவள் நெருப்புக் குச்சியை கிழிக்க அதை வாங்கிக்கொண்டு அஷோக்குமார் திரிகளை ஏற்றுவார். ஆனால் நெருப்பை ஒருவர் கையிலிருந்து இன்னொருவர் வாங்கலாமா? பெருத்த அபசகுனமாச்சே! அதிலும் எடுத்ததற்கெல்லாம் சகுனமும் ஜோசியமும் பார்க்கும் சினிமாக்காரர்கள் விழாவில் அபசகுனமாக ஒன்றும் நடக்கக் கூடாது. முதலிலும் முடிவிலும் திருப்பதிசாமிக்குப் பூஜை நடத்தியாக வேண்டும். அந்த நாளில் வேறு எந்தக் கோயிலருகே சாமியார் பிரபலமாயிருக்கிறாரோ அவருடைய ஆசியைக் கோர வேண்டும். இங்கே ஹைதராபாத் பிரபல சாமியார் யார்?

எங்கிருந்தென்று தெரியாமல் ஜெயதேவி மேடையில் தோன்றினாள். முன் நான்கைந்து வரிசைகள் தவிர இதர பார்வையாளர் மத்தியில் கரகோஷமும் சீட்டியடித்தலும் நிகழ்ந்தன. ஜெயதேவி சிலைக்குரிய முகத்தை மிகுந்த தேர்ச்சியோடு நிலைத்து வைத்துக்கொண்டிருந்தாள். இதைத்தானே 'சஸ்டெயிண்ட் எக்ஸ்பிரஷன்' என்பார்கள்?

ஒரு பெண்மணி மெழுகுவர்த்தி ஒன்றைக் கொண்டுவந்தாள். அது சிவப்பு வர்ணத்தில் முறுக்கேறியதாக இருந்தது. ஜெயதேவி நெருப்புக்குச்சியால் பற்ற வைக்க முயன்றாள். மூன்று குச்சிகளாலும் முடியவில்லை. அஷோக்குமார் முதல் குச்சியிலேயே மெழுகுவர்த்தியைப் பற்றவைத்துவிட்டார். எவ்வளவு லட்சம் சிகரெட்டு பற்றவைத்திருப்பார்? விழா நெறியாளர்கள் கை

காட்ட அஷோக்குமார் குத்துவிளக்குத் திரிகளைப் பற்ற வைப்பதில் முனைந்தார். ஒன்று எரிந்தால் முந்தையது அணைந்தது. கடைசியாக எல்லாத் திரிகளையும் ஏகமாக வெளியே இழுத்துப் பற்ற வைக்க ஒரு தீவட்டி போல எரிந்தது. நான் உட்கார்ந்திருந்த மூலையிலிருந்து 'ஹாஹா'வென்று சிரித்தேன். அரங்கம் முழுவதும் கரகோஷம் செய்தது. ஜெயதேவி முதலில் என்ன செய்வதென்று நின்றாள். அப்புறம் அவளும் கைதட்டினாள்.

7

ஃபிலிமோத்சவ் விழாத் தொடக்க நிகழ்ச்சியின் உரைகள் முடிந்த பிறகு துவக்க விழாவுக்கென தேர்ந்தெடுக்கப்பட்ட திரைப்படத்தைக் காட்ட ஆரம்பித்தார்கள், சொல்லி வைத்தது போல் முதல் வரிசைகளில் இருந்த பிரமுகர்கள், அதிகாரிகள் அனைவரும் துவக்க விழாவுக்கு வந்திருந்த மந்திரி, முதல் மந்திரி இவர்களைப் பின்தொடர்ந்தபடியே வெளியே போய் விட்டார்கள். கார்கள் நிறுத்தி வைத்திருந்த இடத்தில் பெரும் நெருக்கடி. ஒரே நேரத்தில் ஐம்பது அறுபது கார்கள் வெளியேற வழி செய்யப் போலீஸ்காரர்கள் திக்குமுக்காடிப் போய் விட்டார்கள்.

பிரமுகர்கள் வெளியேற்றம் நிகழும் அதே நேரத்தில் காவல் தடுப்பைத் தாண்டி உள்ளே நுழையக் காத்திருந்த நூற்றுக்கணக்கான மக்கள் திரள் நாலாபுறத்திலிருந்தும் பாய்ந்து வந்தது. வர்க்கப் பேதங்கள் தகர்க்கப்பட்டன. திரைப்படத்தில் தனிமையில் வாடும் முப்பது வயதுப் பெண் டாக்டரின் அருகில் அங்குலம் அங்குலமாக நகர, திரைப்படம் பார்க்கக் குழுமி யிருந்தவர்கள் வரிசை வரிசையாக முன்னேறிக் கிடைத்த இடத்தில் உட்கார்ந்தார்கள். அதைவிடச் சற்று மேலான இடம் காலியாகத் தெரிய வந்தால் உடனே அங்கே தாவினார்கள்.

நான் கார் பார்க் அருகே ஹைதராபாத் போலீஸ் துறையின் திறமையைக் கவனித்தபடி நின்றிருக்க, எங்கிருந்தோ என்னைப் பார்த்துவிட்ட கரம்சந்த் என்னிடம் வந்தான். "எங்கே ரொம்ப நேரமாக உன்னைக் காணோம்..?" என்று கேட்டான்.

"எல்லாம் உங்கள் திரைப்பட விழா வேலைதான்..." என்றேன்.

"ரொம்ப நல்லது, இந்த இனாகுரேஷன் பற்றி நீ எழுதி விடுகிறாயா..?"

"ரங்கநாதனையும் ஒரு வார்த்தை கேட்டுவிடலாம்..."

"ஏன், உனக்கு விருப்பமில்லையா?"

"என் விருப்பத்துக்காகச் சொல்லவில்லை. தாராளமாக எழுதுவேன். ஆனால், இது பற்றி ரங்கநாதன் பரபரப்பு அடைந் திருந்தால் அவர்தான் சரியான நபர் ..."

நாங்கள் இருவரும் கார் பார்க்கிலேயே ஒரு மூலைக்கு போய் நின்றோம். கரம்சந்த் '555' பாக்கெட்டை வெளியே எடுத்து என்னிடமும் நீட்டினான்.

இன்றைக்கு ஜெயதேவியைப் பார்த்துவிட வேண்டும் என்று முயற்சி செய்தேன். அந்த பி.ஐ.பி தடிச்சி சுத்தமாக முடியாது என்று சொல்லி விட்டாள்.

"உனக்கு ஜெயதேவி பேட்டி வேண்டுமா ..?"

"அதைவிட எது பொருத்தமாயிருக்கும்? அவளும் சரி, இந்த கவர்ன்மென்ட் ஆளுங்களும் சரி, எப்போது எதைத் தடுக்க வேண்டும், எதற்கு அனுமதி கொடுத்து உதவி புரிய வேண்டும் என்று தெரியாது. போட்டோ மட்டுமாவது எடுக்க விட்டார்களே ..."

"இந்த இனாகுரேஷன் பற்றி எழுதுவதிலிருந்து எனக்கு விடுதலை கொடுத்தால் நான் உங்களுக்கு ஜெயதேவி பேட்டி ஒன்று இன்று இரவு பன்னிரெண்டு மணிக்குள் தருகிறேன்."

"அப்படியா ..? நீயாக ஏதாவது எழுதிக்கொண்டு வந்து விடாதேப்பா."

"அதுதான் இருக்கவே இருக்கிறதே, கவலைப்படாதே. நான் ஆதாரப் பூர்வமான, அந்தரங்கமான, விரிவான, பிரத்யேக மான பேட்டி ஒன்று எடுத்து வருகிறேன் சரியா ..?"

"அவள் நாளை காலையே போய்விடுகிறாள் ..."

"தெரியும் ..."

"என்ன பைத்தியக்காரத்தனம்! ஒரு நெருப்புப் பெட்டியை வைத்துக்கொண்டு நிற்பதற்காக அவள் பம்பாயிலிருந்து பறந்து வருகிறாள் ..."

"அவளும், அவள்கூட இன்னும் மூன்று பேரும். ஒருவன் தன் அப்பாவின் பிணம் அவனுக்காக ஹைதராபாத்தில் காத்திருக்கிறது. அவன் போய்த்தான் தகனம் செய்யவேண்டும் என்று. பம்பாயில் இன்று எவனாவது கதறியிருந்தால்கூட, 'முடியாதப்பா, இன்று ஜெயதேவியும், அவளுடைய அம்மாவும், அக்காவும் உதவிக்கிருக்கும் பெண்ணும் ஹைராபாத் சென்றே

தீர வேண்டும். உன் அப்பா இன்னும் ஒரு நாள் காத்திருக்கட்டும்' என்று பதில் தந்திருப்பார்கள் ..."

"நீ மிகவும் நெகடிவாகவும் சினிக்கலக்கலாகவுமே பேசு கிறாயே ..? சுந்தர், எனக்கு உன்னைப்பற்றி ஒரு வருத்தமும் ஏற்படாமல் இந்தப் பதினைந்து நாட்கள் கழிய வேண்டும். வெங்கோஜிராவ் என்னைப் பார்த்துத்தான் கத்துவான் ..."

"கவலைப்படாதே. தேனும் அமிருதமும் சொட்டும்படி ஒவ்வொரு வரியையும் எழுதி விடுகிறேன் ..."

தூரத்தில் திரைப்படத்தில் ஏதோ நகைச்சுவைக் காட்சி. இரண்டாயிரம் நபர்களின் வெவ்வேறு விதமான சிரிப்பு விசித்திர அலையாக எங்கள் காதில் வந்து விழுந்தது. கார்கள் அருகில் இருந்த சில போலீஸ்காரர்கள், டிரைவர்கள் அரங்கம் இருக்கும் திசை நோக்கிப் போனார்கள்!

"நாம் ஏன் இன்னும் இங்கு நிற்கிறோம் ..?" என்று நான் கேட்டேன்.

"ரங்கநாதனுக்குத்தான். இங்கே கார் பார்க் அருகே சந்திப்ப தாகத்தான் ஏற்பாடு ..."

"அப்படியா ..?"

"உனக்குத் தெரியாது? வெங்கோஜிராவ் நமக்கு ஒரு கார் கொடுத்திருக்கிறார் ..."

"கரம்சந்த், எனக்குப் பத்து மணிக்கு வண்டி வேண்டும் ..."

"பத்து மணிக்கு நாமெல்லோரும் நாளைப் பத்திரிகைக்காக எழுதிக்கொண்டல்லவா இருக்க வேண்டும் ..?"

"உனக்கு ஜெயதேவி பேட்டி வேணுமல்லவா ..?"

"அவளை யாரும் பார்க்க முடியாது என்றல்லவா முதலி லிருந்தே தடுத்துக்கொண்டிருக்கிறார்கள் ..?"

"நான்தான் முன்னமேயே சொன்னேனே? உனக்கு ஒரு பர்ஸ்ட்கிளாஸ் ஸ்டோரி நான் தருகிறேன் ..."

"ஆமாம். எங்கே இந்த புரொபஸர்? உனக்கு இந்த ஆளை முன் கூட்டியே தெரியுமா ..?"

"எனக்குத் தெரியாது. ஆனால் நீதான் அவனுடைய கட்டுரைகளைப் பிரசுரித்திருக்கிறாய் ... உனக்குத்தான் அவன் நெருக்கம் ..."

“கமான், சுந்தர். நாம் பிரசுரிப்பதெல்லாம் நன்றாயிருக்கிறது என்பதற்காகப் பிரசுரிப்பதில்லை. அநேக சமயங்களில் வேறு வழியில்லாமல் கண்டதையும் சேர்த்துக்கொள்ள வேண்டியிருக் கிறது . . .”

“கவலைப்படாதே, எது எப்படி இருந்தாலும் புரபொஸரின் இங்கிலீஷ் தப்பில்லாமல் இருக்கும். அது இன்னும் 1920இல் இருக்கிறது. ஆனால் பரவாயில்லை. நம் செய்தித்தாள்களை முதலிலிருந்து கடைசிவரை படிப்பவர்கள் யாருக்கும் வயது அறுபதுக்குக் குறையாது . . .”

“நீ மிகவும் கசப்பாகவே பேசுகிறாய் . . .”

“கொஞ்சம் கூடக் கவலைப்படாதே. பேனா எடுத்தால் அதிலிருந்து சர்க்கரைப் பாகுதான் வரும் . . .”

“ரம் வரும் என்கிறாய். விஸ்கி வராதா . . ?”

“கரம்சந்த், வா ஹோட்டலுக்கு போவோம்; எனக்கு அரை மணிக்காவது தனிமை வேண்டும் . . .”

கரம்சந்த், கார்கள் நடுவில் இருட்டில் ஏதோ ஒரு திசையில் சென்றான். நான் பாதி உள்ளூர்க்காரன். அதனாலேயே பல விஷயங்களில் அலட்சியம். ஆனால் அவன் கார் எங்கிருக்கிறது என்று கவனத்தில் வைத்திருந்தான். இவ்வளவு கூட்டம் குழப்பத் தில் கூட அவனுக்குச் சம்பந்தமிருப்பது பற்றி அவனுக்குக் கலக்கமும் தயக்கமும் கிடையாது.

நான் ஹோட்டலில், என் அறையில் நுழைந்து அரை விநாடியிருக்காது. டெலிபோன் ஒலித்தது. ஹோட்டல்காரர் களிடமிருந்துதான் இருக்கும் என்று நினைத்து டெலிபோன் எடுத்தேன். அது ரங்கநாயகி . . .

“ஐ ஸே. நீங்க எங்கிருந்து பேசுறீங்க . . ?”

“பக்கத்து ரூம்லேர்ந்து . . .”

“என்ன . . ?”

“பயந்துடாதீங்க. எங்க ஆபீஸ்லேர்ந்துதான் பேசறேன். அரை மணியாத் திரும்பத் திரும்ப டெலிபோன் பண்ணினேன். இப்பத்தான் கிடைச்சீங்க . . .”

“என்ன விஷயம் . . ?”

“ஜெயதேவி என்ன ஞாபகமிருப்பதாகச் சொன்னா. உங்களுக்கு முன்னமேயே அவங்களைத் தெரியுமா சார் . . ?”

“உனக்கு என்ன தோணறது . . ?”

“எனக்கு என்ன சார் தோணும். நான் ஒரு சர்க்கார் வேலைக்காரி. எனக்குத் தோணறதுன்னு ஒண்ணுமே கிடையாது . . .”

எல்லா விளக்குகளையும் அணைத்துவிட்டுப் படுக்கையில் சாய்ந்தேன். எட்டு மணிக்கு ஹோட்டலின் எல்லாப் பகுதிகளி லிருந்தும் முழு வீச்சோடு அந்தந்த இடத்துக்குரிய ஒலிகள் வந்த வண்ணம் இருந்தன. நானிருந்த மாடியில் ஐந்தாறு அறைகளிலாவது கோஷ்டியாகக் குடியும் கும்மாளமுமாக இருந்தது. எங்கோ சமையல் பகுதியிலிருந்து பாத்திரங்கள் ஓர் இடைவெளியில்லாது கழுவப்படும் சத்தம். கீழே கார்கள் வந்து நிற்பதும் கிளம்புவதும், பணியாளர்கள், அவர்களது எஜமானர்கள் இல்லாதபோது அவர்களிடம் குடிகொள்ளும் அபூர்வ சுதந்திர உணர்வுடன் உரத்த குரலில் பேசிக்கொள்ளும் பேச்சு, யாரோ ஓயாது டிரங்க்காலில் அவசரமாகவும் ஆவேச மாகவும் வயிறும் தலையும் வெடித்து விடுவதுபோலக் கத்துவது – இவ்வளவுக்கு நடுவில் சம்பூர்ணா ஹோட்டலில் ‘குபேர்’ ரெஸ்டாரண்டில் காபரேக்கான எலக்ட்ரானிக் வாத்தியங்கள் கூடிய இசை. அறை ஏர்கண்டிஷண்டாக இருக்கலாம். ஆனால், ஒலித்தடுப்பு கிடையாது. எப்படியெல்லாமோ புகுந்து கசிந்து யாரை எட்ட வேண்டுமோ யாரை எட்டக் கூடாதோ அங்கெல் லாம் அவர்களுக்கெல்லாம் எட்டிவிடும். “நான் உன்னைப் பற்றிக் கனவு காணுவதில்லை, ஏனென்றால் நான் தூங்குவ தில்லை” என்று காபரேப் பாட்டு. எனக்கு எப்போதெல்லாமோ எங்கெல்லாமோ தூக்கம் வந்திக்கிறது. ஆனால். ஒரு முறைகூடத் தூங்கினேன் என்று சொல்லமுடியாதபடிதான் இருந்திருக்கிறது. என் தூக்கம் உண்மையிலேயே கொள்ளை போய்விட்டது. என்னாலும் கனவு காண முடியாது. என் கனவெல்லாம் விழிப்போடு காணும் கனவுகள். அர்த்த ராத்திரியிலும் அவை பகல்கனவுகள்.

ஓவென்று கத்தத் தோன்றியது. ஆனால், இவ்வளவு ஒலிகள் வெளியிலிருந்து என் அறைக்குள் நுழைய முடியுமானால், நான் கத்தினால் அதுவும் எல்லா இடங்களையும் எட்டும். கூப்பிட்ட குரலுக்குத் திரும்பிப் பாராவிட்டாலும் விபரீதமாக யாராவது கத்தினால் உலகம் திரும்பிப் பார்க்கும். என்னை யாரும் திரும்பிப் பார்க்க வேண்டாம். எனக்கும் யாரையும் திரும்பிப் பார்க்கவேண்டாம். ஆனால், என் பார்வையே திரும்பிப் பார்ப்பதாகவே என்றுதான் இருக்கிறது. நிலைத்து விட்டது. என் கண்கள் பின்னந்தலையில் நிரந்தரமாக இடம் மாறிவிட்டன.

என் தலையை இனியும் எங்காவது மோதிக்கொள்ளாமல் இருக்க முடியாது என்ற கட்டத்தை அடைந்தபோது யாரோ கதவைத் தட்டும் சத்தம் கேட்டது. என் முன்னிரவுப் பகல் கனவு கலைந்து எழுந்தேன்.

8

காரிடாரில் ரங்கநாதன் நின்றுகொண்டிருந்தான்.

அறைக் கதவை முழுவதும் திறக்காமல் "என்ன புரொபஸர் . .?" என்று கேட்டேன்.

"சாப்பிட வரவில்லையா . .?"

"மணி என்ன . .?"

"ஓம்பதரை, இப்போ வெஜிடேரியன் ரெஸ்டாரெண்ட் மூட ஆரம்பிச்சிருப்பான் . . ."

"கரம்சந்தைப் பார்த்தீங்களா . .?"

"இல்லையே . .?"

"இனாகுரேஷன் முடிஞ்சவுடனே கார் பார்க்லே பாக்குறதா ஏற்பாடாமே . .?"

"நான் அப்படியே பிலிமுக்குள் இருந்துட்டேன் . . ."

"அப்ப நீங்க அந்தப் படத்துக்கு ஒரு ரிவ்யூ எழுதிடுங்க. கரம்சந்த் இனாகுரேஷன் பத்தி எழுதிடுவான் . . ."

"எழுதறது இருக்கட்டும், முதல்லே சாப்பிட்டு வந்திடலாம்."

"எனக்கு சாப்பிடணும் போலே இல்லே . . . புரொபஸர், யூ கோ அஹெட்."

"ஏன் என்ன . .? உடம்பு எதாவது சரியில்லையா . .?

"அப்படித்தான் வைச்சுக்கங்களேன்"

அப்போது கரம்சந்த் ஒரு சிறு தள்ளாடலுடன் வந்தான்.

"நாம் மூணு பேரும் நம்ப முதல் கட்டுரைகளை எழுத ஆரம்பிக்கறதுக்கு முன்னாலே, வொய் டோண்ட் யூ ஜாயின் மீ பார் எ டிரிங்க் . . ."

ரங்கநாதன், "சரி" என்றான்.

"என்னால் முடியாது" என்று நான் சொன்னேன்.

"ஏன் . .?"

“நீ கேட்ட விசேஷ பேட்டியைக் கொண்டுவர வேண்டாமா ..?”

“சாரி, மறந்துவிட்டேன். பத்து மணிக்குத் தானே ..?”

“ஆமாம் . . .”

“காரைக் காத்திருக்கச் சொல்லியிருக்கிறேன் . . .”

“தாங்க்யூ . . .”

“எங்கே, என்ன ..?” என்று ரங்கநாதன் கேட்டான்.

“சுந்தர் ஜெயதேவியைச் சந்திக்கப் போகிறான் . . .”

“அப்படியா ?, எப்போது ?”

“இப்போது, இன்னும் அரை மணிக்குள் . . .”

“எங்கே ?”

“ஹோட்டல் பஞ்ஜாராவில்.”

“நானும் போறேனே . . .”

நான் பேசினேன். “ரங்கநாதன், ஜாயின் அவர் சீஃப் எடிட்டர் இன் ஹிஸ் ஸெஷ்ஷன். அப்புறம் வேலையைத் தொடங்கு. உன் வேலை அவரோட, என்னோட இல்லை . . .”

கரம்சந்த்திடம், “பன்னிரெண்டு மணிக்குள் நான் பேட்டியை எழுதிக் கொடுத்து விடுகின்றேன். நாளைக் காலை வெளிவர இருக்கும் முதல் அநுபந்தத்திலேயே சேர்த்துவிடலாம்” என்றேன்.

“அப்போது நான் கவர் போட்டோக்களைப் பயன்படுத்த முடியாது.”

“கவர் பக்கம் தனியாக போகட்டும், இதை இரண்டாவது பக்கத்தில் சேர்த்து விடலாம்.”

“வண்டி இரவு முழுதும் நம் உபயோகத்துக்குத் தான் . . .”

“எனக்குப் பன்னிரண்டு மணிவரை போதும் . . .”

நான் லிஃப்டைப் பயன்படுத்தாது படிக்கட்டில் இறங்கிக் கீழே வந்தேன்.

பஞ்ஜாரா ஹோட்டல் பகல் போல இயங்கியது. வரவேற்பு ஹாலில் ஏராளமான கூட்டம். திரைப்பட இன்ஸ்டிட்யூட் களிலிருந்து வந்த இளைஞர்களும் திரளாக அங்கு இருந்தார்கள். அஷோக்குமாரைச் சுற்றி ஒரு சிறு குழு, கண்களை அகல

விரித்துக்கொண்டு ஒவ்வொரு சொல்லையும் அசைவையும் விழுங்கிக்கொண்டிருந்தது. அஷோக்குமார் என்னை நிமிர்ந்து பார்த்தபோது அவ்வளவு பரபரப்பிலும் நான்காண்டுகளுக்கு முன்பு அவரையும் அவரது மனைவியையும் நான் திருவான்மியூர் கோயிலுக்கு அழைத்துப் போனது அவருக்கு நினைவிலிருந்தது தெரிந்தது. நான் இலேசாகப் புன்னகை புரிந்துவிட்டு வரவேற்புக் கவுண்ட்டரில் இருந்த உயரமான இளைஞனிடம் சென்று நான் வந்திருக்கும் காரணத்தைச் சொன்னேன். அவன் ஒரு பெண்ணிடம் தணிந்த குரலில் இதைச் சொல்ல, அவள் என்னிடம் ஏதோ ரகசியம் பேசவிருப்பது போல ஒரு பார்வை தந்தாள். "என்ன விஷயம்?" என்று கேட்டேன்.

அப்பெண் சிறிது பரிச்சயத்துடன், "நீங்கள் தானே சுந்தர ராஜ்? சென்னையிலிருந்து வந்தவர்?" என்று கேட்டாள்.

"ஆமாம், நான் ஜெயதேவியை இங்கு பத்து மணிக்குச் சந்திப்பதாக ஏற்பாடு."

"தெரியும், சார், சொன்னார்கள். சற்று இங்கே உட்காருங்கள். ஒரு ஐந்து பத்து நிமிடம் காத்திருக்க வேண்டியிருக்கும் என்று நினைக்கிறேன்."

"ஏன்? இல்லையா?"

"இன்று முதலமைச்சர் பிரத்யேக விருந்து தருகிறார். விருந்துக்குப் போய்வந்து விடுகிறேன் என்று சொன்னார்கள்."

"விருந்து என்றால் நேரமாகுமே? அப்போ நான் போகிறேன்."

"வேண்டாம் சார். உங்களைக் கட்டாயம் காத்திருக்கச் சொன்னார்கள். கட்டாயம் வந்துவிடுவேன் என்று சொன்னார் கள்."

அந்தப் பெரிய வரவேற்பு ஹாலிலேயே தனியாக ஓரிடம் கிடைக்குமா என்று பார்த்தேன். உட்கார இடங்கள் இருந்தன. ஆனால், நிறைய இளைஞர்கள் பரபரப்போடு ஒரு ரசிகர் குவியலிலிருந்து இன்னொரு குவியலுக்குப் போவதும் வருவது மாக இருந்தார்கள். உண்மையில் எங்கு நின்றாலும் உட்கார்ந் தாலும் யாராவது யாரையாவது இடித்து அல்லது இடறிக் கொள்வது தவிர்க்க முடியாதது போலிருந்தது. அந்த இடத்தில் அப்போதிருந்த கூட்டத்தின் பரபரப்பின் தன்மைக்கும் அந்த ஹால் ஜோடனை செய்யப்பட்டிருந்த தன்மைக்கும் ஒரு விதத்தில் பொருத்தமும் இன்னொரு விதத்தில் பொருத்தமேயில்லாமலும் இருந்தது. சுவரின் வண்ணமும் தூண்களின் வண்ணமும் அமைப்பும், தரையும் வண்ணமும் வழவழப்பும், அங்கு போடப்

பட்டிருந்த சோபாக்கள் மற்றும் டீபாய்களின் வண்ணமும் அமைப்பும், ஹால் உள்ளேயே வளர்க்கப்பட்ட அலங்காரச் செடிகளும் அவற்றின் பித்தளைத் தொட்டிகளும் உயரமான கூரையும் கூரையிலிருந்து தொங்கிய லஸ்தர் விளக்குகளும் சுவரிலோ தூண்களிலோ எங்கிருக்கிறது என்றே தெரியாதபடி அமைக்கப்பட்ட விளக்குகள் தந்த ஒளியும், பெண் பணியாளர் களின் சீருடைப் புடவையும் ஆண் பணியாளர்கள் அவர்கள் பதிவிக்கேற்றபடி அமைக்கப்பட்ட சீருடையும் எல்லாமே ஒவ்வொன்றும் பல மாதங்கள் சிந்தனையும் விவாதமும் ஏராள மான பணச் செலவுக்கும் பிறகு நிர்ணயிக்கப்பட்டு அமைக்கப் பட்டது. ஆனால், இவற்றில் ஏதும் அப்போது கூடியிருந்தவர் களில் ஒருவரின் கவனத்தைக்கூட இழுக்கப் போவதில்லை. ஒருவரும் இப்பொருள்கள் எதனுடனும் எந்த உறவும் கொள்ளப் போவதில்லை.

அவர்கள் அந்த நேரத்தில் அவர்களுடைய திரையுலக வாழ்கையின் மிக முக்கிய கட்டமாக அங்கு வந்திருந்த நட்சத்திர நடிகர்கள், சினிமாத் தயாரிப்பாளர்கள், அரசு அதிகாரிகள், அயல்நாட்டுத் திரைப்படப் பிரமுகர்கள் முதலியோரின் சிறு தயவாயினும் கிடைக்காதா என்ற உன்னிப்போடு அவர்கள் உடலும் உள்ளமும் முனைந்திருக்கையில் இந்தப் புற ஜோடனை யும் அழகும் அலங்காரமும் மனதைத் தொடப்போவதில்லை. ஆனால் அவ்வளவு ஜோடனையும் படாடோபமும் இருப்பதால் தான் அந்த இடத்தில் திரையுலகத் தாரகைகள் வந்திருக்கிறார் கள். இந்தப் பொருத்தமும் பொருத்தமின்மையும் திடீரென்று என்னுள் தாங்க முடியாத வலியை உண்டு பண்ணியது.

இங்கிருக்கும் ஒரு தூணுக்குச் செலவழித்திருக்கும் பணம் அன்று எங்களிடம் இருந்திருந்தால் தங்கை சீதாவின் கல்யாணம் நடந்திருக்கும், கையில் பணம் அதிகமில்லை என்ற உணர்வே சம்பந்தம் பேச நாங்கள் துணிந்த இடங்களின் இதர அம்சங் களை நிர்ணயித்தது. அந்த அம்சங்கள் தயக்கமும் பயமும் ஏற்படுத்துபவை. அதனால் இன்னும் அதிகச் சிக்கல் இன்னும் மனமுறிவு இன்னும் இழிவுபடுத்தும் சந்தர்ப்பங்களுக்கு உட்படுதல். கடைசியில் கல்யாணம் நடக்கவில்லை. கருமாதிதான் நடந்தது. கருமாதிகூட நடக்கவில்லை. மணமாகாத பெண்ணாக மரிப்பவர் களுக்குக் கருமாதி கிடையாது. பிண்டம் கிடையாது. ஒன்றும் கிடையாது. இங்கு நிற்கும் அத்தனை தூண்களும் அவ்வளவு பெண்களின் நினைவுச் சின்னங்களாகக் கொள்ளலாம்.

இவள் எப்போது வந்து, நான் எப்போது சம்பூர்ணாவுக்குத் திரும்பி, நான் எப்போது பேட்டிக் கட்டுரை எழுதி, நான் எப்போது கரம்சந்திடம் அதைத் தருவது? நான் அளவு மீறி

வாக்குறுதி கொடுத்துவிட்டேனா? அரைமணி போதும். ஐநூறு வார்த்தைகளில் ஒரு கட்டுரை எழுதி முடிக்க. தினசரி சினிமா அனுபந்தமாதலால் எவ்வளவு மோசமாக எழுதப்பட்டிருந்தாலும் பக்கத்தில் வண்ணத்தில் ஜெயதேவியின் முகம் தெரிந்தால் போதும், கட்டுரை பணி முடிந்துவிடும்.

வெங்கோஜிராவின் கார் டிரைவர் என்னிடம் வந்து இன்னும் எவ்வளவு நேரம் ஆகும் என்று கேட்டான். எப்படியும் அந்த இடத்தை விட்டுப் பதினொன்றரை மணிக்குக் கிளம்பிவிடலாம் என்று உறுதி கூறினேன்.

வரவேற்பு மேஜையின் உயரமான இளைஞன் பரபரப்போடு வந்தான். "என்னோடு வாருங்கள் சார்" என்றான்.

"வந்தாச்சா?" என்று கேட்டேன்.

"ஆமாம் சார், பேஸ்மெண்டிலேந்து நேரே லிப்ஃட்லே ரூமுக்குப் போயிட்டாங்க. அதனாலேதான் ரிசப்ஷனுக்கு வரலை"

பஞ்சாராவில் ஜெயதேவி தங்கியிருந்த பகுதி ஒரு விசேஷ 'ஸூட்'. ஒரு வரவேற்பு அறை, ஒரு ஸ்டடி, இரு படுக்கை அறைகள். இவற்றுடன் ஒரு தனி சமையலறையும் கொண்டது. ஒரு படுக்கை அறையில் ஜெயதேவி தனியாகச் சாய்ந்திருந்தாள். நான் அறையுள் நுழைந்து கதவு தானாக மூடிக் கொண்டவுடன் ஓடி வந்து என்னைக் கட்டிக் கொண்டாள்.

9

ஜெயதேவியின் அணைப்பு யுகமாக நீடித்தது. நான் விடுவித்துக் கொண்டபோது அவள் அழுதுகொண்டிருந்தாள். துக்கத்துக்கு ஆறுதல் சொல்லும் ஆற்றலை நான் இழந்திருந்தேன். அவள் அழுது முடியும்வரை சிலையாக நின்றுகொண்டிருந்தேன்.

சற்று நிதானம் திரும்பியவுடன் அங்கு டீபாய் மீதிருந்த அட்டைப் பெட்டியிலிருந்து ஒரு காகிதக் கைக்குட்டையை உருவினாள். அந்தக் கைக்குட்டையிலும் பஞ்ஜாரா ஹோட்டலின் சின்னமும் பெயரும் பளிச்சென்று அச்சிடப்பட்டிருந்தது. ஜெயதேவி அதை எடுத்து மூக்கை உறிஞ்சித் துடைத்துக் கொண்டவுடன் அது நைந்து போயிற்று.

ஈரம் முழுவதும் விலகாத கண்களோடு அவள் என்னை நோக்கிப் புன்னகை புரிந்தாள். "எப்படியிருக்கீங்க?" என்று கேட்டாள்.

கோபமுறும் ஆற்றலையும் நான் இழந்திருந்தேன் "நீ பாக்கிறபடிதான்" என்றேன்.

"வாழ்க்கை எவ்வளவு மாறிவிட்டது!"

"எதுதான் மாறலை?"

"உங்ககிட்ட மாற்றம் ஏதும் இல்லையே?"

"இல்லை, ரேகா. நிறைய மாறி இருக்கேன். நிறைய மாறி யிருக்கேன்."

"நானும் மாறிட்டேனில்லையா?"

நான் அவளை உற்றுப் பார்த்தேன். உண்மையில் நான் அப்போதுதான் அன்றைக்கு முதன்முதலாக அவளை உற்றுப் பார்த்தேன். ஏதேதோ புலப்படுவது போலிருந்தது. அதே நேரத்தில் தடித்த திரையும் நடுவில் விழுந்திருந்தது போலிருந்தது.

"நீ தான் சொல்ல வேண்டும்" என்றேன்.

"சீதா விஷயம் கேட்டப்போ துடிச்சுப் போயிட்டேன்."

"ஒரு விஷயம் தெரியுமா? அது நடந்தப்போ நான் துடிக்கலை. ஒரு பரபரப்புக்கூட இல்லை. நான்தான் சொன்னேனே, அவள் செத்த அடுத்த நாள்தான் அவளைப் பார்த்தேன் என்று. அன்னிக்கு நடக்க வேண்டிய காரியங்களை ஒரு தயக்கமும் குழப்பமும் இல்லாமல் செய்தேன். பார்க்கப் போனால் இப்போது அதிலெல்லாம் நான் அத்துப்படி. தற்கொலை நிகழ்ந்துட்டா அதன்பின் நடக்க வேண்டிய காரியங்களுக்கு நான் காண்ட்ராக்ட் கூட எடுக்கலாம்."

"இப்படிப் பேசறீங்களே?"

"பேச்சுத்தான், ரேகா. ஒரு வாரம், பத்துநாள் கூட நான் எப்போதும் போல இருந்தேன். ஆனால் அதற்குப் பிறகு ஒரு வலி ஆரம்பித்தது. வலிச்சுக் கொண்டேயிருக்கு. சில சமயங் களில் தாங்க முடியலை. இன்னிக்கு அரை மணி முன்னால் அப்படித்தான் இருந்தது. நானே தற்கொலை செய்துகொண்டு விடுவேனோ என்றுகூட நினைச்சேன்."

"நாம் சேர்ந்து தற்கொலை செய்து கொள்றதாத்தானே இருந்தோம்?"

ஜெயதேவி திடீரென்று முப்பது நாற்பது வயதுக்குரிய முதிர்ச்சி பெற்ற மாதாகத் தோன்றினாள். ஒவ்வொரு தற்கொலை முயற்சியும் பத்து வயது கூட்டிவிடும் போலும்.

எங்களைச் சுருங்க வைக்கும் குளிர் கொண்டிருந்த அந்த அறையில் அன்று இல்லாத, சாத்தியப்படாத நிலையைக் கற்பனையில் கல்மண்டபமாகச் செதுக்கிக் கொண்டு குளிர்,

காற்று, வெப்பம், மழை எல்லாவற்றிலும் நிலைத்து நிற்பதாக அமைக்க எனக்கு விருப்பமும் இல்லை. சக்தியும் இல்லை. "ரேகா, எனக்கு வேலை இருக்கிறது. இன்னும் அரை மணிக்குள் ஐநூறு சொற்கள் எழுதியாக வேண்டும். பழையது எல்லாம் முடிந்துவிட்டது. உன்னை ரேகா ரேகா என்று கூப்பிட்டுக் கொண்டிருக்கிறேனே தவிர நீ ரேகா இல்லை. நான் எப்போதோ செத்துப்போயாகி விட்டது. உனக்கு என்னால் ஏதோ ஆக வேண்டும் என்றாலோ நாம் ஒருவரையொருவர் பார்த்துச் சிரிக்க வேண்டும், எப்படி இருக்கீங்க என்று கேட்க வேண்டும், நல்லா இருக்கேங்க என்று பதில் சொல்ல வேண்டும். இப்போதோ பார்த்துவிட்டுப் பார்க்காதது போலப் போய்விடலாம். நீ அந்த மாதிரி செய்திருந்தால் நான் என் ஐநூறு வார்த்தைகளை இதற்குள் எழுதி முடித்துவிட்டு இருட்டில் தனியாக உட்கார்ந்து கொண்டிருப்பேன்."

சற்றே கோபமடைந்தது போல ஜெயதேவி நிமிர்ந்து கொண்டாள். உடனே கோபம் தளர்ந்து போய்த் தளர்ந்த குரலில் சொன்னாள், "நீங்க பாம்பே வந்துடுங்க."

"எதுக்கு?"

"என்கூட இருந்திடலாம். நீங்க இங்கே செய்யறதை அங்கே செய்யலாம். எல்லாத்துக்கும் மேலா நீங்க எங்கூடவே இருக்கலாம்."

"ஊஹூம்."

"ஏன்?"

"நா – உங்கூட இருக்கிறது முக்கியமாயிருந்தா நீ முன்னாலியே சொல்லியனுப்பிச்சிருக்க மாட்டியா?"

"நான் தேடினேங்க."

"நான் அப்படி ஒண்ணும் கிடைக்காத இடத்துக்குப் போயிடலை. இப்போ என்னைப் பாத்தவுடனே உனக்குத் தோணறது. நானும் நீ கூப்பிடறதுக்குச் சரின்னு சொல்லிக் கிளம்பிடலாம். ஒரு வேளை எல்லாம் சரியாயிருக்குமோ என்னவோ. ஆனா எனக்கு முடியாது, ரேகா. இப்ப இங்கே ஒரு வேலையை ஒத்துண்டு வந்திருக்கேன். அது முடிச்சதும் இங்கேயே எங்கேயாவது இருந்துடலாமான்னுகூட நினைக்கிறேன். பழைய மனுஷங்க யாருமே இல்லாத இடமா வேணும்னு பார்த்தேன். இப்போ இந்த ஃபெஸ்டிவல் முடிஞ்சப்புறம் எனக்குத் தெரிஞ்சவங்க இரண்டு மூணு பேருதான் இங்கே இருப்பாங்க. அதுவும் இந்த ஒரு நாளிலே தெரிஞ்சவங்க. ஒரு நாளிலே எவ்வளவு நடந்துடப் போறது? இதைவிடு. உன்னைப் பத்தி இரண்டு வார்த்தை சொல்லு. எப்படி இருக்கே?"

ஜெயதேவி சோர்ந்து நின்றாள். "எல்லாம் நீங்க பாக்கறபடி தான்" என்றாள்.

"அப்போ நீ பிரமாதமா இருக்கே. ரொம்ப உற்சாகமா இருக்கே. உன் கண்ணுலே எங்கேயும் எல்லாமே ஒரே வெற்றி தான். இப்ப கிஷன்சந்தர் கூடத்தானே இருக்கே?"

ஒருமுறை வெட்டுவது போலப் பார்த்தாள். "இதெல்லாம் நீங்க கேக்கணுமா?" என்றாள்.

"நாளைக்கு வர கட்டுரையிலே இது விஷயம் பத்தி ஒரு வார்த்தை இல்லேன்னா பத்திரிகையயே கொளுத்திடுவாங்க."

"அதுக்கு நீங்க என்னைக் கொளுத்தணுமா?"

"நீ ரொம்பத்தான் நடிக்கறே, ரேகா." பொங்கி வந்த அழுகையை அடக்கிக்கொண்டு ஜெயதேவி தலையைத் திருப்பிக் கொண்டாள்.

கதவைத் தட்டும் சத்தம் கேட்டது. ஜெயதேவியின் சம்மதத் துக்காகக் காத்திராமல் நான் திறந்தேன். ஜெயதேவியின் உதவி யாளராக வந்திருந்த பெண். "மானேஜர் ஒரு கையெழுத்து வாங்கி வரச் சொன்னார்" என்று தெலுங்கில் சொன்னாள்.

"என்ன?"

"ரிஜிஸ்டர்லே கெஸ்ட் கையெழுத்து."

"நான் எப்பவும் போட்டது கிடையாது. நீ போட்டு விடு."

"அப்படித்தான் சொன்னேன். ஆனால் அவர் திரும்பத் திரும்ப நீங்கதான் போடணும்னு சொல்றார்."

ஜெயதேவியின் கண்கள் கோபத்தில் சிவந்தன. 'நாளைக்கு அவன் வேலையிலே இருக்க மாட்டான்' என்றாள். "என்னைக் காலை வரை யாரும் தொந்தரவு பண்ணவேண்டாம்னு சொன்னேனே, உனக்குப் புத்தியில்லே?"

"இல்லை மாடம். நான் மிஸஸ் ரங்கநாயகி, எம்.கே. ரெய்னா, சத்யநாராயணராவ் எல்லாரையும் டிரை பண்ணிப் பார்த்தேன். ஒருத்தரும் கிடைக்கலை."

"ஸ்டுபிட்! கெட் அவுட்!"

ஜெயதேவி என் பக்கம் திரும்பினாள். மிகவும் அபத்தமான காரணத்துக்காக நிஜமாகவே கோபம் கொள்ள வேண்டிய சூழ்நிலை. அந்த அறையில் எங்களுக்கிடையே இருந்த சூழ்நிலையையும் பாதித்திருந்தது. இனியும் அவள் பழைய நினைவுகளை வைத்துக்கொண்டு உருகிக்கொண்டிருக்க முடியாது.

"ரேகா, சில சமயங்களிலே விரிசல் வரும். விரிசலைச் சரி பண்ணிடலாம். துண்டாகும். உடனே ஏதாவது பண்ணி அதைக்கூடச் சரி பண்ணிவிடலாம். ஆனா நம்ம விஷயத்திலே துண்டாகி, தூள் தூளாகி எல்லாம் காத்திலே பறந்தாச்சு. வேலையே பண்ணாம கொஞ்ச நாள் குடிச்சுட்டு குடிச்சுட்டுத் தூங்கறதுக்கு நான் பம்பாய் வந்துடலாம். எனக்கும் பல சமயங்களிலே ஒண்ணுமே பண்ணத் தோணாம இருக்கு. அப்பல்லாம் இப்படி யாராவது நம்பளைப் பொட்டலம் கட்டித் தூக்கிண்டுபோய் ஒரு கூண்டிலே போட்டாவது தூங்கவிடமாட்டாளான்னு நினைக்கிறது உண்டு. நாம் இரண்டு பேரும் சேர்ந்து செத்துடலாம்னு நினைச்சோம். ஆனா எவ்வளவு பைத்தியக்காரத்தனம்! ஒழுங்கா விஷம் தின்னோ, தூக்குப் போட்டுண்டோ சாகக் கூடாது? ஒண்ணுமில்லே, ரயில் முன்னாடியாவது விழலாமே? இதெல்லாம் விட்டுட்டு பீச்சிலே போய் சாகலான்னு போனோம். போலீஸ்காரன் வந்து பிடிச்சு இழுத்துண்டு போயிட்டான். கையிலே இருபது ரூபா இல்லே. அவன் இம்மாரல் டிராஃபிக் கேஸ்லே மாட்டிவிட்டு மானத்தை வாங்கினான். நான் அதுக்காக இன்னொரு தரம் தற்கொலை பண்ணிண்டிருக்கணும். உன்னை முதல் முதல்லே முப்பாத்தம்மா கோயில்லே பாத்தேன். அப்ப நீ பாவாடை தாவணி போட்டுண் டிருந்தே. அப்பவும் அழுதே. எவ்வளவு துக்கம் இந்தச் சின்னப் பொண்ணுக்குன்னு நான் உன்னையே பாத்துண்டு நின்னேன். உன்னை பாத்தவுடனேயே நீ சினிமாப் பொண்ணுன்னு தெரியும். சினிமாலே அழறதுக்கு என்ன குறைச்சல்? இனிமே நீ அழ வேண்டாம். மத்தவங்களை அழப் பண்ணலாம். நான் அழப் பாக்கறேன். ஆனா முடியலே என்னாலே. அழ முடியறப்போ நான் உடனே உங்கிட்டே வந்துடறேன், அதுவரைக்கும் நாம வேறே வேறேதான்."

நான் அறை வெளியே வந்தேன். அங்கே அந்த உதவியாளப் பெண் அழுதுகொண்டிருந்தாள்.

10

நுங்கம்பாக்கத்திலிருந்து மாமா இரு தினங்கள் முன்னரே அவருடைய சைக்கிளில் வீட்டுக்கு வந்து அம்மாவிடம் சொல்லி விட்டுப் போயிருந்தார். இந்த வரன் முதலில் சற்று அதிகமாகவே பிடுங்குவது போல் தோன்றினாலும் மிக நல்ல குடும்பம். அந்த வீட்டுக்குப் போன எந்தப் பெண்ணும் கண்ணைக் கசக்கிக் கொண்டு நிற்கவில்லை. கல்யாணம் பண்ணிக் கொடுத்து விட்டால்போதும். அதன் பிறகு பெண்ணை அவர்கள் பெண்ணாகவே நினைப்பார்கள். பிரசவத்துக்குப் பிறந்த

வீட்டுக்கு அழைத்துப் போனால் கூடச் சாப்பாட்டுச் செலவு, வைத்தியச் செலவு என்று கணக்குப் பண்ணி முன்கூட்டியே பெண்ணின் வீட்டாரிடம் கொடுத்து விடுவார்கள். கொஞ்சம் ஆசாரமான குடும்பம். காலையில் பெண் பார்க்க வருகிறார்கள். ஆதலால் டிபன் ஏதும் வேண்டியதில்லை, காபி கொடுத்தால் போதும். ஆனால் அவர்கள் அருவருப்புப் படும்படி அனாசார மாக ஏதும் நடக்காதபடி பார்த்துக்கொள்ள வேண்டும்.

அப்போது நான் விளம்பர அதிகாரிக்கு உதவியாளனுக்கு உதவியாளனாக இருந்தேன். என்னுடைய விசேஷப் பொறுப்பு 'ஹோர்டிங்' எனப்படும் வெட்ட வெளி விளம்பரப் படுதாக்கள். முக்கியமான ஓரிரண்டை நாங்களே பெயிண்ட்டர்கள் வைத்துத் தயாரிப்போம். அவை தவிர வேறு தேவைப்படுவதற்கு காண்ட்ராக்ட்காரர்களிடம் கொடுத்துவிடுவோம். பொதுவாக இந்த ஹோர்டிங்குகள் செய்பவர்களுக்கு அவர்களுடைய சிறு உலகத்தைத் தவிர வேறெங்கும் மதிப்போ அடையாளமோ கிடையாது. வெளியே நிறையப் பேருக்கு 'ஹோர்டிங்' என்றாலே ஏதோ பிளாக் மார்க்கெட் ஆள் என்று வைத்து விடுவார்கள். இந்தப் பெயிண்டர்கள் பெரிய பெரிய முகங்களையும், கண்களை யும், உதடுகளையும், இடுப்புகளையும், மார்புக் கச்சைகளையும் சிறு சிறு புகைப்படங்களை வைத்து காடாத் துணிப்படுதாவில் வரைவார்கள். இப்படங்களை அருகிலிருந்து பார்த்தால் அருவருப்பாகவும் பயமாகவும்கூட இருக்கும்.

இதே படுதாக்களை இருபது அடி உயரத்தில் தூக்கி வைத்தால் கண் இமைகள் அப்படியே வெளியே நீட்டியிருப்பது போல இருக்கும். நடன நடிகையின் மார்பகம் முப்பரிமாணப் படம் போலத் தெரியும். சகாதேவன், தாஸ், கோலப்பன், டில்லி என்று எனக்குத் தெரிந்த இந்த பெயிண்டர்கள் அநேகமாக ஒரே மாதிரித் தமிழ் பேசுவார்கள். இவர்கள் வீட்டுப் பெரியவர் கள் அல்லது சகோதரர்கள் பெயரை வைத்து இவர்கள் என்ன மதம் என்ற சந்தேகம் வரும். சகாதேவனுக்கு அந்தோணி என்பவன் தாய்மாமன் உறவு. மஹிமதாஸான் தாஸுக்குச் சிங்காரம் கந்தசாமி என்ற சகோதர்கள். டில்லிக்கு அப்படி ஏன் பெயர் வைத்தார்கள் என்று நான் அவனையே கேட்டிருக் கிறேன். அவன் அது டில்லி இல்லை. டில்லி பாபு என்பான். ஏன் டில்லிபாபு?

"அது பேருங்க; ராமன், கந்தன், கோவிந்தன் மாதிரி அதுவும் பேருங்க."

"டில்லி ஊரு பேரு இல்லே?"

“ஆமாங்க, மதுரை கூடத்தான் ஊரு பேரு. சிதம்பரம் கூடத்தான் ஊரு. எல்லாம் பேரு வைச்சுக்கிறாங்களே இல்லையா?” அவன் சொல்வதிலிருந்து நியாயத்தை மூளை ஏற்றுக்கொண்டாலும் மனது இன்னமும் சிரமப்பட்டது. டில்லி, டில்லிபாபு, மதுரை, சிதம்பரம், பம்பாய், கல்கத்தா, மதறாஸ்.

சீதாவை அன்று பெண் பார்க்க வர இருந்தவர்கள் சிதம்பரம் தான். சிதம்பரம் அருகில் ஒரு கிராமம். பையன் விவேகானந்தா கல்லூரியில் உதவி விரிவுரையாளன். குடுமி வைத்துக்கொள்ள வில்லையே தவிர மிகவும் கட்டுப்பாடாக இருப்பான் என்று மாமா சொல்லியிருந்தார். “விவேகானந்தர் போலவே இருக்காம்ப்பா” என்றார். இந்த விவேகானந்தர்களில் ஒரு சங்கடம். திருமணம் போன்ற அற்ப விஷயங்கள் அவர்களுடைய பெற்றோர் பொறுப்புக்கு விட்டுவிடப்படும். எழுத என்ன பேனா வாங்க வேண்டும், எங்கு கரை போட்ட கதர்வேஷ்டி வாங்க வேண்டும். எந்தத் தையற்காரனிடம் ஜிப்பா தைக்கக் கொடுக்க வேண்டும் போன்ற முக்கிய விஷயங்கள் உதவி விரிவுரையாளர் நேரடியாக அவரே தீர்மானம் செய்வார். பெண் பார்க்க அவர் வரவில்லை. அவருடைய அப்பா அம்மாவுடன் சென்னையிலிருந்து ஒரு அத்தையும் அத்தையின் மருமகளும் நான்கு பேராக வந்தார்கள். இவர்கள் பரவாயில்லை என்று அபிப்ராயப்பட்டால் உதவி விரிவுரையாளர் ஒருநாள் மாலை கல்லூரி முடிந்த பிறகு வந்து பார்த்துவிட்டுப் போவார். ஆனால், அவரைப்பற்றி ஒரு சந்தேகமும் கொள்ள வேண்டாம் என்று மாமா மட்டும் சொல்லவில்லை. ராமகிருஷ்ணா ஸ்கூல் காரர் ஒருவரும் சொன்னார். ஆதலால் இடம் நல்ல இடம் என்பதில் தயக்கமே கொள்ளத் தேவையில்லை.

காலை எட்டு மணிக்கு அவர்கள் வந்ததிலிருந்து முதல் அரை மணி நேரம் நல்லபடியாகவே இருந்தது. மாமாதான் எல்லா விசாரிப்புகளையும் சந்தித்துப் பதில் சொல்லிக்கொண் டிருந்தார். ஆனால் சம்பந்தம் என்று பேச வந்தவர்கள் பெண்ணுடன் பிறந்தவர்கள் யார், யார்? என்ன செய்கிறார்கள் என்று கேட்காமல் இருக்க முடியுமா? மாமா என்னைப் பற்றிச்சொல்லத் தடுமாறினார். சினிமா விளம்பரம் வேறு, சினிமா தயாரிப்பு போன்றவை வேறு என்று அவர்களுக்குப் புரிய வைக்க முடியவில்லை. நான் சில புகைப்படங்களைக் கொண்டு வந்து காண்பித்து என் வேலை வெறும் இந்த நிழல்களுடன் தான், அசலுடன் அல்ல என்று சொன்னேன். பையனின் அப்பா பழங்கால நாடக நடிகையர் சினிமாவுக்கு வந்தது பற்றிப் பேசினார். மல்லியம் ராஜகோபால் அவருக்கு உறவு என்றார். அப்படியா என்றேன். அவர் கிராமத்துக்கு

வந்துகூட ராஜகோபால் ஷுட்டிங்கோ ஏதோ நடத்தினதாகச் சொன்னார். அப்படியா என்றேன். இன்னும் ஒருவர் பெயரையும் சொன்னார். கல்யாணப் பேச்சு போய் ஒரே சினிமாப் பேச்சாக மாறிற்று. சினிமாக்காரர்கள் ஒழுக்கம் கெட்டவர்கள் என்பது மட்டுமல்ல, ஒரு பண்பு, மட்டு மரியாதை ஏதுமே இல்லாதவர் கள். அல்லது இருந்தாலும் அதை வேண்டுமென்றே உதறித் தள்ளிவிடுபவர்கள் என்று அபிப்பிராயம் வைத்திருந்தார்.

ஒரு நிகழ்ச்சி சொன்னார். அவர் கிராமத்தில் சினிமாக் காரர்கள் வந்தபோது அவர் வீட்டிலிருந்து ஒரு நாளைக்கு யாருக்கோ பத்தியச் சாப்பாடாக வேண்டும் என்று மிளகுக் குழம்பும் புடலங்காய்க் கூட்டும் இருமுறை வேக வைத்த சாதமுமாக ஒரு டிபன் காரியரில் வாங்கிப் போனார்கள். டிபன் காரியர் அந்த நாளையப் பித்தளை டிபன் காரியர். பளபளவென்று பொன்னாக மின்னும். போன டிபன் காரியர் நான்கு நாட்களாகியும் திரும்பி வரவில்லை. ஆள் விட்டுச் சொல்லியனுப்பித்தது. அதன் பிறகு டிபன் காரியர் திரும்பி வந்தது சேற்றில் முக்கி எடுத்தது போல. வரிசையான டிபன் பாத்திரங்களை மூடிப் பக்கத்துப் பட்டை போட்ட பின் எல்லாவற்றையும் கெட்டியாகப் பிடித்துக்கொள்ள நீண்ட காம்பு கொண்ட ஸ்பூன் ஒன்றைப் பொருத்தியிருக்கும். அந்த ஸ்பூன் காணோம். அதற்குப் பதிலாக சணல் கயிற்றைக் கட்டி யிருந்தது. நான்கு நாட்களாக டிபன் காரியரைக் கழுவவே யில்லை. கழுவாததோடு மட்டுமல்லாமல் அதை வேறு எதெல்லாமோ வாங்குவதற்குப் பயன்படுத்தியிருக்கிறார்கள். ஒவ்வொரு பாத்திரத்திலும் சாப்பாட்டுப் பொருள்கள் ஊசிப் போய் சகிக்க முடியாதபடி நாறிக்கொண்டிருந்தன. கடைசித் தட்டும் அப்படித்தான். அது மட்டுமல்ல அதில் இரு எலும்புத் துண்டுகளும் இருந்தன. டிபன் காரியரை அப்படியே நடுத் தெருவில் தூக்கி எறிய வேண்டியிருந்தது. சினிமாக்காரனுக்குப் பச்சைத் தண்ணிகூடக் கொடுக்கக்கூடாது.

"நீங்க உங்க உறவுக்காரர், அதுதான் சாப்பாடு வாங்கிப் போனவர், அவரைக் கேக்கக் கூடாதோ?"

"எல்லாம் அந்தக் கிரகசாரத்தையும் அனுபவிச்சாச்சு. ஆத்திரம் தீர பேசிட்டு வரணும்னு கார்த்தாலே போனேன். எவனையும் காணோம். சாயங்காலம் போனேன். அப்பவும் காணோம். வீட்டுக்கு வந்து போகச் சொல்லிச் சொல்லிட்டு வந்தேன். ஒண்ணுமே தெரியாதவன் போல வந்தான். நன்னாக் குடிச்சுட்டு வந்தான். 'வரச் சொன்னேளாமே, மாமா? என்ன விஷயம்? நீங்களும் ஒரு நாள் ஷுட்டிங் வந்து பாருங்களேன்

மாமா. நான் வேணா வண்டி அனுப்பிச்சு எல்லாரையும் அழைச்சுண்டு போறேன்'னு சொன்னான். எனக்கு அவனோட பேசவே பிடிக்கலை. இடற சாபத்தை நான் வாயைத் திறக்காம இட்டுட்டேன்."

"எல்லாச் சினிமாக்காராளும் அப்படிக் கிடையாது. அவுட்டோர் ஷூட்டிங்குலெ தண்ணி வசதி, பாத்திரம் கழுவற வசதி இருக்காது . . ."

"கொல்லைக்குப் போனா குண்டி கழுவாமத்தான் போவாங் களா?" அவர் கத்தியது கேட்டு எல்லாரும் திடுக்கிட்டார்கள். சீதாவும் என் அம்மாவும் அவருடன் வந்த பெண்மணிகளும் அதிர்ந்து போய் எழுந்து நின்றார்கள். என் மாமா கண்களில் நெருப்புத் தெரிய என்னைப் பார்த்தார். நான் எழுந்து வெளியே போனேன். எங்கள் ஹோர்டிங்காரர்கள் போர்டு பெயிண்ட் செய்யும்போது வண்ணக் கறைகள் பட்ட பனியன் – நிக்கருட னும் முகம் கைகள் எல்லாம் மஞ்சள், கறுப்பு, சிவப்பாக இருந்தாலும் மற்ற சமயங்களில் மிகவும் சுத்தமாக இருப்பார்கள். சகாதேவனுடைய சைக்கிள் பதினைந்து வருடம் பழையது. ஆனால் ஒவ்வொரு பாகமும் சுத்தமாகவும் வழவழப்பாகவும் பளபளவெனவும் இருக்கும். அவனுடைய சீப்பு, கைக்குட்டை எல்லாமே அவ்வளவு சுத்தமாக இருக்கும். எங்கள் பெயிண்டிங் ஷெட்டில் குடி தண்ணீர்ப் பானையும் கண்ணாடித் தம்ளர் களும் அப்பழுக்கில்லாமல் இருக்கும். இதெல்லாம் அந்தச் சிதம்பரக்காரர்களிடம் எப்படிச் சொல்வது? நான் சொன்னால் நம்பப் போகிறாரா? அவருடைய பித்தளை டிபன் காரியரில் அவர் கண்ட நான்கு நாட்கள் அழுகிய உணவு எச்சமும் கோழி எலும்புகளும் அவருடைய நினைவிலிருந்து விலக முடியுமா? அவர் வரையில் அந்த எலும்புத் துண்டுகளைச் சப்பிப் போட்டவன் நானாகவும் இருக்கக்கூடும் அல்லவா?

விவேகானந்தர் கல்லூரி உதவி விரிவுரையாளரை மாப்பிள்ளையாகப் பெறும் நல்வாய்ப்பு எங்களுக்குக் கிடைக்க வில்லை.

11

மிகவும் அமைதியாக இருந்தவள் சீதாதான். அந்த உதவி விரிவுரையாளர் பற்றி அவளுடைய கல்லூரித் தோழி சுபத்திரா விடம் விசாரித்திருக்கிறார்கள். சுபத்திராவின் அப்பா கல்லூரி அலுவலகத்தில் பணிபுரிபவர். அடுத்த நாள் சுபத்திரா அரை மணிநேரம் பேசப் போதுமான தகவல் கொண்டுவந்தாள். அந்த உதவி விரிவுவரையாளர் தங்கமானவர், எப்போதுமே

சிரித்த முகம், பிரசிடெண்ட் மகாராஜுக்கு மிகவும் பிரிய மானவர். ஒரு விரோதி கிடையாது. அவரைக் கணவனாக அடைய ஒரு பெண் கொடுத்து வைத்திருக்க வேண்டும்.

மாமா யாரிடமும் சொல்லிக்கொள்ளாமல் போனவர் மறுபடியும் வரவே இல்லை. அம்மா நினைத்து நினைத்து அழுதாள். வாய் திறந்து என்னைப் பற்றி ஒரு சொல் சொல்ல வில்லை. ஆனால், என்னால்தான் இந்த வரன் தட்டி விட்டது என்று அவள் குமுறியதை அவளுடைய கண்களில் நான் தெரிந்துகொள்ள முடிந்தது. சுபத்திரா எங்கள் வீட்டுக்கு வந்த போது சீதா அவளுடைய அலுவலகத்துக்குக் கிளம்பிப் போய் விட்டாள். சுபத்திராவுக்கு நடந்த விவரம் ஒன்றும் தெரியாது. "நேத்திக்கு சீதாவைப் பெண் பார்க்க வந்தாளே, அவாளை எங்கப்பாவுக்கு நன்னாத் தெரியும்" என்றாள், அதைத் தொடர்ந்து பேசியபோதுதான் சீதாவே இந்த வரன் விஷயத்தில் வழக்கத் துக்குச் சற்று அதிகமாகவே அக்கறை எடுத்துக்கொண்ட விஷயம் தெரிந்தது. அம்மா சுபத்திரா வீட்டுக்குப் போய் அவளுடைய அப்பாவைச் சந்தித்துவிட்டு வந்தாள். அவர் அந்த உதவி விரிவுரை யாளரிடம் பேசுவதாகச் சொன்னார்.

அவர் பேசி வந்த பின் சுபத்திராவிடம் சொல்லியனுப்பி னார். இப்போது சீதா வீட்டில் இருந்தாள். ஆனால் அவள் விசேஷமாக உற்சாகமடையவில்லை. சில தருணங்களில் பெண் களுக்கு அவர்கள் தலைவிதியை நிர்ணயிக்கும் முடிவுகள் முடிவெடுக்கப்படும் முன்பே தெரிந்துவிடும் போலிருக்கிறது. உதவி விரிவுரையாளருக்கு இன்னும் அவருடைய அப்பா அம்மாவிடமிருந்து தகவல் வரவில்லை. அவர் வந்து பெண் பார்க்க வேண்டியதேயில்லை. அப்பா அம்மா சொன்னால் போதும். பெண் பார்த்து வந்த மாலையே அவர்கள் சிதம்பரத் துக்குக் கிளம்பிப் போய்விட்டார்கள். அவர்கள் அவரிடம் ஒன்றும் சொல்லிப் போகவில்லை.

நான் மாமாவைப் போய்ப் பார்த்தேன். "அவாகிட்டேந்து தகவல் வரட்டும்" என்றார்.

"அவா சீதாவைப் பார்த்துட்டுப் போய் ஆறு நாளாறதே?" என்று நான் சொன்னேன்.

மாமா கோபம் பொத்துக்கொண்டு "அவா சம்மதம்னு சொல்லுவான்னு எப்படிடா உங்களுக்குத் தோணறது!" என்றார்.

"ஏன் மாமா ..?"

"நீ கொஞ்ச நாள் வேறெங்காவது போயிருக்கணும். இல்லேன்னா உன் வேலையை மாத்திக்கணும் ..."

"நீங்க கடிதம் போட முடியலேன்னா நான் எழுதட்டுமா?"

"அவாளுக்கு எழுதாதே. சுவத்திலே குச்சுக்காரி பொம்மை எழுது . . ."

நான் திரும்பி வந்துவிட்டேன். அம்மாவிடம் விஷயத்தைச் சொல்லவில்லை.

சீதா தலைவாரிப் பின்னிக் கொண்டபின் உதிர்ந்த மயிரை ஒரு உருண்டை செய்து ஜன்னல் வழியாக எறிந்தாள். அது ஜன்னல் கம்பி மீது மோதி வீட்டினுள்ளேயே விழுந்துவிட்டதை அவள் கவனிக்கவில்லை. நான் அதை எடுத்து வெளியே போடப் போனேன். அந்த உருண்டையில் ஒரு வெள்ளை மயிர் இருந்தது. நாங்கள் விளம்பரப் போர்டுகள் எழுதும் போது 'ஹைலைட்' செய்வதற்கென்று ஓரிரு இடங்களில் வெள்ளைக் கீறல்களைப் பெண்ணின் முகத்திலும் தலைமயிர்ப் பகுதிகளிலும் போடுவோம். சீதாவுக்கு இயற்கையே ஹைலைட் செய்துவிட்டது.

கஸ்தூரி ரங்க ஐயங்கார் சாலையில் புதிது புதிதாகப் பங்களாக்கள் கிளம்பிக்கொண்டிருந்தன. என் விளம்பர அதிகாரி யின் வீட்டுக்குப் போக அந்தச் சாலையில்தான் போக வேண்டும். அவர் இருந்த தெருவுக்கும் இன்னொரு பெரிய சாலைக்கும் ஒரே பெயர். அவர் திரும்பத் திரும்பச் சொல்வார், "மொபரேஸ் ரோட்னா ரோட்டுலே போய் தேடாதே." என்னை விட ஐந்தாறு வயதுதான் கூடுதலாக இருக்கும். ஆனால் எனக்கு அவரை ஐம்பது வயதுக்காரரர் போலத்தான் எண்ணத் தோன்றியது. அவருடைய வழுக்கைத் தலையினால் இருக்கலாம். பஞ்சகச்சம் வேஷ்டியே அவர் கட்டிக்கொள்வதால் இருக்கலாம், பஞ்சகச்சம் வேஷ்டி கதர்த்துணியாக இருந்துவிட்டால் இடுப்புக்குக் கீழே ஏதோ பலூன் நகர்ந்து வருவதுபோல் இருக்கும். சினிமாக் கம்பெனியின் விளம்பர அதிகாரி எப்போதும் கதர்த்துணியில் பஞ்சகச்சம் – ஜிப்பா; வெற்றிலைப் பாக்குப் புகையிலை தவிர வேறு எந்தச் சபலமும் கிடையாது. நண்பர்கள் எல்லாரும் பத்திரிகை எழுத்தாள ஜாம்பவான்கள் அல்லது பழம்பெரும் தியாகிகள். இவரைப் பற்றியும் என் மாமாவிடமும் அதை விட முக்கியமாக அந்தச் சிதம்பரக்காரர்களிடமும் சொல்ல முடியாது. இந்தப் பைத்தியம் சினிமாவில் என்ன செய்துகொண் டிருக்கிறது என்றுதான் நினைப்பார்கள். அவர்கள் மனது மாறப் போவதில்லை.

நான் அன்று வேலைக்குப் போகாமல் சாலை சாலையாக, நிழலாக உள்ள ஓரமாக நடந்துகொண்டேயிருந்தேன். நான் அன்று மேற்பார்வை பார்க்க வேண்டிய விளம்பரப் பலகையில்

கதாநாயகன் கதாநாயகியை இடதுகையால் அணைத்தபடி கத்திச் சண்டை போட்டுக் கொண்டிருந்தான். அவனுடைய கத்தி படத்துக்கு வெளியே நீட்டிக் கொண்டிருக்கிறபடி டிசைன் செய்திருந்தோம். கத்தி விறைப்பாக நீட்டிக்கொண்டிருக்க, விளம்பரத்துணிக்குப் பின்னால் கத்தி வரும் இடத்தில் வலுவான தோர் குறுக்குக் கட்டை கொடுத்து அதில் அந்தக் கத்தியைப் பொருத்த வேண்டும். கதாநாயகனின் கை கதாநாயகியை அணைத்திருந்த இடம் அவ்வளவு மரியாதைக்குரியது இல்லை என்று ஒரு அபிப்ராயம் சொல்லப்பட்டது. சினிமாவில் அந்தக் கை இன்னமும் அபாயகரமான இடங்களுக்குச் செல்லும். ஆனால் நானும் என் விளம்பர அதிகாரியும் கையை இடுப்பில் பொருத்தியிருக்க முடிவு செய்தோம். அந்த வேலை இன்று நடந்துகொண்டிருக்கும். நான் நேரில் இருந்து இதெல்லாம் சரியானபடி வரையப்படுகின்றதாவென்று கண்காணிக்க வேண்டும். இதைச் செய்யாமல் நான் பார்வையிழந்த காக்கை போல எங்கெங்கோ குறுக்கும் நெடுக்குமாக நடந்துகொண்டிருந் தேன். எனக்கும் வேறு வேலைகள் எப்போதோ வந்தன. ஒருவர் என்னை ரிசர்வ் பாங்கில் சேர்த்து விட்டுத்தான் மறுகாரியம் என்றுகூட முனைந்தார். அப்படிப்பட்டவர் மாலை ஐந்து மணிக்கெல்லாம் ஏழெட்டு நண்பர்களோடும் சக – ரிசர்வ் பாங்க் ஊழியர்களோடும் சீட்டு விளையாடத் தொடங்குவார். சீட்டாட்டம் பதினொன்று பன்னிரண்டு மணிவரைகூட நடக்கும். அந்த வீடெல்லாம் சிகரெட் புகை சூழ்ந்து மார்கழி மாதக் காலைப் பொழுது போல இருக்கும். வீட்டுக் காரியங்கள் என்ன நடக்கிறது? மனைவி குழந்தைகள் எப்படிச் சமாளிக் கிறார்கள் என்பதெல்லாம் அவர் சிந்தையில் வராத விஷயங்கள். நான் என் விண்ணப்பத்தை எழுதிக்கொண்டு அவர் வீட்டுக்குப் போன மாலையன்று சீட்டுக் கச்சேரி நடந்துகொண்டிருந்தது.

அவர் என்னை உட்காரச் சொல்லிவிட்டு மேற்கொண்டு ஆடிக் கொண்டிருந்தார். அங்கு சீட்டுக் கட்டைக் குலுக்கிப் போட்டபின் கையில் எடுக்கும் சீட்டில் இரு கண்களையும் நிலை நிறுத்தி உட்கார்ந்து கொண்டிருந்த இதர ஏழெட்டுப் பேருக்கும், அந்த வீட்டில் வேறு மனிதர்களும் இருக்கக்கூடும் என்ற பிரக்ஞையே இல்லாமல் போயிருந்தது. அந்த அம்மாள் ஒரு சிறுவனை அடுத்த அறை ஜன்னல் வழியாகக் கூப்பிட்டதை நான் கவனித்தேன். அவனிடம் ஒரு சிறு பாத்திரத்தையும் சிறிது சில்லறையையும் கொடுத்தாள். பாலுக்காக இருக்கலாம். எண்ணெய்க்காக இருக்கலாம். தாளிக்கக் கடுகுக்காக இருக்கலாம். முன் அறையில் புகை மண்டலத்துக்கு நடுவில் உட்கார்ந்த ஏழெட்டு பேரைத் தாண்டி அவள் வெளியே வர முடியாது.

உள்ளே ஒரு குழந்தை பலகீனமாக அழுதது கேட்டது. அந்தக் குழந்தைக்காகத்தான் ஏதோ வாங்கி வர யாரோ தெருவில் போகும் பையனைக் கூப்பிட்டுப் பாத்திரத்தையும் பணத்தையும் ஒப்படைத்திருக்கிறாள்.

அவன் சரியான பொருள் வாங்கி வருவானா? அவன் திரும்பித்தான் வருவானா? அந்தக் குழந்தை அழுது அழுது செத்தே போய்விட்டால்? நான் என் விண்ணப்பத்தை அங்கே ஒரு மேஜை மீது வைத்துவிட்டு வெளியே வந்துவிட்டேன். அதன் பிறகு அவரிடம் போகவில்லை. அவர் என் விண்ணப் பத்தை நிச்சயம் உரிய இடத்தில் சேர்ப்பித்திருக்க வேண்டும். ஆனால் அவரிடம் போனால்தானே தகவல் கிடைக்கும்? என் விளம்பர அதிகாரியின் சேவகமே போதும் என்றிருந்து விட்டேன். நான் அந்த ரிசர்வ் பாங்க்காரரை மீண்டும் பார்த்து நானும் ரிசர்வ் பாங்க்கில் வேலைக்குச் சேர்ந்திருந்தால் நானும் அவருடன் அவர் வீட்டில் இன்று சீட்டாடிக் கொண்டிருக்க முடியும். எப்படியும் சீதாவுக்குக் கல்யாணம் முடிவாகாது.

நான் மாம்பலம் பகுதிக்கு வந்திருப்பதை உணர்ந்தேன். என் கால்கள் என்னை என் வீட்டிலிருந்து பல மைல்கள் தள்ளியிருக்கும் ஒரு குடியிருப்புக்குக் கொண்டு சேர்த்திருக் கின்றன. சாரதா வித்யாலயா. இதற்கும் விவேகானந்தரோடு சம்பந்த முண்டு. விவேகானந்தரின் குரு பத்தினி சாரதாமணி யல்லவா? குருவும் போய் சிஷ்யரும் போய் மேலும் பதினெட்டு ஆண்டுகள் அவர்கள் இருந்திருக்கிறார்கள். வங்காளப் பிரதேசமே மூக்குக் கண்ணாடிக்கும் விதவைகளுக்கும் பெயர் போன தல்லவா? அங்கு கல்யாணம், பெண்களுக்கு விதவைக் கோலத்தில் தான் முடியும்.

அந்தத் தெருவில் திடீரென்று ஒரு வித்தியாசமான வீடு. வீடல்ல. அது ஒரு கோயில். முப்பாத்தம்மன் கோயில். அம்மன் எனக்கு என்ன சொல்லுவாள்? நான் உள்ளே போனேன். சன்னதி எதிரில் கண் பட்டு விடும் போன்ற அழகுடைய ஒரு பெண் பாவாடை தாவணி அணிந்துகொண்டு நின்றிருந்தாள். அவள் யாரென்று தெரியாது. அவள் முகமும் உடலும் பாவாடை தாவணியும் எனக்கு அவளைக் காட்டிக் கொடுத்துவிட்டன. அவள் ஒரு சினிமாப் பெண். பத்துப் பெண்களில் ஒருத்தியாக வருபவளாக இருக்கும். அந்த நாளில் ராணிக்குத் தட்டு எடுத்து வருபவள் என்பார்கள். தட்டு எடுத்து எடுத்துப் பின் ராணியாக வேண்டும். அல்லது ஆயுள் முழுதும் தட்டு எடுத்து வருபவளாக வாழ்ந்து செத்துப் போக வேண்டும்.

இந்தப் பெண்ணுக்குக் கோயிலில் என்ன கோரிக்கை இருக்கும்? நல்ல சான்ஸ் கொடு தெய்வமே, நல்ல சான்ஸ் கொடு! ஆனால் அவளைப் பார்த்தால் சான்ஸ் கோரி நிற்பவளாக தெரியவில்லை. நான் அவள் எதிரில் நிற்பதையும் பொருட் படுத்தாமல் அவள் விம்மி விம்மி அழுதுகொண்டிருந்தாள். இப்படி அழுபவளைத் தேற்ற அங்கு யாரும் இல்லை. கோயிலுக்கு வந்ததே தனியாக அழுது துக்கத்தைத் தணித்துக்கொள்வதற்காக இருக்கும்.

"அழாதேம்மா" என்றேன். அவள் என்னைப் பார்த்தாள். இன்னும் சில ஆண்டுகளில் கோடிக்கணக்கான ஆண்களின் தூக்கத்தைப் பறிப்பவளாகி விடுவாள் என்று அவளுக்கோ எனக்கோ அன்று தெரியாதிருந்தது.

1 2

அந்த சினிமாக் கம்பெனியில் இருவருக்கு மட்டுமே தனி அறைகள். ஒன்று, முதலாளி, இரண்டாவது, கம்பெனி யின் பணவரவு – பட்டுவாடாவைப் பார்த்துக்கொள்ளும் அக்கவுண்டண்ட். அக்கவுண்டண்ட் என்று அவர் ஒருவரே இருந்தாலும் அவரை எல்லாருமே சீஃப் அக்கவுண்டண்ட் என்றுதான் அழைத்தார்கள். வெள்ளை வெளேரென்றிருக்கும் அரைக்கைச் சட்டையும், ஜரிகை வேட்டியும், ஜரிகை விசிறி மடிப்பு அங்கவஸ்திரமுமாகக் காட்சிதரும் அவரை யாரும் குபேரனின் காரியதரிசியாகக் கருதுவதற்குத் தயங்க மாட்டார்கள்.

கம்பெனி முதலாளியை வீட்டில் ஒரு முறை பார்த்து கம்பெனியில் ஒருமுறை பார்த்து எனக்கு வேலை உண்டு என்று உறுதியான பிறகு, "போய் சீஃப் அக்கவுண்டண்டைப் பாரு" என்று முதலாளியே சொன்னார்.

எனக்கு அது புரியவில்லை. "என்ன . . ." என்றேன்.

"ஜரிகை அங்கவஸ்திரம் போட்டுண்டு சீனிவாசன்னு ஒருத்தர் இருப்பார். அவர்கிட்டே போய் அப்பாயிண்டமெண்ட் ஆர்டர் வாங்கிக்கோ . . ."

சீஃப் அக்கவுண்டண்ட் தனி அறையில் இருந்ததால் என் கண்ணில் உடனே படவில்லை. நான் ஹாலுக்கு வந்து விசாரிக்க வேண்டியதாயிற்று. இன்னொரு அறைக்குள் போக வேண்டும் என்று தெரிந்து கொண்டபின், அந்த அறைக்குள் நுழைந்தவுடன் "யார் நீ . .?" என்று ஒரு கேள்வி உரத்துக் கேட்டது. ஜரிகை அங்கவஸ்திர சீஃப் அக்கவுண்டண்ட்தான். மனித நாகரிகம் மற்றும் மொழி தோன்றியபின் மனிதனின் நீண்ட வரலாறில்

சட்டென்று விடை தர முடியாததோர் அசாத்தியமான கேள்வி இந்த 'யார் நீ?' எந்த விடையும் பூரணமாக இருக்க முடியாது. பூரணமான விடை தர வேண்டுமானால் ஓரிரு மணிநேரம் தேவைப்படும், கேட்டவர் சொல்பவர் இருவருக்கும்.

நான் என் பெயரைச் சொன்னேன். "அப்படின்னா என்ன அர்த்தம்..?" என்று அவர் கத்தினார். சுந்தராஜன் என்ற பெயருக்கு என்ன அர்த்தம்? அழகு மன்னன் என்று சொல்ல லாமா... அது பெயர் மாதிரி இருக்குமோ? ஆனால், மன்னனைப் பயன்படுத்தி இப்போது பெயர்கள் வர ஆரம்பித்துவிட்டன. மலர் மன்னன், மகிழ் மன்னன், மன்னர் மன்னன், மதி மன்னன்... அப்போதுதான் அந்த அறையில் இன்னொருவன் இருப்பதை உணர்ந்தேன்.

அவனுக்கும் என்னைப் போல் இருபது இருபத்தொன்று வயதுதான் இருக்கும். நெற்றியிலிருந்து அரை அடிக்கு கட்டை யான – அடர்த்தியான தலைமயிரை அவன் அப்படியே பின்தள்ளி வாரியிருந்தான். அவ்வளவு அபரிமிதமான தலை மயிரும் நேர்த்தியான முகமும் உடைய அவன் கதிகலங்கியவன் போல உட்கார்ந்து கொண்டிருந்தான். அவன் என்னைத் தோழமையுடன் பார்த்தான். அதற்குக் காரணம் சற்று நேரம் கழித்துத் தெரிந்தது. அவனும் அன்று அப்பாயிண்ட்மெண்ட் ஆர்டர் வாங்க வந்தவன். அவன் பெயருக்கு அர்த்தம் என்ன என்று யோசிக்கத் தேவையாயிருந்தது. அவன் பெயர் அனந்த சுவாமி.

நாங்கள் இரண்டு பேரும் ஒரே நாளில் வேலைக்குச் சேர்ந்து ஒரே சம்பளத்துக்குப் பணி புரிந்தோம் என்றாலும் அவன் ஒரு டெக்னீஷியன். நான் வெள்ளைக் காலர் ஆள். ஆனால், ஆறே மாதத்தில் அவன் அரை வெள்ளைக் காலர் ஆளாக, நான் பல வண்ணக் காலர் ஆளானேன். நான் விளம்பர அதிகாரிக்குப் பிடித்தமான பையனானேன். அவுட்டோர் பப்ளிசிட்டியில்தான் என் எதிர்காலமே இருக்கிறது என்று அவர் நம்பினார். அனந்த சுவாமி அவனுடைய முதல் இலாகா வாகிய ஒலிப்பதிவிலிருந்து எடிட்டிங் சென்று, அங்கிருந்து லாபரெட்டரி, ரிசப்ஷன் சென்று தற்காலிகமாவது முழு வெள்ளைக் காலர் ஆளாகவே மாறிவிட்டான். ஒலிப்பதிவு இலாகாவும் அவனை விட்டு விடுவதாக இல்லை.

இந்த ஐந்து ஆறு ஆண்டுகளில் நாங்கள் – இருவரும் தினமும் சுமார் பத்து முதல் பன்னிரெண்டு மணி நேரம் ஒன்றாக இருந்தோம், ஒரே இடத்தில் டிபன் சாப்பிட்டோம், ஒரே இடத்தில் பாண்ட் தைக்கக் கொடுத்தோம், ஒரே வெற்றிலை

பாக்குக் கடையில் கணக்கு வைத்துக்கொண்டோம். அவன் வீட்டில் அவனுடன் பிறந்தது ஒரே ஒரு தம்பிதான். பெண் பிள்ளை இல்லாத குடும்பமானதால் அவர்களுடைய தேவைகள், ஆசைகள், கோரிக்கைகள், கோபதாபங்கள் கூட எங்கள் வீட்டி லிருந்து வேறுபட்டிருந்தன.

எனக்கு அப்பா இல்லை; அவனுக்கு இருந்தார். நாளெல் லாம் வீட்டிலேயே இருந்தார். பையன் ஒழுங்காக அவர் அனுப்பித்த 'ஹிண்டு' காரியாலயத்தில் சேராமல் ஒரு சினிமாக் கம்பெனியில் போய்ச் சந்தி சிரிக்கிறானே என்று என்னிடமே மீண்டும் மீண்டும் சொல்லிக்கொண்டிருப்பார். கூத்தாடிக் கோஷ்டியில் சேர்ந்து இரண்டு வருடங்கள் ஆகவில்லை. அதற்குள் கிழவனாகி விட்டான் என்று அவர் அங்கலாயித்திருக்கிறார். கிழவனாகி விட்டான் என்று சொல்லியது முகவாயில் யாவருக் கும் தோன்றும் கோடுகளுக்குத்தான். அதற்காக அனந்த சுவாமிக்கு அவனுடைய அம்மா தினமும் தக்காளிச்சாறு கொடுப்பாள்.

தக்காளிச்சாறு மூப்பை விரட்டுவதா என்று அவ்வளவு நிச்சயமாக எனக்குத் தெரியாது. எனக்கு முகத்தில் எடுத்த இடமெல்லாம் கோடுகள், பள்ளங்கள். அனந்துவின் அப்பா சொல்கிறாரே என்று நானும் ஒரு நாள் மூன்று நான்கு தக்காளிப் பழங்களை நறுக்கிப் பிசைந்து சாப்பிட்டேன். அதைச் சாப்பிடுவதற்கு மூப்பே மேல் என்று தோன்றியது. பையன் இன்னும் கிழவனாகிவிடக் கூடாது என்று அனந்துவுக்கு கல்யாணம் செய்துவிட்டார்கள். இதிலும் அவர்களுக்கும் எனக்கும் அடிப்படை வேறுபாடு. அவர்கள் நினைத்தபோது பையனுக்கு ஒரு பெண்ணைப் பிடித்துக் கல்யாணம் செய்து விடலாம். ஆனால், நான் வீட்டில் ஒரு கன்னிப்பெண் இருக்கும் போது அவளுக்கு மணமுடிக்காமல் என் இளமையையும் மூப்பையும் பற்றி நினைக்க முடியாது.

அனந்த சுவாமியின் கல்யாணம் முடிந்து மூன்று நான்கு மாதங்கள் வரை கூட எங்கள் வாழ்க்கை அதிகம் மாறவில்லை. இருவரும் சேர்ந்து சைக்கிளில் ஐஸ்ஹவுஸ் பீச்சுக்குச் சென்று உட்கார்ந்து கொண்டிருப்போம். சைக்கிளிலேயே எண்ணூர் போனோம். 'ரோப்' என்கிற முதல் சினிமாஸ்கோப் படத்திற்கு முதல் நாளே போனோம், ஒரே காடாக இருந்த சென்னை ஹார்ட்டிகல்சுரல் சொசைட்டி நடுவில் ஒரு கொட்டகை போட்டுத் துவங்கிய வுட்லன்ட்ஸ் ரெஸ்டாரெண்டில் காபி சாப்பிட்டோம்.

ஆனால், நாங்கள் இருவரும் சேர்ந்திருக்கும் நேரம் குறைய ஆரம்பித்தது. தீபாவளியின் போது ஒரு வாரம் நாங்கள் பார்த்துக்

கொள்ளவே முடியவில்லை. அவன் மனைவியை அழைத்துக் கொண்டு கல்லிடைக் குறிச்சிக்கு அவனுடைய மாமனார் வீட்டுக்குப் போனான்.

ஒரு விடுமுறை நாளில் பிற்பகலில் அனந்து வீட்டுக்குப் போனேன். அவன் அப்பா இருந்தார். அனந்து மனைவியை அழைத்துக்கொண்டு ஓர் உறவினர் வீட்டில் சாப்பிடப் போயிருந் தவன் இன்னும் வீடு திரும்பவில்லை. அனந்துவின் அப்பாவுக்கு இன்னும் நிறையக் குறைகள். பையன் இன்னும் கூத்தாடிக் கம்பெனியில் வேலை பார்த்துக்கொண்டு கிழவனாகிக் கொண்டிருந்தான். 'ஹிண்டு' வில் சேர்ந்திருந்தால் இத்தனை நாட்களுக்கு எவ்வளவோ சம்பள உயர்வு, போனஸ், வைத்திய வசதி, லீவு எல்லாம் பெற்றிருப்பான். ஏதும் இல்லாமல் போனா லும் ஒழுங்காப் பெண்டாட்டி பிள்ளைகளோடு குடித்தனம் நடத்தும் கௌரவஸ்தர்கள் மத்தியில் இருந்திருப்பான்.

இந்த சினிமாக் கம்பெனியில் ஊரிலிருந்து இழுத்துக் கொண்டு வந்த பண்ணையார் பெண்ணுடனும் உள்ளூரில் நாராயணசாமித் தோட்டத்திலிருந்து இழுத்துக்கொண்டு வந்த பட்லர் சம்சாரத்தோடும் கூத்தடித்து, போதாதற்குச் சினிமாவில் தட்டு தூக்க வரும் கழிசடைகளின் மேலாடையை இழுத்துப் பார்க்கும் அயோக்கியர்களுக்குக் காலையிலிருந்து நள்ளிரவு வரை சார், எஜமான், பெரியவர், முதலாளி ஐயா, அதியமான் என்றெல்லாம் காலில் கையில் விழுந்து சேவகம் பண்ண வேண்டியிருக்கிறது . . .

தினமும் காலையில் திருட்டு முழி முழித்துக் கொண்டு பாழ் நெற்றியோடு ஏதாவது கட்டை குட்டையாக ஒரு குண்டச்சி, அவள் பெண்ணுக்கு 'சினிமாவில் ஒரு சான்ஸ் வாங்கிக் கொடு' என்று அவனைக் கேட்க வந்து விடுகிறாள். ஒருத்தி அதோ அந்த எதிர் சந்தில் மாடிக் கீற்றுக் கொட்டகையில் இரு நாட்களுக்கு ஒரு முறை அடுப்பை மூட்டி விழுங்கிவிட்டு இவனை மட்டும் தினமும் காலையிலும், மாலையிலும் வந்து பார்த்துக் கெஞ்சிவிட்டுப் போகிறாள். அவளோடு இருப்பது அவள் பெண்தானோ? அல்லது வேறெங்காவது கடத்தி வந்த குழந்தையோ . .?

அவர் இப்படி அடுக்கிக்கொண்டிருக்கையில் ஒரு நடுத்தர வயதுடைய அம்மாள் வாசல் கதவருகில் வந்து நின்று, "அனந்தசாமி சாரு இருக்காங்களா . .?" என்று கேட்டாள். அவள் தமிழச்சி அல்ல என்று அவளுடைய அந்த ஒரு கேள்வி தெரியப்படுத்தி விட்டது.

கரங்களில் தீவட்டியே தோன்ற, "போ போ, இங்கே, அனந்தசாமியும் கிடையாது. நித்தியசாமியும் கிடையாது. சும்மா சும்மா வந்து ஒழுங்கா சம்சாரத்தோடு இருக்கிறவனை சகதிக்கு அழைக்கிறது! போ! போ!" என்று அனந்துவின் அப்பா விரட்டினார். நான் அந்த அம்மாளைப் பார்த்தேன். அவள் கண்களில் பயம், சந்தேகம், ஏக்கம், நம்பிக்கை, திருட்டுத்தனம், சாகசம், துணிச்சல், சமயோசிதம் இவ்வளவுடன் அசாத்திய மான பிடிவாதமும் இருந்தது. இத்தகைய பெண்மணிகள் நினைத்ததைச் சாதித்து விடுவார்கள். தருமம், நியாயம், சரி, தப்பு, ஈவு, இரக்கம் போன்ற உணர்வுகள் அவர்களுடைய முயற்சிகளுக்கு நடுவில் புகுந்து இடையூறு புரிய முடியாது.

அரைமணி நேரத்திற்குப் பிறகு நான் கிளம்பினேன். அனந்து இன்னும் வீடு திரும்பவில்லை. ஏனோ அந்த வீட்டுக்கு எதிரே இருந்த சந்து வழியாக என் சைக்கிளை விட்டுச் சென்றேன். வறுமை, அசுத்தம், கட்டுப்பாடற்ற தன்மை, நாளை பற்றி யாதொரு சிந்தனையும் இல்லாமல் இருப்பது – இது எல்லா வற்றிற்கும் அச்சந்து சிறந்த சின்னமாக இருந்தது. திறந்த வெளிச் சாக்கடை, ஒரு வீட்டுக்கும் ஒழுங்கான முன் கதவும் கூரையும் கிடையாது. இப்படிப்பட்ட இருப்பிடங்களில் ஒரே ஒரு வீடு தளம் போடப்பட்டிருந்தது. அந்த மொட்டை மாடியில் அனந்து வீட்டுக்கு வந்த அம்மாள் நின்றுகொண்டிருந்தாள். என்னைப் பார்த்ததும், பரிச்சயம் உள்ளவன் போலப் புன்னகை புரிந்தாள்.

அந்த வீட்டை நான் தாண்டிப் போகும் போது, "ஏமண்டி? ஏமண்டி? என்று அழைத்தாள். தடதடவென்று கண்ணுக்குப் புலப்படாத ஒரு மாடிப்படி வழியாக இறங்கித் தெருவுக்கு வந்தாள். "ஒரு நிமிஷம் வீட்டுக்கு வந்துவிட்டுப் போகிறீர்களா? நீங்களும் அனந்தசாமி சார் கூட வேலை பார்க்கிறீர்களாமே ..?" என்றாள். அவள் உறுதியைத் தட்ட முடியாதபடி, நான் சைக்கிளைத் தெருவில் நிறுத்திப் பூட்டி அவளைப் பின் தொடர்ந்தேன். இரண்டு மூன்று குகை போன்ற பாதைகளைக் கடந்து மரப்பலகைகளாலான ஓட்டை மாடிப்படி ஒன்றை அடைந்தோம். மொட்டை மாடியில் ஒரு கீற்றுக் கொட்டகை. ஒரு வாளியும் ஐந்தாறு அலுமினியப்பாத்திரங்களும் வெளியே கிடந்தன. பளபளவென்றிருந்த ஒரு பிளாஸ்டிக் செருப்பைக் கழுவி வெயிலில் உலர்த்தியிருந்தது.

கொட்டகை உள்ளே ஒரு தகரப்பெட்டி. ஒரு காலத்தில் அதற்கு டிரங்குப் பெட்டியென்று பெயர் இருந்திருக்கும். ஒரு கள்ளிப் பலகைப் பெட்டி, மண்ணாலான அடுப்பு, சுள்ளிகள். ஒரு கயிற்றைக் குறுக்கே கட்டி அதன் மீது சில புடவை,

ஜாக்கெட், தாவணிகள். இவ்வளவோடும் ஓர் ஓரத்தில் கிழிசல் பாயில் ஒரு சிறுமி அந்த வேளையில் படுத்துத் தூங்கிக்கொண் டிருந்தாள்.

13

அனந்துவுக்குக் கல்யாணமும் முடிந்து குழந்தையும் பிறக்கப் போகிறது. அடுத்த ஞாயிற்றுக் கிழமை சீமந்தம்.

அனந்துவின் அப்பா பெரிய அளவிலேயே ஏற்பாடுகள் செய்திருந்தார். அவர் அனந்துவைப் பற்றிக் குறைபட்டுக் கொண்டதற்குக் காரணமில்லாமல் போகவில்லை. சீமந்தத்துக்கு ஆறு கார்கள் வந்திருந்தன. 'ஹிண்டு' மட்டுமில்லை. சென்னையி லிருந்து பெரிய கம்பெனிகள் ஏழெட்டிலிருந்து நல்ல பதவி வகிப்பவர்கள். சினிமாக் கம்பெனியில் கேபிள் சுருளைச் சுமப்பவன் – சவுண்டு பூம் ஸ்டாண்டைத் தள்ளிக்கொண்டு போகிறவனின் சீமந்தத்துக்கு வந்து இருந்து சாப்பிட்டு விட்டுப் போனார்கள்.

நான் அம்மாவையும் சீதாவையும் அழைத்துக்கொண்டு போயிருந்தேன். அனந்துவின் அம்மா, "உங்க பிள்ளைக்கும் வயசாறதே. காலா காலத்தில் ஒரு கல்யாணத்தைப் பண்ணி வையுங்களேன்" என்று என் அம்மாவிடம் சொல்லியிருக்கிறாள். கல்யாணத்துக்கு வீட்டில் ஒரு பெண் இருக்கும்போது இன்னொரு பெண்ணை எப்படி அழைத்து வருவது என்று அம்மா கேட்டிருக் கிறாள். அந்த அம்மாள், "இந்தக் காலத்தில் பெண்களைக்கூடக் காபந்து பண்ணிடலாம், பிள்ளைகள் கெட்ட சேர்க்கை வைச்சுக் கொண்டுட்டா திருப்பி வழிக்குக் கொண்டு வர்றது கஷ்டம்" என்று கூறியிருக்கிறாள். இன்னும்கூட நிறையப் பேச்சு நடந்திருக் கிறது. எனக்கு விவரம் தெரியாமல் அவர்களை அனந்து வீட்டுக்கு எதிரே இருந்த சந்து வழியாக பஸ் ஸ்டாண்டுக்கு அழைத்துச் சென்றேன். மொட்டை மாடியில் ரேகா நின்று கொண்டிருந்தாள். என்னுடன் வேறு இரு பெண்மணிகள் வருவதைக் கண்டு அவள் வேறெங்கோ பார்ப்பது போல நின்றாள்.

"இது ரொம்ப சுத்து வழி போலேயிருக்கே?" என்று அம்மா சொன்னாள்.

"இல்லையே, பத்தடியாவது குறையும்."

"பத்தடிக்காக இப்படிச் சேறும் சாக்கடைத் தண்ணியும் இருக்கிற பாதைலே வரணுமா? மெயின் ரோட்டிலேயே போயிருக்கலாம்."

"அண்ணாக்கு இந்தத் தெருவில் யாரையாவது பாக்கணுமோ என்னவோ?" என்று சீதா சொன்னாள்.

"எனக்கு யாரையும் பார்க்க வேண்டாம்." சீதா இலேசாகப் புன்னகை புரிந்தாள். அதுவரை சரஸ்வதி வாசகசாலைக்குச் சென்று கிடைத்த தாளை அவசரம் அவசரமாகப் பார்த்து, எந்த செய்திப் பத்திரிகையையும் ஒழுங்காகவும் முழுக்கவும் படிக்காது காலம் தள்ளியவன், அடுத்த நாள் 'ஹிண்டு' பத்திரிகையை விலை கொடுத்து வாங்கினேன். ஒரு வாரம் பத்து நாட்கள் கழித்துதான் அப்பத்திரிகையின் அன்றைய வரி விளம்பரப் போக்கு ஒரு மாதிரி புலப்பட்டது. ஞாயிறு, புதன், வெள்ளிக் கிழமைகளில் மணமகன், மணமகள் தேவை விளம்பரங்கள் குவித்து வைக்கப்பட்டிருக்கும். செவ்வாயன்று ஓரிரண்டுதான் வரும். ஒரு பத்தி நிறைய விளம்பரங்களில் கண்ணில் படுவதைக் காட்டிலும் இந்த ஓரிரண்டு பளிச்சென்று தெரியும். அம்மாவுக்கும் தெரியாமல் சீதாவுக்காக நானொரு விளம்பரம் வரச் செய்தேன்.

எங்கள் கம்பெனியில் பரபரப்பு, புதிய படத்துக்கான விளம்பரத் திட்டத்தை விவாதிக்கையில் எங்கள் முதலாளிக்கும் விளம்பர அதிகாரிக்கும் பேச்சு வார்த்தை தடித்துவிட்டது. அதற்கு ஒரு வாரம் முன்புதான் என் கதர் ஜிப்பா – கதர் வேஷ்டி விளம்பர அதிகாரி மத்திய – மாநில அரசுகளில் அமைச்சர்களாக இருக்கும் ஏழெட்டு கதர் ஜிப்பா – கதர் வேஷ்டிக்காரர்களை வைத்து ஒரு மாநாடு நடத்தியிருக்கிறார். தேசிய மற்றும் சர்வதேச நிலவரங்களை விவாதித்திருக்கிறார்கள், அலசியிருக்கிறார்கள், கண்டனம் தெரிவித்து இருக்கிறார்கள். தீர்வுகள் கூறியிருக்கிறார்கள். அப்படிப்பட்ட சூழ்நிலையில் ஆழ்ந்திருந்து விட்டு ஒரு புதிய நடிகையை வரலாறு காணாத மனிதப் பிறவியாக ரசிகர்களிடம் தோற்றம் ஏற்படுத்த செய்திக் குறிப்புகள், புகைப்படங்கள், கட்டுரைகள், பேட்டிகள் என்று திட்டம் போட்டபோது திட்டம் சற்று மிகையாக இருப்பதாக விளம்பர அதிகாரி கூறியிருக்கிறார்.

முந்தைய படம் வெள்ளி விழா கொண்டாடாமல் பதினைந்து வாரங்களிலேயே கொட்டகையை விட்டு வந்ததற்கு ஒரு காரணம், அந்த கதாநாயகிக்கு ரசிகர்களிடையே ஒழுங்கான தோற்றம் ஏற்படுத்தாதது என்று முதலாளி கூறியிருக்கிறார். "நீங்கள் ஒரு சினிமாப் படத்தைச் சுட்டிக் காட்டித் தோற்றம், அது இது என்கிறீர்கள். அந்த அம்மாளுடைய வெளியுலக நடவடிக்கைகள் மீது உங்களுக்கு என்ன கட்டுப்பாடு இருக்கிறது?" என்று விளம்பர அதிகாரி கேட்டிருக்கிறார். "சினிமாக்காரி

என்றால் எப்படி என்று எல்லோருக்கும் தெரிந்ததுதானே, அதெல்லாம் ஒரு பொருட்டல்ல" என்று முதலாளி கூறியிருக் கிறார். "எல்லாருக்கும் தெரிந்ததுதானே என்றால் விளம்பரம் எதற்கு? தோற்றம் உண்டாக்குவது எதற்கு?" என்று விளம்பர அதிகாரி கேட்டிருக்கிறார். "அப்படி என்றால் விளம்பர அதிகாரி எதற்கு?" என்று முதலாளி கேட்டிருக்கிறார்.

"எனக்கும் ரொம்ப நாட்களாக உங்களை ஒரு கேள்வி கேட்க வேண்டும் என்றிருந்தது. உங்களுக்கு எதற்கு விளம்பர அதிகாரி? உங்களுக்கு எதற்குத் திட்டம், ஆலோசனை எல்லாம்? உங்கள் இஷ்டம் போல் நீங்கள் நடப்பதற்கு நாங்கள் சப்பைக் கட்டு கட்டவேண்டும். எல்லாம் நீங்களே பார்த்துக்கொள்ளுங் கள்" என்று சொல்லிவிட்டு விளம்பர அதிகாரி கையிலிருந்த காகிதக்கட்டு, விளம்பர டிஸைன்கள் அனைத்தையும் கீழே போட்டுவிட்டுக் கிளம்பிவிட்டார். இரண்டே நாட்களில் மத்திய அரசின் எண்ணற்ற விசேஷக் குழுக்கள் – ஒன்றின் ஒருங்கிணைப் பாளராகப் பதவி ஏற்றுப் புதுடில்லி சென்றுவிட்டார்.

எங்கள் இலாக்காவில் நான்தான் கடைசியாகச் சேர்ந்தவன். பரம ஜூனியர் என்றாலும் சகாதேவன், மஹிமதாஸ், டில்லி இன்னும் ஒன்றிரண்டு பெருச்சாளிகளைக் காட்டிலும் எனக்கு ஆங்கில அறிவு சிறிது கூடுதல். ஒன்றிரண்டு கட்டுரைகள் எழுதி அச்சில் வந்துவிட்டன. முந்தைய படத்தின் கதாநாயகனுக் காக இரு 'ஆவிக்' கட்டுரைகள் நான் எழுதியிருந்தேன். இந்தக் காரணங்களினாலேயே என் விளம்பர அதிகாரி அவருடைய மாநாடு, மற்ற கூட்டங்களுக்கு என்னை வரச் சொல்லி, என்னைக் குறிப்பு எழுதிக்கொள்ளச் சொன்னதுண்டு. இதே காரணங்களினால் என் இலாக்காவில் நான் இதர பணியாளர் களுக்கும் வேண்டாதவனாக இருந்தேன். என்னை அவர்கள் அபாயச் சின்னமாகக் கருதினார்கள். எங்கள் விளம்பர அதிகாரி கோபித்துக்கொண்டு வேலையிலிருந்து விலகியதும் அவர்கள் அபாயம் என்று கருதியது நடக்க ஆரம்பித்தது.

முதலாளி என்னைக் கூப்பிட்டு என்னிடம் நேரிடையாக உத்தரவுகள் தர ஆரம்பித்தார். பத்திரிகையாளர் கூட்டம் ஒன்று ஏற்பாடு செய்யச் சொன்னார். விமான நிலையம் சென்று நடிகர்கள் மற்றும் இதர முக்கியஸ்தர்களை அழைத்து வர, வழியனுப்பி வைக்கப் பொறுப்பு ஒப்படைத்தார்.

'ஹிண்டு' பத்திரிகையிலிருந்து ஒரு பெரிய காகித உறை ஒரு நாள் வீட்டில் எனக்குக் காத்திருந்தது. என் விளம்பரத்திற்குப் பதினெட்டு பதில்கள் காத்திருந்தன. சீதாவுக்கு வரன் தேடும் முயற்சியில் நான் தேனொழுகக் கடிதங்கள் எழுதக் கற்றுக்

கொண்டேன். நீளமான உறைகள் ஐம்பது வாங்கி வைத்துக் கொண்டேன். சீதாவின் ஜாதகத்தை நிறைய பிரதிகள் எடுத்துத் தயாராக வைத்துக்கொண்டேன்.

அன்று அனந்து வீடு இருந்த தெருவுக்குள் போனேன். அவனுடைய அப்பா எங்கோ வெளியே கிளம்பிக் கொண்டிருந்தார். "அனந்து வீட்டிலே இல்லையே? கார்த்தாலேயே ஷூட்டிங்னு சொல்லிக் கிளம்பிட்டானே?" என்றார்.

நான் சைக்கிளை மறுதிசையில் திருப்பிக் கொண்டேன். "சுந்தரம், அவன் நல்ல சேதி சொன்னானா?" என்று அவர் கேட்டார்.

"குழந்தை பொறந்ததுதானே?"

"சொன்னானா? தலைப் பிரசவம். கொஞ்சம் கவலைப் பட்டுண்டுதான் இருந்தோம். சுவாமி புண்ணியத்திலே எல்லாம் நல்லபடியா முடிஞ்சிருக்கு."

"சொன்னான்."

"போடா, ஊருக்குப் போய்க் குழந்தையைப் பார்த்துட்டு வாடான்னேன். இப்போ முடியாதுன்னு மூஞ்சியைத் தூக்கி வைச்சுக்கறான்."

"அடுத்த மாசம் படம் ரிலீஸ் மாமா."

"படம் ரிலீஸ்னா வீட்டிலே நல்லது ஒண்ணும் நடக்கக் கூடாதா? பொறந்த குழந்தை புண்யா வதனத்துக்குக் கூடப் போகாதபடி என்ன ரிலீஸ்?"

அவர் வாய்க்குள் முணுமுணுத்தபடியே வெளியே போய் விட்டார். நான் எதிர்சந்துக்குள் நுழைந்தேன். மாடியில் ரேகாவின் அம்மா மட்டும் படுத்திருந்தாள்.

"ஜுரமா?" என்று கேட்டேன்.

"ஆமாம் பாபு. ரேகா மருந்து வாங்கி வரப் போயிருக்கா. ஊரிலேந்து அவ சித்தப்பா, சித்தி வந்திருக்காங்க. அவங்களுக்கு டிபன் வாங்கித் தரவும் போயிருக்கா."

"இங்கேயே பண்ணக் கூடாதா?"

"எப்படி, பாபு? என்னிக்கோ ஒரு நாள் வரவங்களுக்கு பழைய சோறும் மிளகாயும் போட முடியுமா?"

"இன்னிக்கு மத்தியானம் இரண்டு மணிக்கு கம்பெனிக்கு வரச்சொல்லுங்க."

“என்ன, பாபு?”

“விஷயம் முடியட்டும். என் முதலாளிக்கிட்டே சொல்லி யிருக்கேன்.”

“உன் முதலாளி எப்படிப்பட்டவரு பாபு..?”

“எல்லா முதலாளி மாதிரிதான்.”

“மனசுக்கு ரொம்ப கஷ்டமாகுது பாபு. அவ வா அம்மா, திரும்ப ஊரு பக்கம் போலாம்னா. தினம் வீட்டிலே அழுகை தான் பாபு.”

“வீட்டிலே மட்டும் இல்லை.”

“என்ன பாபு?”

“ஒண்ணுமில்லை, இன்னிக்குப் பாக்கலாம், இது சரியா யில்லேன்னா அவளை யாருக்காவது கட்டிக் கொடுத்துடுங் களேன்.”

“அது எப்படி பாபு? சினிமான்னு நம்பி வந்துட்டோம்...”

“அவளை அடிக்கிறீங்களா?”

“ஹாங்! ஐயோ ஏழு கொண்டலவாடா! யார் சொன்னா பாபு? ரேகா சொல்லிச்சா?”

“அவளைச் சும்மாச் சும்மா உபத்திரவப்படுத்தினீங்க ஒரு நாளைக்கு ஓடிப் போயிடுவா. இல்லை கிணத்திலே விழுந்திடுவா.”

ரேகாவின் அம்மா பதில் கூறாமல் இருமினாள்.

“சரி, மத்தியானம் தவறாம வரச் சொல்லுங்க.”

வெளியே போக இருந்தவனை அவள் கூப்பிட்டாள்.

“என்ன?” என்றேன்.

“இதோ பாரு பாபு, சரியோ தப்போ, பாபமோ சாபமோ ஊரிலே ஒரேயடியாகச் சண்டை போட்டுட்டு இருந்த கொஞ்சம் நகை பணத்தை எடுத்துண்டு இங்கே வந்துட்டம். நீ நல்ல பையனா வரே. அவளை மோசம் பண்ணிடாதே. அவ மனசைக் கலைச்சுடாதே. அவளோடு கூட நானும் கிணற்றிலேயோ ரயிலிலேயோ விழணும்.”

அன்று மாலை ‘ஹிண்டு’விலிருந்து இன்னொரு கட்டுக் கடிதங்கள் வந்திருந்தன. அப்படியே சீதாவுக்கு மவுண்ட்ரோடு கம்பெனி ஒன்றிலிருந்து வேலைக்கு வர உத்தரவும் வந்திருந்தது.

14

“என்னடாது? உன் ஷர்ட்லேந்து புதுப்பது வாசனை எல்லாம் வரது?” என்று அம்மா கேட்டாள்.

“என்ன வாசனை?” என்று கேட்டேன்.

“என்னன்னு தெரிஞ்சா சொல்ல மாட்டேனா?”

எனக்கும் தெரியவில்லை. என் துணிமணிக்கு நான்தான் சோப் போட்டு அலசி உலர்த்துவேன். கடந்த ஒரு மாதமாக வேளாவேளைக்கு வீட்டுக்கு வரமுடியவில்லை. என் முதலாளி எடுத்து வந்த படம் அடுத்த நாள் ரிலீஸ். படத்தின் டைட்டில் கார்டுகளில், விளம்பர நிர்வாகம்: ஆர்.எம். சுந்தரராஜ் என்று சேர்க்கப்பட்டிருந்தது.

அந்த நெருக்கடியில்தான் ரேகாவை சிங்கர் மூவிஸ் சோமுவிடம் அழைத்துச்சென்று ஸ்கிரீன் டெஸ்டுக்கு ஏற்பாடு செய்தேன். எங்கள் படத்துக்கு விளம்பரம் கொடுத்த பத்திரிகைக்காரர்களில் *தினமணி* ஒன்றைத் தவிர, இதர பத்திரிகைக்காரர்கள் நான் எழுதிக் கொடுத்த குறிப்புகளையும் புகைப்படங்களையும் அப்படியே வெளியிட்டார்கள். *சுதேசமித்திரன்* பத்திரிகையில் பிரேம்ஜி என்பவர் உதவியுடன் வாரமலரில் எங்கள் படக் கதாநாயகன், கதாநாயகியாக நடித்தவர்கள் பற்றி முழு நீளக் கட்டுரைகள் வெளியிட வைத்தேன்.

என்னிடம் தரப்பட்ட காரின் எண் எம். எஸ். இசெட் 1833. முதலில் சில நாட்கள் டிரைவரைத்தான் எதிர்பார்க்க வேண்டியிருந்தது. நந்தகோபால் என்ற அந்த டிரைவர் முதலாளி வீட்டில் வேலை பார்ப்பவர். வேலையே இல்லாமல் பல நாட்கள் பகலில் கூடத் தூக்கம் போடுவதுண்டு என்று சொன்னார். முதலாளியின் மனைவியோ மகளோ உறவினர் அல்லது நண்பர்கள் வீட்டுக்குப் போவார்கள். அப்போது மணிக்கணக்கில் காரில் காத்திருக்க வேண்டும். பங்களா ரக வீடானால் உள்ளே காம்பவுண்டில் மரம் அல்லது வெராண்டா இருக்கும். அங்கு இளைப்பாறிக் காத்திருக்கலாம். திருவல்லிக்கேணி, மயிலாப்பூர் அல்லது புரசைவாக்கம் போனால் தெருவில் தான் வண்டியை நிறுத்தித் தவம் கிடக்க வேண்டும். ஆனால் வீட்டு டிரைவராகப் பணி புரிவதில் சில நன்மைகளும் உண்டு. நேரடியாக முதலாளி அல்லது முதலாளியின் மனைவியோடு பேச வாய்ப்பு உண்டு. ஆனால், அதைக் கத்தி முனையில் நிற்பது போலத்தான் பயன்படுத்த வேண்டும். ஒரே ஒருமுறை நந்தகோபாலின் மனைவியின் மருத்துவத்துக்காக நூறு ரூபாயும் ஒரு புட்டி ஹார்லிக்ஸும் கிடைத்தது. அவருடைய மச்சினனுக்கு கம்பெனியில் பியூன் வேலை, பட ரிலீஸ் மாதத்துக்குக் கிடைத்தது.

காரை எடுத்துக்கொண்டு ரேகா வீட்டுக்குப் போவதைப் பிறர் அறியாமல் செய்ய முடியாது. அனந்துவின் அப்பா அம்மாக்குத் தெரிந்துவிட்டது. எனக்கு அனந்துவை முன்பு போல அடிக்கடி பார்க்க முடியவில்லை. ஆனால், பார்த்துப் பேசிய தினம் அவனும் சற்று வெறுப்போடுதான் இருந்தான்.

கீதா டிரைவிங் ஸ்கூல்காரன் ஒரே வாரத்தில் லைசன்ஸ் வாங்கிக் கொடுத்துவிட்டான். லைசன்ஸ் இன்ஸ்பெக்டர் என்னை கார் ஓட்ட வைத்துச் சோதனை செய்த இடம் அரைச் சந்திர வடிவத்தில் இருந்த ஒரு பார்க்கைச் சுற்றி இருந்த தெரு. "டர்னிங்கிலே மட்டும் ஹாண்ட் சிக்னல் காட்டி ஹாரன் அடிக்காம இருந்திடாதே" என்று கீதா ஸ்கூல் மாஸ்டர் சொல்லி யிருந்தான். நான் அந்த வளைந்த சாலையின் முழு நீளத்திலும் ஹார்ன் அடித்தபடியே ஓட்டினேன். எனக்கே கூட அது சகிக்க முடியாதபடி இருந்தது. அந்த இன்ஸ்பெக்டர், "இந்த மாதிரி ஹார்ன் அடிச்சிங்கன்னா தெருவெல்லாம் கூடி வேடிக்கை பார்க்க வந்துடும்" என்றார். கீதா ஸ்கூல் மாஸ்டர் அடுத்த நாளே லைசன்ஸைக் கொண்டு வந்து கொடுத்துவிட்டு நூறு ரூபாய் வாங்கிப் போனான். முதல் சில நாட்களில் நான் காரில் மிக அதிகமாகப் பயன்படுத்திய பகுதி ஹார்ன்தான்.

அம்மாவைக் கேள்வி கேட்க வைத்தது எதுவென்று கண்டு பிடித்து விட்டேன். ரேகாவின் அம்மா தன் பெண்ணின் தலைமயிர் அடர்த்தியாகவும் பளபளத்த கறுப்பாகவும் நீளமாக வும் இருக்க விசேஷமாகக் காய்ச்சிய கூந்தல் தைலம். படம் ரிலீஸ் ஆவதற்கு முந்தைய இரவு பதினொரு மணியளவில் சுவரொட்டிகள் ஒழுங்காக ஒட்டப்படுகின்றனவா என்று மேற் பார்வை பார்க்க நான் 1833—ஐ எடுத்துச் சென்றபோது என்னுடன் ரேகாவும் வந்திருந்தாள்.

நான் அவளை அழைத்துச் சென்று அவளுக்கு வேஷம் கொடுப்பதாக ஒத்துக்கொண்ட தயாரிப்பாளன், "ரேகா என்றால் எந்த ரேகா?" என்று கேட்டான். புஷ்பவல்லியின் மகள் ரேகாவைத் தவிர கோஷ்டி நடனங்களில் பங்குபெறும் ரேகாக் கள் இருவர் இருந்தனர். அடையாளத்திற்காக ஒருத்திக்கு ஐஸா பல்லாவரம் ரேகா என்றும், இன்னொருத்திக்கு பிஸ்கட் ரேகா என்றும் சிறப்புப் பெயர்கள் வந்திருந்தன. இவளைப் பீமண்ணப் பெட் ரேகா என்றுதான் அழைக்க வேண்டிவரும். தேவி என்று முடியும் பெயர்கள் ஐந்தாறு இருந்தன. அன்றுவரை சினிமாவில் ஜெயதேவி என்று கிடையாது. ஆதலால் ஜெயதேவி.

யாரோ ரேகாவிடம் சொல்லியிருந்தார்கள் அவளுடைய அதிர்ஷ்ட எண் ஆறு என்று. என் கம்பெனி வேலைக்காக

என்னிடம் ஒப்படைத்திருந்த 1833 ஏதேதோ சினிமா கம்பெனி களிடமும் ஸ்டூடியோக்களிடமும் காணப்பட்டதால் ஒரு நாள் இல்லாது போனால் ஒரு நாள் விளைவு இருந்துதான் ஆக வேண்டும். போதையில் எதிர்விளைவுகள் அவ்வளவு தெளிவாகத் தெரிவதில்லை.

நாளெல்லாம் உழைத்த களைப்புத் தெரிய, கலைந்த மயிரும் எண்ணெய் வழியும் முகமும் ஒரு நாள் உடுத்தியதில் தோன்றும் தளர்வு கொண்ட புடவையுமாக சீதா ஆர்ட்ஸ் காலேஜ் ஸ்டாப்பில் அவளைப் போன்று இன்னும் ஐம்பது அறுபது பெண்களோடு பஸ்ஸுக்காகக் காத்திருக்கையில் நான் அவளைத் தாண்டி 1833இல் போனேன். அவள் என்னைக் கவனிக்கவில்லை என்றுதான் நினைக்க வேண்டியிருந்தது. நானோ இரு நாட்களாக அவளைப் பார்க்கவேயில்லை. இப்போது வண்டியை நிறுத்த முடியாமல் போனதற்குக் காரணம் என்னுடன் ரேகா இருந்தாள். அதற்கடுத்த நாள்தான் வண்டியை முதலாளி திரும்பத் தன் பங்களாவுக்கு அனுப்பிவிட்டார்.

படம் ரிலீஸான பிறகு திடீரென்று படக் கம்பெனியின் ஊழியர்கள் அவ்வளவு பேரின் எதிர்காலம் சினிமாக் கொட்டகை யின் பெஞ்சு டிக்கெட் ரசிகர்கள் கையில் போய்விடும். சினிமாக் கொட்டகைகளில் பெஞ்சுகள் மறைந்து விட்டன. ஆனால், பெஞ்சு டிக்கெட் ரசிகர்கள் ரகம் மறையவில்லை. எப்படிப் பேசும்படம் வந்த பிறகும் இன்னும் ஆங்கிலத்தில் திரைப் படத்தைக் குறிக்க 'மூவிஸ்' என்று அழைக்கிற மாதிரி, எங்கள் படம் பெஞ்சு டிக்கெட் ரசிகர்களையும் களிப்பூட்டவில்லை. சோபாக்காரர்களையும் திருப்திப்படுத்தவில்லை. எங்கள் சீஃப் அக்கவுண்டண்ட் ஒருவர் தவிர, இதர ஊழியர்கள் அனைவருக் கும் சுதந்திரம் வலுக்கட்டாயமாக அளிக்கப்பட்டது. அனந்துவின் அப்பாவுக்குத் தன் மகனை 'ஹிண்டு'வில் சேர்த்துவிட இன்னொரு வாய்ப்புக் கிடைத்தது. இம்முறை அவர் தவறவில்லை.

முதலில் ஒரு வாரம் ஒரு மாறுதலும் நேராதது போல நான் வேலையிருந்தபோது செல்ல வேண்டிய இடங்கள், சந்திக்க வேண்டிய மனிதர்கள் எல்லாவற்றையும் பார்த்தேன். உத்தியோகம் என்பது ஒரு மனிதனின் சமூக அந்தஸ்தை எப்படி நிர்ணயிக்கிறது என்பது உத்தியோகம் இல்லாத நாளில்தான் தெரிந்தது. இந்த ஓட்டைச் சினிமா உத்தியோகம் கூட ஒரு மனிதனுக்கு எவ்வளவு வித்தியாசத்தை உண்டு பண்ணுகிறது?

அடுத்த நான்கு நாட்கள் வெளியே போக மனமேயில் லாமல் வீட்டிலேயே அடைந்து கிடந்தேன். ஒரு மாதம் நினைத்த இடத்துக்குப் போக கார் இருந்தது. கை நிறையப் பணம்

இருந்தது. ஏன் என்று கூப்பிட்ட குரலுக்குப் பதில் சொல்ல நிறையப் பேர் இருந்தார்கள். அதெப்படி எல்லாம் ஒரேயடியாக மறைந்துவிடும்? மாறாமல் இருந்தது அம்மாவும் சீதாவும்தான். வேலைக்குச் சேர்ந்து முழுதாக நான்கு மாதங்கள் ஆகவில்லை. எனக்குச் சிபாரிசு செய்து ஓரிடத்தில் வேலைக்குச் சேர்த்து விடுகிறேன் என்று சீதா சொன்னாள். தங்கை சிபாரிசு செய்த வேலைக்குப் போக வேண்டுமா?

அவளுக்கு வரன் பார்க்கும் முயற்சி தொடர்கையில் எனக்குப் பெண் கொடுக்கிறேன் என்று இருவர் வந்தனர். ஒருவர் தூரத்து உறவு, இன்னொருவர் சுத்தமாக எங்களைத் தெரியாதவர். இரண்டாமவரை நான்தான் மிகக் கடுமையாக "எனக்கு வேலை வெட்டி ஒண்ணும் கிடையாது. ஒண்ணும் கிடைக்கவும் கிடைக்காது." என்று சொல்லிக் கலங்க வைத்தேன்.

சைக்கிள் மணி கேட்டது. அனந்து வீடு தேடி வந்திருக்கிறான்!

"ஏன் உடம்பு சரியில்லையா?" என்று கேட்டான்.

"ஆமாம்,"

"அப்பாக்கிட்டே வந்து கேளேன். நீயும் 'ஹிண்டு'லே சேர்ந்துடலாம்."

"உன் அப்பாவுக்கு என்னைக் கண்டா பத்திண்டு வறது."

"ஒரு விஷயம்"

"என்ன?"

"ரேகாவையும் அவ அம்மாவையும் போலீஸ்லே பிடிச்சுண்டு போயிட்டாங்க."

"ஐயயோ! என்னிக்கு?"

"அஞ்சாறு நாளாறது. நல்ல வேளை நீ அன்னிக்கு அந்தப் பக்கம் வரலை."

"ஐயோ, இப்போ எங்கே இருக்கா?"

"அந்த வீட்டிலே இல்லே."

சினிமாவில் சேர வரும் பெண்ணின் அனுபவங்களில் இந்த ஒரு பரிமாணமும் உண்டு என்பதை இதுநாள்வரை ரேகா விஷயத்தில் மறந்திருந்தேன். அன்று இரவே அவளைத் தேடிக்கண்டு பிடித்துவிட்டேன். போலீஸில் மிகவும் கொடுமை புரிந்திருக்கிறார்கள். காவலில் இருந்த பிறகு கோர்ட்டுக்கு இழுத்துப் போய் அபராதம் கட்டும்படியும் இருந்திருக்கிறது.

கஃபே அமீன் ரெஸ்டாரெண்டில் தடுப்பு வைக்கப்பட்டிருக்கும் இடங்களில் ஒன்றில் அவளை அழைத்து டீ சாப்பிட வைத்தபோது தாங்க மாட்டாது அழுதுவிட்டாள். அவளுக்கு சினிமா பிடிக்கவில்லை. எனக்கும் பிடிக்காது போய்விட்டது. எங்காவது ஓடிப் போய் ஏதாவது செய்து பிழைத்துக் கொள்ளலாம். "வா, இப்போதே ஓடிவிடலாம். என்னை இந்தக் கேவலத்திலிருந்து காப்பாற்று! . . .

"இன்னிக்கு முடியாது, ரேகா."

"ஏன்?"

"நாளைக்கு சீதாவைப் பொண் பார்க்க வராங்க."

"அன்னிக்கு வந்தாங்களே?"

"அன்னிக்கென்ன, ஏழெட்டு முறை வந்தாச்சு."

"அப்போ?"

"இதுவாவது முடிஞ்சா அப்புறம் நாம இரண்டு பேரும் உடனே கல்யாணம் பண்ணிண்டுவோம்."

"இல்லேன்னா சேந்து செத்தாவது போவோம்."

சாவு பற்றி அவள் நிறைய நினைத்திருக்கிறாள். இதற்கு முன் இரு முறை இப்பேச்சு எழுந்திருக்கிறது.

கஃபே அமீன் சந்திப்புக்குப் பிறகு அவளுடைய வாழ்க்கையில் நிறைய மாற்றங்கள் வந்துவிட்டன. அவளுடைய அம்மா என்னை எதிர்பார்ப்பதை விட்டுவிட்டாள். பெண்கள் ஆண்களை விடத் திறமையான காரியவாதிகளாக இருக்கலாம் என்று நிரூபித்துவிட்டாள். நான் ஒரு பம்பாய்ப் பத்திரிகையின் சென்னை பிரதிநிதியாகி, நான் எழுதிய முதல் கட்டுரை வெளியான நாளில் அவள் ஹைதராபாத் சென்றிருந்தாள். அடுத்த வாரம் 'இல்லஸ்டிரேடட் வீக்லி' யிலிருந்து எனக்குக் கடிதம் வந்திருந்தது. 'மாதம் ஒன்று என்ற விகிதத்தில் ஓராண்டுக்குக் கட்டுரைகள் எழுதிவர முடியுமா? . . . எனக்கு விளம்பர அதிகாரியாக இருந்தவர் வேறு. அவர் வெளியிடவிருந்த விளம்பர வர்த்தகக் கையேடுக்கு மாலை ஒரு மணிநேரம் வந்து உதவ முடியுமா? என்று கேட்டிருந்தார். நீயும் இந்த சினிமாவை விட்டொழி என்றார்.

சீதாவைப் பார்க்கத்தான் பயமாக இருந்தது. சிறிது சிறிதாக அவளுடைய சிரிப்பும் துடிப்பும் அவளிடமிருந்து விலகி, அவளுடைய முகத்தை ஏதோ இறுக வைத்துக்கொண்டிருந்தது. அவளுடைய உதடோரங்கள் சற்றே கீழ்ப்புறமாக வளைந்து காணப்பட்டன. என் மாமா என்னை எங்காவது பார்த்தால்

பாராதது போலப் போனார். அனந்து சதை போடத் தொடங்கினான்.

15

சம்பூர்ணா ஹோட்டலின் 'குபேர் ரெஸ்டாரண்டில்' காபரே நடனம் உச்ச கட்டம் அடைந்து கொண்டு இருந்ததை, நான் ஜெயதேவியைப் பார்த்து விட்டுத் திரும்பிய சோர்விலும் உணராமல் இருக்க முடியவில்லை. காரை அனுப்பிவிட்டு நான் ரிசப்ஷனில் காலடி வைத்தபோது தடாலென்று அந்த உரத்த வாத்திய ஒலி நின்றது. அந்த ரெஸ்டாரண்ட் விளக்குகள் அணைந்தன. உள்ளே இருந்தவர்களின் களிப்புக் கூச்சல். ஒரு நிமிடம் கழித்து மீண்டும் வாத்திய இசை, மீண்டும் விளக்குகள். சரியாக பன்னிரண்டு மணிக்கு அப்படி ஒரு வழிபாடு நடந்தே தீருவது வழக்கமாகி விட்டது.

அந்த நேரத்தில் அந்த நடனப்பெண் இரு பகுதிகளாக உள்ள ஆடை அணிந்து கொண்டிருந்தால் ஒன்றைத் துறந்து விடுவாள்.

எனக்கு என் மனத்தின் ஒரு பகுதியைத் துறந்து விட்டு நான் இயங்குவது போலத்தான் இருந்தது. அரைத் தூக்கத்தில் இருந்த ரிசப்ஷன் ஆளிடமிருந்து சாவியை வாங்கிக் கொண்டு ஏதோ ஞாபகமாக 206 நம்பர் அறையைத் திறப்பதற்குப் பதிலாகப் பக்கத்து அறைப் பூட்டு துவாரத்தில் அதை நுழைத்துத் திருப்பினேன். பூட்டு விடுபடவில்லை; ஆனால், கடக்கென்று பெரிதாகச் சப்தம் வந்தது. அறைக்குள்ளிலிருந்து "கோன் ஹை?" என்று யாரோ பீதியோடு கத்துவது கேட்டது. நான் உடனே தவறை உணர்ந்து என் அறையைத் திறந்து கொண்டு உள்ளே நுழைந்தேன். அந்த மனிதன் அதற்குள் ரிசப்ஷனுக்கு டெலிபோன் செய்ய இரு காவல்காரர்கள் ஓடிவந்து விட்டார்கள். நான் அவர்களிடம் விஷயத்தை விளக்கிச் சொல்லியிருக்க முடியும். ஆனால், அந்த நேரத்தில் எனக்கு யார் முகத்தையும் பார்க்க மனமில்லை – கதவைச் சாத்திக்கொண்டு உட்கார்ந்திருந்தேன். ஐந்து நிமிடத்தில் அமளி ஓய்ந்துவிட்டது.

கரம்சந்த் அறைக்குச் சென்றேன். கரம்சந்த் மும்முரமாக எழுதிக்கொண்டிருந்தான். "என்னாச்சு?" என்றான்.

"பேட்டியை எழுதி ஸ்ரீபதியிடம் கொடுத்துவிட்டேன் அவனே இருந்தான்."

"அப்படியா . . . நான் ஒரு பார்வை பார்த்திருக்கலாம்."

"கவலைப்படாதே . . . அச்சில் பார்க்கலாம் . . ."

"என் ஆசிரியப் பொறுப்பில் முதல் நாளே இப்படிச் சமரசம் செய்துகொள்ள வேண்டியிருக்கிறது."

"ஸாரி. நீ இவ்வளவு வருத்தப்பட்டுக் கொள்வாய் என்று தெரியாது. தெரிந்திருந்தால் இங்கே கொண்டு வந்திருப்பேன். ஆனால், அது இங்கிருந்து பிரஸ்ஸுக்குச் போய்ச் சேர ஒரு மணியாகி விடும். ஸ்ரீபதி அடுத்த நாள் பார்த்துக்கொள்ளலாம் என்று தூக்கிவைத்து விடுவான்."

"உனக்கு ஸ்ரீபதியை முன்னமேயே தெரியுமா?"

"ஸ்ரீபதியைத் தெரியாது. ஆனால் அவன் ஜாதியைத் தெரியும், நீயும் அப்படித்தான் செய்வாய்."

"ஆமாம். நீ சொல்வது சரி."

அங்கிருந்த காலி தம்ளரில் விஸ்கி ஊற்றிக் கொண்டேன். கரம் சந்த் வியப்போடு பார்த்தான்.

"இன்றைக்குக் குடிக்காவிட்டால் நான் என்றைக்குமே குடிக்கக்கூடாது."

"ஏன், பேட்டி அவ்வளவு பெரிய வெற்றியா?"

"என்னுடைய பேட்டி தோல்வி இல்லை. ஆனால் வேறெதிலாவது தோல்வி இருக்கலாமல்லவா?"

இன்னொருவர் சொந்த விஷயத்தில் தன்னை அதிகம் ஈடுபடுத்திக்கொள்ள அவன் விரும்பாதது அவன் தோளைத் தூக்கியதிலிருந்து தெரிந்தது. என் தவறுதான். அவனுக்கு என்னைப்பற்றி என்ன தெரியும்? சினிமாக் கட்டுரைகள் போல சினிமாக் கட்டுரையாளனின் உண்மைத் தன்மையை மறைப்பவை வேறெதுவும் இருக்க முடியாது.

"புரொபஸர், இனாகரல் படம் பற்றி எழுதிக்கொடுத்து விட்டாரா?" விசாரித்தேன்.

"ஓ காட்! எழுதிக் கொடுத்துவிட்டார். ஆறு பக்கங்களுக்கு!"

"மொத்த சப்ளிமெண்டே நாலு பக்கந்தானே?"

"இந்த புரொபஸரைக் கூப்பிட வேண்டும் என்று யார் யோசனை?"

"உன்னுடையது என்றுதான் நான் நினைத்துக்கொண்டிருக்கிறேன். எப்படியும் என் யோசனை இல்லை."

கரம்சந்த் சற்று மௌனமாக இருந்தான்.

"நான் விழா பற்றி ஒரு மாதிரித் திட்டம் வைத்திருக்கிறேன்" என்றேன்.

"என்ன?"

"காலையில் இரண்டு படங்கள் காட்டுகிறார்கள். பிற்பகலி லிருந்து நான்கு படங்கள், சிறியதாக இருந்தால். பெரியதானால் மூன்று. உன்னால் காலையில் எழுந்திருக்க முடியுமா?"

கரம்சந்த் தயங்கினான்.

"எனக்குத் தெரியும் உன்னால் முடியாது என்று. ஆதலால் காலை முதல் படம், அப்புறம் பிற்பகல் முதல் படம், அப்புறம் ஆறு மணிக்குள்ள படம்..."

"ஆறரை ..."

"சரி, ஆறரை. இந்த மூன்றையும் தினம் நான் பார்த்து எழுதிக் கொடுத்து விடுகிறேன். நீ பிற்பகல் நாலு மணிப் படத்தைப் பார்த்து விடு. நடு ராத்திரிப் படத்தைப் புரொபஸ ரிடம் தள்ளிவிடலாம்."

"அந்த ஆள் ஒரு படம் பார்த்தால் போதுமா?"

"வேண்டும் என்றால் எல்லாப் படத்தையும் பார்க்கட்டும். ஆனால், அவன் ராத்திரிப் பத்து மணிப் படம் பற்றி எழுதிக் கொடுத்தால் போதும்."

"அந்த ஆள் மர்லின் மன்றோ, கிளார்க் கேபிள், ஹிட்ச்சாக் மீதெல்லாம் கத்தை கத்தையாக எழுதிக்கொண்டு வந்திருக்கிறான்."

"அது உன் தலைவலி. அது சரி. தினமும் எழுதி உன்னிடம் தரவேண்டுமா, நேரே பிரஸ்ஸுக்கு அனுப்பிடட்டுமா?"

"எதையும் ஒரு பத்தி, ஒன்றரைக்குமேல் பண்ணாதே, ப்ளீஸ்."

"ஒரு நாளைக்கு மூணு சினிமாவுக்கு விமரிசனம் எழுதுகிற வனால் அவ்வளவு எழுதுவதே கஷ்டம். நான் செய்துவிடுகிறேன்."

"பாட்டிலையே எடுத்துக்கொண்டு போயேன். என்னிடம் இன்னொன்று இருக்கிறது."

"தாங்க்ஸ்."

இம்முறை கவனமாக என் அறையைத் திறந்து நுழைந்தேன். சொல்லி வைத்ததுபோல டெலிபோன் அடித்தது.

"என்ன?"

"இது ஹோட்டல் செக்யூரிட்டி. உங்கள் அறை ஜன்னல் கதவு திறந்திருக்கிறது. உடனே மூடவும்."

"ஐயாம் ஸாரி. என் ஜன்னல் ஏற்கனவே மூடித்தான் இருக்கிறது."

"ரூம் 206 தானே?"

“ஆமாம். அதுவேதான். இங்கே ஜன்னல் அறைக்கதவு எல்லாம் மூடித் தாளிட்டிருக்கிறது.”

“ஸாரி, சார்.”

“கொய்ட் ஆல்ரைட்.”

நான் தவறான அறையைத் திறக்க முயற்சி செய்த குழப்பம் இன்னும் தீரவில்லை. ஹோட்டல் காவல்காரர்கள் ஒரு திருடனைத் தேடிக்கொண்டிருக்கிறார்கள்! இரவு முழுதும் தேடிக்கொண்டிருப்பார்கள். காவல்காரர்கள் இரவில் தூங்க மாட்டார்கள். அவர்களுடன் சேர்ந்து நானும் தூங்க மாட்டேன். தூங்க முடியாது.

என் மனதை வேறெதிலாவது செலுத்த வேண்டும் என்று என்னிடம் ரங்கநாயகி கொடுத்திருந்த கட்டுக் காகிதங்களை எடுத்து வைத்துக்கொண்டு உட்கார்ந்தேன். இருவாரத் திரைப் பட விழாவில் முதல் வாரம் காட்டப்படவிருந்த படங்கள் பற்றிய குறிப்புகள், ஒரு வாரத்திய நிகழ்ச்சி நிரல், சில விசேஷ விருந்துகளுக்கும் வரவேற்புகளுக்கும் அழைப்பிதழ்கள். எல்லாமே பதினைந்து நாட்கள் முன்பே தயாரானவை. ஆரம்ப விழா நிகழ்ச்சி அட்டவணையும் இருந்தது. ஆதலால் அனந்துவுக்கு நன்கு தெரியும், அந்த நிகழ்ச்சியில் ரேகா இருக்கிறாள் என்று. தன்னை அடையாளம் கூறிக்கொள்ள மாடிவீட்டு ரேகா என்ற குறிப்பைப் பயன்படுத்திக் கொண்டாலும் அவளே ஹைதராபாத்துக்கு நான் போகும் விழாவுக்கே வருகிறாள் என்று தெரிவிக்கவில்லை. அந்த விவரம் தெரிந்தால் நான் போக மறுப்பேன் என்று நினைத்திருக்கலாம்.

எல்லாக் காகிதங்களையும் ஒதுக்கி வைத்துவிட்டு ரூம் சர்வீஸுக்கு போன் செய்தேன். “ரூம் 206. சாப்பிட என்ன இருக்கிறது?”

அவனிடமிருந்து முதலில் வந்த பதிலுக்கு, “வெஜிடேரியன் – வெஜிடேரியன் என்ன இருக்கிறது?” என்று கேட்டேன்.

“இது எல்லாவற்றுக்கும் வெஜிடேரியன் பாணியும் இருக்கிறது, சார்.”

“சரி, ஒரு பாட் காஃபி கொண்டு வா.”

“காஃபியா சார்?”

“ஆமாம்” எனக்குத் தூக்கம் கிடையாது என்று அவனுக்குத் தெரியாது. வாஷ் பேசினுக்குச் சென்று முகத்தின் மீது பச்சைத் தண்ணீரை வாரி அடித்துக்கொண்டேன். ஜில்லென்றிருந்த தண்ணீர் கண்களுக்குள்ளும் விழுந்து இதமாக இருந்தது. என்

முகத்துக்கு முன்னிருந்த கண்ணாடி மீதும் தண்ணீரை வாரி அடித்தேன். கண்ணாடியில் என் பிரதிபிம்பத்துக்கு தண்ணீர் வழிந்தது. என் முகமே உருகி வழிவது போலிருந்தது.

முதன் முறை ரேகா ஓடிப்போகலாம் என்று அழைத்த போது நான் முடியாது என்று சொன்னதற்குக் காரணம் இரண்டொன்று இருந்தது. சீதாவுக்கு யார் வரன் தேடிக் கல்யாணம் செய்து வைப்பார்கள்? அவளும் அம்மாவும் என்னையே நம்பியிருக்கிறார்கள். எதற்கு ஓடிப்போக வேண்டும்? இங்கேயே இருப்போம். சீதாவுக்குக் கலியாணம் ஆகட்டும். சினிமாக்காரியை இழுத்துக்கொண்டு ஓடினவனின் தங்கை என்று அவளுக்குப் பெயர் வாங்கித் தந்தால் அவள் கல்யாணம் என்பதையே மறந்து விடலாம். வா, நாம் ஓடிப் போகலாம் என்று நீ சொல்வது போல அவளுக்குச் சொல்லத் தெரியாது. அவளுக்குக் கல்யாணம் ஆகட்டும்.

ரேகாவால் காத்திருக்க முடியவில்லை. அம்மா என்றால் எனக்கு மட்டுந்தானா? அவளுக்கும் அம்மா இருந்தாள். அவளும் ரேகாவையே நம்பியிருந்தாள். ரேகாவை எங்கோ ஆகாசத்தில் கொண்டுபோய் வைக்க எண்ணியிருந்தாள். ஓரளவுக்குப் பிறகு எது ஆகாசம், எது பாதாளம் என்று கூறுவது கடினம். இப்போது அவள் என்ன கெட்டுப் போய்விட்டாள்? நானோ சீதாவோ என்ன உயர்ந்துவிட்டோம்? இன்று மேடையில் தான் எவ்வளவு கூத்து? அவள் ஒரு நிமிடம் நெருப்புக்குச்சிக் கிழித்துக் காட்டு வதற்கு எவ்வளவு பேர் தங்கள் கண்ணியம், கௌரவம் எல்லா வற்றையும் வீசியெறியக் காத்திருந்தார்கள்! அவளே இந்த மானபங்கக் கூத்துக்குக் காரணமாயிருந்ததற்காக மனம் கூசியிருப்பாள்.

ஏன் இவளை நினைக்கும்போதெல்லாம் சீதாவும் தோன்று கிறாள்? அடிப்படையில் இருவருக்கும் அடக்கமான சுபாவம். இருவரும் பெரியவர்களுக்கு அடங்கியவர்கள். இருவருக்கும் அவர்கள் தலைவிதியை மற்றவர்கள்தான் நிர்ணயிக்க வேண்டும். இருவரும் ஒரே ஒரு முறை அதை மீறினார்கள். வா நாம் ஓடிப்போகலாம் என்று ரேகா அழுதபோது, சீதா வாயே திறக்கவில்லை. அவள் வேலை செய்து வந்த கட்டிடத்தின் மொட்டை மாடிக்குப் போய் அங்கிருந்து குதித்துவிட்டாள். என் மனதில் ரேகா நிறைந்திருந்தபோது இது நடந்ததால்தான் இப்படி இருவரையும் ஒரே சமயத்தில் நினைக்க வேண்டி யிருக்கிறது போலும்.

காலம்தான் எப்படி எல்லாவற்றையும் மாற்றி விடுகிறது? எல்லாமே மாறுகிறது. மனிதனின் புத்தியைத் தவிர என்று

ஒருவர் சொல்லியிருக்கிறார். புத்தி என்றைக்குமே பின்புத்தியாகத் தான் இருக்கிறது. இன்றும், பாவம் அவள் எப்படி அழுதாள்? ஏன் அவளுடன் அவ்வளவு விரைப்பாக, முறைப்பாக நடந்து கொள்ளத் தோன்றியது? இப்போது அம்மாவைவிட்டு இங்கேயே இருந்துவிடப் போகிறேன். இங்கே மட்டும் என்ன சாதித்து விடப் போகிறேன்? இதை அவளுடன் பம்பாய் சென்று சாதிக்க முடியாதா? அது என்ன சாதனை? மனிதன் என்று பிறந்தால் ஏதாவது சாதனை செய்தேதான் ஆகவேண்டுமா? மனிதனின் புத்தி மாறுவதேயில்லை என்று சொல்வது சரியாகத் தான் இருக்கிறது.

ஆனால் போகாததும் நல்லதுதான். ரேகா சென்னைக்கு வந்தபோதே அவளுக்குக் கல்யாணம் ஆகியிருந்தது! ஆடு வளர்க்கும் பையன். ரேகா வயதுதான் இருக்கும். அவள் ஹைதராபாத் போய்ச்சிறிது பணம் சம்பாதித்தவுடன் அவன் அவளைத் தேடிப் போயிருக்கிறான். அவனை அடித்துத் துரத்தி இருக்கிறார்கள். அப்புறம் ஒரு நடிகனோடு ஊரறிய உலகறிய கல்யாணம். அவன் ஏற்கனவே இரு மனைவிகளும் ஏழு குழந்தைகளும் உடைய அன்வர் ஹுசேன். அவன் அடித்துத் துன்புறுத்துகிறான் என்று தெருவைக்கூட்டி, போலீஸைக் கூப்பிட்டு விலக்கியாயிற்று. இப்போது கிஷன்சந்தர். குடிகார சினிமாப் பாட்டு எழுதும் சொற்கூட்டி, அல்லது சினிமாப் பாட்டு எழுதும் குடிகாரச் சொற்கூட்டி. இவ்வளவு திரைகளை யும் போர்வைகளையும் விலக்கி அவளை அணுக இனியும் எனக்குத் தெம்பும் பொறுமையும் இருக்குமா? இருவரும் ஒவ்வொரு கணமும் நீயே நான், நானே நீ என்று பாசாங்கு செய்துகொண்டிருக்க வேண்டும்.

இவ்வளவு மேக்கப்பிருந்தும் உடலிலும் உள்ளத்திலும் குவிந்து கிடந்த குழப்பங்கள் முகத்தில் தெரியச் செய்தன. மாறாக அந்த வெங்கோஜிராவின் மகளின் முகம் எப்படிப் பால் போலிருந்தது?

மீண்டும் டெலிபோன். மீண்டும் செக்யூரிட்டி.

"எனி பிராப்ளம் சார்?"

"இன்னும் விளக்கெரிகிறதே?"

"ஐஸே, என்ன நினைச்சுண்டிருக்கீங்க?"

"சாரி, சார். இன்னிக்கு ஹோட்டல்லே ஒரு திருடன் புகுந்திருக்கான்."

"அவனைப் புடிக்கப் பாருங்க. டோண்ட் ஹராஸ் யுவர் கெஸ்ட்ஸ்."

நான் எல்லா விளக்குகளையும் எரியவிட்டு ஜன்னலையும் திறந்து வைத்துக்கொண்டேன். ஹைதராபாத்திலிருந்த ஜனவரி மாதப் பனிமூட்டத்தைச் சூரியனால் மிகவும் பிரயாசையுடன் ஊடுருவ முடிந்தது.

எட்டு மணிக்கு வெங்கோஜிராவ் வீட்டுக்கு டெலிபோன் செய்தேன். ரமாதான் போனை எடுத்தாள்.

"மிஸ் ரமா, சுந்தர்ராஜ் பேசறேன். இப்போது ஒன்பது மணிக்கு ஒரு ஜப்பானியப் படம். சரியான மசாலாப் படம், வருகிறாயா?"

"தாங்க்யூ ஸோ மச், சார். எப்படி ஞாபகம் வைத்துக்கொண் டீர்கள்! வருகிறேன், இன்றைக்கு எங்கள் பேப்பரைப் பார்த்தீர்களா?"

"இல்லை."

"இல்லையா? ஜெயதேவி பேட்டியை முதல் பக்கத்தில் போட்டிருக்கிறதே! உங்களுக்கு அவளை மிகவும் அந்தரங்கமாகத் தெரியும் போலிருக்கிறது."

ரங்கநாதன் எழுந்துவிட்டான். ஆனால் கரம்சந்த் இன்னமும் தூங்கிக் கொண்டிருந்தான். நான் ஹோட்டல் வெளியே வந்தேன். இன்னும் பதினைந்து நாட்களுக்குள் ஐம்பதுக்கும் மேலாகத் திரைப்படங்கள் பார்த்துப் பிசாசு போல எழுத வேண்டும். என் மூளையில் என் சிந்தனை என்று ஒன்றும் இருக்காது. இலட்சக்கணக்கான முகங்களும், தோற்றங்களும், கூக்குரல்களும், முத்தங்களும் ஆலிங்கனங்களும், கொலைகளும், மரங்களும், மலைகளும், குரூரங்களும் தனித்தனியாகவும் ஒன்றின் மீது ஒன்றாகவும் என்னை வாட்டி வதைக்கப் போகின்றன. என் சொந்தத் துக்கங்களுக்கு இரு வாரங்களுக்கு விடுமுறை.

விழா நடக்கும் கொட்டகை உள்ள திசையில் நடக்க ஆரம்பித்தேன். யாரோ ஒருவன் பின்னால் ஓடிவந்தான். "சார்" என்றான். "என்ன" என்றேன்.

"சம்பூர்ணா செக்யூரிட்டி."

பையில் கையை விட்டேன். அறையின் சாவியை ரிசப்ஷனில் கொடுக்காமல் எடுத்து வந்துவிட்டேன்.

"இந்தா சாவி"

அவன் போய்விட்டான். பூட்டிருந்து என்ன பயன்? சாவி ஒழுங்காக இருக்க வேண்டும்.

(1990)

விழா

சுமார் பதினான்கு மாதங்களாகக் காத்திருந்த சர்வதேச திரைப்பட விழா விஷயம் பற்றி மேலிடத்துச் சம்மதம் வந்துவிட்டது. இச்சம்மதம் பத்து மாதங்கள் முன்னரே எதிர்பார்க்கப்பட்டது. அப்போது திடீரென்று உலக அரங்கில் பெரிய நெருக்கடி உருவாயிற்று. மூன்றாம் உலக யுத்தம் ஆரம்பித்தே விடப்போகிறது என்கிற அளவுக்கு அனுபவசாலிகள் பயந்தனர். இந்தியாவில் திட்ட மிடப்பட்டிருந்த திரைப்பட விழா காலவரை யின்றி ஒத்தி வைக்கப்பட்டது. இப்போதுதான் விஷயம் மீண்டும் மறு பரிசீலனைக்கு எடுத்துக் கொள்ளப்பட்டது.

விழாவை, அடுத்து வரும் ஜனவரியில் நடத்தி விடுவது என்று முடிவு செய்யப்பட்டது.

அரசாங்கமாக முன் நின்று நடத்தும் திரைப் பட விழா உலகிலேயே இந்திய தேசம் ஒன்றில் தான். சினிமாப் படம் எடுக்கும் நாடுகளில் இருபது நாடுகளாவது இவ்விழாவில் கலந்துகொள்ளும். முழுநீளப் படங்கள், துண்டுப் படங்கள் என்று விழாவில் சேர வருபவையைக் காட்ட இந்திய நகர்களான டில்லி, கல்கத்தா, பம்பாய், சென்னை ஆகிய இடங்களில் சினிமா தியேட்டர்களை நியமித்துப் போதிய முன் விளம்பரம் செய்ய வேண்டும். விழாவுக்காக வரும் பிரதிநிதிகள் மொத்தம் ஐம்பது, நூறு பேர்கூட இருக்கக்கூடும். அவர்கள் தங்கியிருக்க இடம், பொழுது போக அந்தந்த இடத்தில் முக்கியக் காட்சிகளைப் பார்த்து

வர சுற்றுப் பயணம், இந்திய சினிமாப்பட உலகிலிருந்து போதிய வரவேற்புகள், விருந்துகள் எல்லாம் ஏற்பாடு செய்ய வேண்டும்.

பிரதிநிதிகளைச் சென்னையில் கவனித்துக்கொள்ள அரசாங்கத்தால் நியமிக்கப்பட்ட சுப்பிரமணிய சாஸ்திரிக்கு 'ஐயோ, இன்னொரு பிலிம் ஃபெஸ்டிவலா!' என்று தோன்றியது. அவருக்கு உதவியாளனாக இருக்கத் தேர்ந்தெடுக்கப்பட்ட சங்கரன் அது வாழ்க்கையில் கிடைப்பதற்குரிய நல்ல சந்தர்ப்பம் என்று மிகவும் உற்சாகமாக இருந்தான்.

❍

அந்த நகரத்தின் நடுவில் ஓடிக்கொண்டிருந்த நதியின் மேல்பரப்பு பல இடங்களில் பாளம் பாளமாக உறைந்து கிடந்தது. வெடிப்பு இருந்த இடத்தில் அடியில் தண்ணீர் மிகத்தெளிவாக ஓடிக் கொண்டிருந்தது தெரிந்தது.

அமைப்பில் சிறிது ஸாரசனிக் அம்சம் கொண்ட ஒரு மிகப் பெரிய கட்டிடம். அந்தக் கட்டிடத்துக்கு மொத்தம் பதிமூன்று இடங்களில் சிறிதும் பெரிதுமான கும்பங்கள் இருந்தன. அந்தக் கட்டிடத்தில் மைதானம் போன்ற மிகப் பெரிய அறை ஒன்றில் கட்சிக் கூட்டம் நடந்துகொண்டிருந்தது. இரண்டாள் உயரத்திற்கு இருக்கும் ஜன்னல்களில் பொருத்தப் பட்டப் பல வண்ணக் கண்ணாடிகள் அறையின் அலங்கார விளக்குகளின் ஒளியை எவ்வளவோ நூற்றாண்டுகளாகச் செய்து வந்ததுபோல் அன்றும் பிரதிபலித்துக்கொண்டிருந்தன. வரிசை வரிசையாகப் 'ப' வடிவத்தில் ஏறக்குறைய முன்னூறு அங்கத் தினர்கள் உட்கார்ந்திருந்தார்கள். பொதுச் செயலாளரின் உரை முடியும் தருவாயிலிருந்தது.

"...நாட்டைக் காட்டிக் கொடுக்கும் துரோகிகள் இன்று நம்மிடை இருந்து வருகிறார்கள். அரசாங்கப் பதவியைப் பயன் படுத்திக்கொண்டு சித்தாந்தத்திற்கு அவர்களின் சுய முன்னேற்றத் திற்கேற்ப அர்த்தங்களையும் விளக்கங்களையும் கொடுத்துக் கொண்டு மரத்தைத் துளைக்கும் வண்டைப் போல் சிறிது சிறிதாகத் துரோகச் சிந்தனைகளை உலக மக்களிடம் பரவச் செய்யப் பார்க்கிறார்கள். இவர்கள் இந்நாட்டு மக்களுக்கும் இந்நாட்டுக் கொள்கைக்கும் பெரும் துரோகம் புரிபவர்களாவார் கள். இவர்கள் இச்செய்கையினால் பிற மக்களின் உழைப்பாலும் திறமையாலும் விளையும் பயன்களைச் சுவீகரிக்கப் பார்க்கிறார் கள். இதனால் சோம்பலில் தோய்ந்து பிறர் தியாகத்தில் உண்டாகும் பயன்களைத் திருடித் தின்னும் உலுத்தர் பரம்பரை ஒன்றை உண்டாக்கப் பார்க்கிறார்கள். ஆனால் நம் மக்கள் விழிப்போடு இருப்பார்கள். துரோகத்தை ஒருபோதும் சகியார்கள்.

அவர்கள் வெகுண்டெழுந்து இந்தப் புல்லுருவிகளைக் களைந்து எறிவார்கள். நமது நவ சமுதாயத்தை இன்னமும் திடப்படுத்து வார்கள். நாமும் அதற்கே கணப்போதும் அயராமல் உழைப்போ மாக. வாழ்க!”

இது முடிந்த பிறகு பத்து நிமிஷத்துக்கும் மேலாகக் கரகோஷம் கேட்ட வண்ணமே இருந்தது. கரகோஷம் உச்ச நிலையடைந்து தணியும். இவ்வாறு பலமுறை நடந்தது. ஒரு வழியாகக் கரகோஷம் முடிந்தது. கட்சியின் உபதலைவரும் நாட்டின் பிரதம மந்திரியுமானவர் பேச எழுந்தார். அவர் உரையும் முன்னமேயே தயாரிக்கப்பட்டது. நான்கு தனிக் காகிதங்களாகக் கையில் வைத்துக்கொண்டு படித்தார்.

“மகத்தான குடியரசின் மகத்தான குடிமக்களே! இன்று நான் உங்கள் முன் குற்றவாளியாக நிற்கிறேன். என் குற்றம் மகத்தான குற்றம். இதற்கு மன்னிப்புக் கிடையாது. உங்களுடைய கருணையைத்தான் நான் கெஞ்சிக் கேட்க முடியும். நான் நம் குடியரசின் மகத்தான கொள்கைகளுக்குத் துரோகம் செய்துவிட்டேன். நான் என் சுய சௌகரியத்திற்காக விசுவாச முள்ள உண்மைக் குடிமக்களின் உழைப்பின் பலனை அபகரிக்கும் வகையில்தான் செயல்பட்டேன். அத்துடன் நில்லாமல் நான் என்னை வீரவணக்கம் புரியும் ஒரு குழுவையும் உண்டாக்கி அவர்களை என் தவறான பாதையில் பழக்கமுண்டாகும்படி செய்துவிட்டேன். நான் என் குற்றங்களை முழுமையும் ஒப்புக் கொள்கிறேன். குடியரசின் நீசத் துரோகியாக உங்கள் முன் நிற்கும் நான் எந்தத் தண்டனையும் பெறச் சித்தமாயிருக்கிறேன். எனக்குக் குடிப்பிரஜை சலுகைகள் ரத்துச் செய்யப்பட வேண்டு மாய்ப் பிரார்த்தித்துக் கொள்கிறேன். வாழ்க!”

அடுத்து பத்து நிமிடங்களில் ஏகோபித்தமனதாகப் பிரதம மந்திரி அவர் பதவியிலிருந்து விலக்கப்பட்டு கலாச்சார அமைச்சரலுவலகத்தில் முதல் செயலாளராக நியமனம் பெறுவார் என்று ஏற்பாடாயிற்று. அவருக்குக் கருணை காட்டப் பட்டதின் பேரில் பிரஜா உரிமைகள் பறிக்கப்படவில்லை.

இரண்டு மணி நேரத்துக்குப் பிறகு கலாச்சாரப் பிரிவின் புது முதல் செயலாளருக்கு ஒரு பணியிடப்பட்டது.

“நீங்கள் வருகிற ஜனவரி மாதம் நமது குடியரசின் சார்பில் இந்தியாவுக்கு ஒரு திரைப்படத் தூது கோஷ்டியின் தலைமையில் விஜயம் செய்வீர்கள்.”

“சரி.”

“உங்கள் கோஷ்டியில் கட்சிச் செயலாளர்கள் நால்வர், பார்வையாளர்கள் ஏழு பேர், மூன்று மொழிபெயர்ப்பாளர்கள்,

இரு செய்திப் புகைப்படக்காரர்கள், இரண்டு செய்தி இலாகா அதிகாரிகள், ஒரு திரைப்பட டைரக்டர் ஆக உம்மையும் சேர்த்துப் பதினெட்டுப் பேர் இருப்பார்கள்."

"சரி."

"இந்தியாவில் நீங்கள் இந்தக் குழுவுடன் இருக்க வேண்டிய நாட்கள் இருபத்தொன்று. ஆறு நாட்கள் டில்லி, மூன்று நாட்கள் பம்பாய், ஐந்து நாட்கள் கல்கத்தா, ஏழு நாட்கள் சென்னை, இருபத்தொன்றாம் நாள் மறுபடியும் டில்லிக்கு வந்து உங்களுக் காகக் காத்திருக்கும் விமானத்தில் இங்கு திரும்பி வந்து சேருவீர்கள்."

"சரி."

"பட்டியலை மீறுவதோ மாற்றுவதோ உசிதமாகக் கருதப் படாது."

"சரி."

"நீங்கள் ஒவ்வொரு இடத்தில் வெளியிட வேண்டிய பொது அறிக்கைகளும் பத்திரிகை அறிக்கைகளும் செய்தி இலாகா உங்களுக்கு முன்கூட்டியே தயாரித்துக் கையில் கொடுத்துவிடும். அதைத் தவிர நீங்கள் வேறு எந்த விவரமோ விளக்கமோ தருவது உசிதமாகக் கருதப்படாது."

"சரி."

"இந்தியாவில் பிரதம மந்திரி, மற்றும் முதன் மந்திரிகள் தரும் விருந்துகளைத் தவிர வேறு எந்தப் பொது நிகழ்ச்சியிலும் வரவேற்பிலும் நீங்கள் கலந்துகொள்வது உசிதமாகக் கருதப்படாது."

"சரி."

"நம் நாட்டின் நண்பர்களாக இந்தியாவில் செயல்படும் சிலரை மட்டும் நீங்கள் சந்திக்க அந்தரங்கமாக ஏற்பாடுகள் செய்யப்படும் பல அபாயங்கள் மத்தியில் அவர்கள் இந்த நாட்டின் செல்வாக்கும் பலமும் பெருகப் பாடுபடுகிறார்கள். அவர்களுக்கு அன்பளிப்பாக உம்மிடம் ஒப்புவிக்கப்படுவதை விநியோகம் செய்வது உம்முடைய பொறுப்பு. ஒருவர் பெறுவதை இன்னொருவர் அறியத் தருவது, உசிதமாகக் கருதப்படாது."

"சரி."

"எந்தச் சமயத்திலும் நீங்கள் ஆங்கிலம், மற்ற இந்திய மொழிகள் தெரிந்ததாகக் காண்பித்துக் கொள்வது உசிதமாகக் கருதப்படாது. எல்லா சம்பாஷணைகளும் உம்முடன் கூடவரும் மொழிபெயர்ப்பாளர் கொண்டே நடத்தவேண்டும்."

"சரி."

“கடைசியாக, உம்முடைய பதவி மாற்றம் நாட்டின் நலனைக் குறித்து ஏற்பட்டதாகையால் இப்போதேற்கும் பதவியில் உம்மிடமிருந்து போதிய முயற்சியோ உற்சாகமோ இல்லாமலிருந்தால் அது தீவிர பரிசீலனைக்குள்ளாக்கப்படும் விஷயமாகும். தேச விரோதப் போக்குக்கு ஒரு முறை மன்னிப்பளிப்பதே அரிது.”

“சரி.”

“பேட்டி முடிந்துவிட்டது. வாழ்க.”

“வாழ்க.”

○

“மிஸ்டர் மாதூர், ஜூரிகள் பரிசுக்குச் சிபாரிசு செய்த படங்களின் பட்டியலை மீண்டும் படியுங்கள்.”

நான்காவதாக ‘பரானிமாறு’ என்கிற படத்தின் பெயர் படிக்கப்பட்டது. அது கம்போலியா நாட்டிலிருந்து விழாவில் கலந்துகொள்ள வந்திருந்த படம்.

“‘பரானிமாறு.’ இதற்கு ஜூரிகள் கொடுத்த மார்க் எவ்வளவு?”

“92.”

“முதலாவதற்கு 108 தானே?”

“109.”

“சரி. நீங்கள் ‘பரானிமாறு’ படம் முதல் பரிசுக்குத் தேர்ந்தெடுக்கப்பட்டிருக்கிறது என்று வாடேகரிடம் தெரிவித்து உடனே முதல் பரிசுக் கேடயத்தில் பெயர் பொறிக்க ஏற்பாடு செய்யச் சொல்லுங்கள். மேலிடத்து உத்தரவு.”

“அது எப்படி? ஜூரிகள் சிபாரிசு . . .”

“நாம் தனித்தனியாக எண்ணிக்கை போட்டுத் தரச் சொல்லியிருந்தோம். எல்லோருடைய மார்க்குகளையும் சேர்த்து எது முதலில் வரும் என்று அவர்களுக்குத் தெரியாது.”

“‘பரானிமாறு’ சுமாராகத்தான் இருக்கிறது. கதையே இல்லை. வந்திருந்தவர்கள் எல்லாரும் தூங்கினார்கள்.”

“ஆனால் ஜூரிகள் சிலருக்குப் பிடித்திருக்கிறது போலிருக்கிறதே?”

“நான் சிறிது நேரம் பார்த்தேன். கதை நகரவேயில்லை ஒன்றும் புரியவில்லை.”

“கலரா?”

“கறுப்பு – வெளுப்புதான். அதுகூடக் கண்ணுக்கு எல்லாம் ஒரே மங்கலாகத் தெரிந்தது. ரொம்பப் பழைய பிரதி.”

“அதற்கு மொத்தம் எவ்வளவு மார்க்குகள்?”

“92.”

“அப்போது அவ்வளவு மோசமானதாக இருக்காது. இல்லாது போனால் பரிசு கொடுப்பது நம்பத்தகாததாகப் போயிருக்கும்.”

“இப்போதும் சந்தேகம்தான்.”

“முதலில் இந்த விழாவில் கம்போலியா கலந்துகொள்ளுமா என்றே தெரியாமல் இருந்தது. கம்போலியாவில் ராணுவதளம் ராக்கெட் தளம் இந்த மாதம் தயாராகிவிடும்.”

“அது அனுமதித்து விட்டாயிற்று?”

“நீர் இந்த டில்லிக்கு லாயக்கில்லை. எங்கேயாவது வெளி தேசத்தில் தூதர் காரியாலயத்தில் வேலை பார்க்க வேண்டியது. அனுமதி மட்டும் இல்லை. அது ஒரு ராணுவ ஒப்பந்தமே பண்ணிக் கொண்டுவிட்டது.”

“ரஷ்யாவா, யூ.எஸ்.ஸா?”

“ராணுவ தளம் என்றால் இந்த இரண்டில் ஒன்றுதான் இருக்க முடியும். அடுத்த கூட்டத்தில் கம்போலியாதான் இந்தியா வின் பெயரை கவுன்சிலுக்குப் பிரேரேபிக்க வேண்டும்.”

“கம்போலியா மொத்தம், பீஹார் அவ்வளவுகூட இருக்காது.”

“ஊஹூம். அஸ்ஸாமைவிடச் சிறியது. மிஸ்ராவும் கர்தார் சிங்கும் அங்கு போய்விட்டு வந்திருக்கிறார்கள். ஆனால் இன்று தேவை வேண்டியிருக்கிறது ... சீக்கிரம், இன்னும் மூன்றுமணி நேரம்கூட இல்லை. இந்தப் படத்தின் வரலாறெல்லாம் குறிப்புத் தயார் செய்ய வேண்டும். நாளைக்கு இரண்டாவது சனிக்கிழமை. ஸ்டென்சில் வெட்ட ஒரு ஆள் கிடைக்கமாட்டான்.”

“இதோ போகிறேன். அந்த ஜூரி ...”

“அதை நான் பார்த்துக்கொள்கிறேன். ஹோட்டலில் புரொபஸர் டப்லியுடைய ரூம் என்ன நம்பர்?”

“40.”

“அவரிடம் நான் சொல்லிக்கொள்கிறேன். ஒரு தடவை அவருடைய விஸா எக்ஸ்டென்ஷனை நான் நேரேயிருந்து வாங்கிக் கொடுத்திருக்கிறேன்.”

“நாளைக்கு பக்ராநங்கலுக்கு அவர் வரவில்லை.”

“அவர்தான் நான்கு வருஷங்களாக இந்தியாவிலேயே இருந்து வருகிறாரே? ஒருவேளை ஏற்கெனவே பார்த்திருக்கலாம்.”

"அதோடு அவருக்குக் கடுமையான ஆஸ்த்மாவும் இருக்கிறது. இஞ்செக்ஷனை அவரே போட்டுக்கொண்டு விடுகிறார்."

"அது மருந்தா, டோப்பா?"

"அப்படியும் இருக்கும்."

"அப்படித்தான் இருக்கும்."

"நான் வாடேகரைப் பார்க்கப் போகிறேன்."

"எல்லாக் குறிப்புகளையும் இன்றைக்கே ஸ்டென்சில் வெட்டி விடவேண்டும். துவக்க நாளன்று எல்லாருக்கும் விநியோகம் செய்ய 300 பிரதிகள் தேவைப்படும்."

"இன்னொன்று ஞாபகமிருக்கும் போதே சொல்லிவிடு கிறேன். சீஃப் செக்ரட்டரிக்கு முதல் மூன்று நாட்களிலும் தினம் முப்பது சீட்கள் வேண்டுமாம்."

"முப்பதா?"

"ஆமாம்."

"இந்த செக்ரட்டரி, டிபுடி செக்ரட்டரிகளுக்கு இடம் ஒதுக்கி வைப்பதிலேயே பாதித் தியேட்டருக்கு மேல் தீர்ந்து விடுகிறது. என்னிடம் பெரிய பட்டியலே இருக்கிறது."

"நான் வாடேகரைப் பார்க்கப் போகிறேன். நீங்கள் டப்லிக்கு போன் பண்ணிவிடுங்கள்."

"புரொபஸரை நேரேயே பார்ப்பது நல்லது. நான் அதைப் பார்த்துக்கொள்கிறேன். நீங்கள் புறப்படுங்கள். வண்டி இருக்கிற தல்லவா?"

"இருக்கிறது."

"ரைட்."

○

ஹோட்டலின் அந்த விசாலமான முன் அறையில் எதைப் பார்த்தாலும் பளபளவென்று இருந்தது. வரவேற்பாளர் காரியாலயம், மானேஜர் அறை, அந்த ஹோட்டல் நிர்வாகத்தைச் சேர்ந்த பிரயாண ஏஜன்ஸி, பார் எல்லாமே மிகவும் பிரகாச மாக இருந்தன.

ஹோட்டலில் இந்தியர்களைவிட வெளிநாட்டினரே அதிகம் தென்பட்டனர். வெளிநாட்டினர் விதவிதமான மேனி யுடையவர்களாக இருந்தார்கள். ஒரு ஒற்றை சோபாவில் நிறம் மட்டமான ஒரு வெளிநாட்டுக்காரர் உட்கார்ந்திருந்தார். ஒரு சிறு டீபாய் அவருக்கும் அவர் எதிரே இருந்த இன்னொரு சோபாவுக்குமிடையே இருந்தது. எந்தவிதப் பரபரப்புமில்லாமல்

அவர் சிகரெட் குடித்துக்கொண்டிருந்தார். ஆனாலும் சில சமயங்களில் அவர் முகத்தில் சிறு சுருக்கங்கள் தோன்றின.

இன்னொரு வயதான வெளிநாட்டுக்காரர் அந்தப்பக்கம் வந்தார். இவர் நல்ல சிவப்பு.

சிவப்பானவர் உட்கார்ந்திருந்தவரைப் பார்த்து லேசாகப் புன்னகை புரிந்தார். ஆனால் மறுகணமே வேறு எங்காவது இடம் காலி இருக்கிறதா என்று பார்க்க ஆரம்பித்தார்.

அப்போது வரவேற்பாளர் இடத்திலிருந்து ஒரு ஹோட்டல் ஆள் வயதான வெளிநாட்டுக்காரரிடம் வேகமாக வந்தான். “புரொபஸர், ஒரு டெலிபோன்,” என்றான்.

இது கேட்டு உட்கார்ந்திருந்தவர் சிறிது விழிப்பு வந்தவராகத் தோன்றினார்.

வயதானவர் இந்த ஆளை, “மிஸஸ் சாக்ஸேனாவா?” என்று கேட்டார்.

“இல்லை மிஸ்டர் கவுல்.”

“எனக்கு யாரென்று தெரியவில்லை ... அரை மணி நேரம் பொறுத்து மீண்டும் போன் பண்ணச் சொல்லு. நான் ரூமில் இருப்பேன்.”

“சரி, புரொபஸர்.”

உட்கார்ந்திருந்தவர் இப்போது புரொபஸரைப் பார்த்துப் புன்னகை புரிந்தார். புரொபஸர் உட்கார்ந்து கொண்டார்.

“புரொபஸர் டப்லி?”

புரொபஸர் அதை எதிர்பார்க்கவில்லை. “ஆமாம்” என்றார்.

“பிரான்சிலிருந்து ...”

“ஆமாம்.”

“நானும் விழாவுக்காகத்தான் வந்திருக்கிறேன்.”

“அப்படியா? நேற்று பிரதிநிதிகள் விருந்தில் உங்களைக் கவனிக்கவில்லையே? என்றைக்கு வந்தீர்கள்?”

“இன்று காலைதான் வந்தேன்.”

“எந்த தேசம்?”

“கம்போலியா.”

“கம்போலியா – இது புதுப் பெயர் இல்லை?”

“ஆமாம். முன்னமே லெஸ்டர் தீவுகள் என்று பெயர் இருந்தது. ஜனத்தொகை மொத்தமே பதினெட்டு மில்லியன்தான்.”

"நீங்கள் கவர்மெண்டிலிருந்து வருகிறீர்களா?"

"இல்லை. தனித்தயாரிப்பாளர்கள்தான்."

"அதற்கு உங்கள் தேசத்தில் வசதியிருக்கிறதா?"

"ஒரு சின்ன ஸ்டூடியோ இருக்கிறது. பாதிக்கு மேல் கவர்மெண்டு பணம்தான்."

"படத்துக்குக் கூடவா?"

"இல்லை, இல்லை. அது முழுக்க என் சொந்த முயற்சிதான்."

"ஓ."

புரொபஸர் சோபாவில் சாய்ந்து உட்கார்ந்து கண்களை மூடிக்கொண்டார். கண்களை மூடிக்கொண்டே "உம் பெயர் என்ன?" என்று கேட்டார்.

"டல்பதடோ. பீடர் டல்பதடோ."

புரொபஸர் கண்களைத் திறந்து, சோபாவில் சாய்ந்தபடியே டல்பதடோவை நன்கு உற்றுப் பார்த்தார். பிறகு மீண்டும் கண்களை மூடிக்கொண்டார்.

நான்கு பெரிய டாக்ஸி வண்டிகள் சீறிக்கொண்டு வந்து போர்டிகோவில் அடுத்தடுத்து நின்றன. நிறைய மனிதர்கள் இறங்கி அந்த அறைக்குள் வந்தார்கள். முக்கியமான விமானம் டில்லி வந்தடைந்திருக்க வேண்டும். டல்பதடோ உட்கார்ந் திருந்தபடி அவன் கண்ணுக்குப் பட்டவற்றை மட்டும் பார்த்த படி இருந்தான். புரொபஸர் தூங்கிவிட்ட மாதிரி இருந்தார். பகல் சாப்பாட்டுக்கு இன்னும் அரைமணி நேரமாவது செல்ல வேண்டும்.

சலசலப்பு சிறிது ஓய்ந்தது. புரொபஸர் கண்களைத் திறந்து கொண்டார். அவர் தூங்கவில்லை. டல்பதடோ கேட்டான்: "நீங்கள் ஜூரிகளில் ஒருவரல்லவா?"

"என்ன! ஓ . . . ஆமாம். தானாக ஒன்றும் சிருஷ்டி செய்ய முடியாவிட்டால் விமரிசகனாக மாறிவிடலாம்."

புரொபஸர் சாதாரணமாகத்தான் பேசினார். சிரிக்க வில்லை. பிறகு, 'உம் படம் என்ன?' என்று கேட்டார்.

"பரானிமாறு – வற்றிக்கொண்டிருக்கும் ஆறு."

"எதைப் பற்றி அது? என்ன கதை?"

"அதுதான் வற்றிக்கொண்டிருக்கும் ஆறு. கிராமத்தில் ஒரு குடும்பம் மட்டும் விடாப்பிடியாக இருக்கிறது. ஒவ்வொரு நாளும் ஊற்றுத் தோண்டி ஒரு சிறு பாத்திரத்தில் தண்ணீர் எடுத்து வடிகட்டுகிறார்கள் . . ."

"ஓ! அதுவா ..?"

"நீங்கள் பார்த்தீர்களா?"

"உம்."

சிறிது நேரம் இருவரும் பேசாமல் இருந்தார்கள். புரொபஸர் கேட்டார்: "ஏன் படத்திற்கு ஸப்டைட்டில்கள் கூடப் போட வில்லை?"

"சௌகரியப்படவில்லை."

"ஓகோ –"

"கொஞ்சம் சௌகரியப்படவில்லை."

புரொபஸர் மீண்டும் சிறிது நேரம் கண்ணை மூடிக் கொண்டார்.

டல்பதடோ சொன்னான்: "நான் உங்கள் படங்களைப் பார்த்து மிகவும் ரசித்திருக்கிறேன்."

"ஓ."

"ஆர்க் டி டிரயோம்ப்." 'ராண்டவூ,' 'சிரானோ டி பெர்ஜுராக் ..."

"ம்."

"ராண்டவூ" மிகவும் நன்றாக இருந்தது."

"ம்."

"ஆயிரத்து தொள்ளாயிரத்து நாற்பத்தொன்பது என்று நினைக்கிறேன்."

"ஐம்பது."

"அதற்கப்புறம் உங்கள் படம் ஒன்றும் வரவில்லை ..."

"அதுதான் ஜூரியாக இருந்துகொண்டே இருக்கிறேனே. எவ்வளவு முறை என்று எனக்கு எண்ணிக்கைகூடத் தவறி விட்டது."

"ஆமாம். உங்களுக்கு நேரமே இருக்காது."

"ஆமாம் எனக்கு நேரமே கிடையாது." என்று புரொபஸர் சொன்னார். சிறிது கழித்து, "ஐம்பத்து மூன்றில் ஒரு படம் ஆரம்பித்தேன். பாதியோடு நிற்கிறது."

"வில்லியம் டெல்."

“ஆமாம். உங்களுக்கு நன்றாக ஞாபகமிருக்கிறதே . . !” இரண்டு கிலோமீட்டர் சதுரத்திற்குப் போட்ட ஆல்டாஃப் நகர செட் துளி படம்கூட எடுக்காமல் அப்படியே காற்றிலும் மழையிலும் கரைந்துபோய்விட்டது.”

“நான் படித்திருக்கிறேன்.”

“உமக்கு இது எத்தனையாவது தயாரிப்பு?”

“இரண்டாவது.”

“உமக்கு வேறு ஏதாவது தொழில் உண்டா?”

“இல்லை சினிமாதான். முன்பு தென்னந்தோப்புகள் வைத்திருந்தேன். இப்போது இல்லை.”

“உம் உலகம் எப்படி இருக்கிறது?”

டல்பதடோ ஒரு கணம் விழித்தான்.

“ஏதாவது படம் பண்ணுகிறீர்களா?”

“ஓ . . . முதல் படம் பரவாயில்லை. இது கொஞ்சம் மட்டந் தான்.”

“அப்படித்தான் ஆரம்பம்.”

“எங்கள் படங்களுக்கு அயல்நாட்டு வரும்படியே கிடையாது.”

“அதற்குத்தான் ஃபிலிம் ஃபெஸ்டிவலுக்கு வந்திருக்கிறீர்கள்?”

“ஆமாம்.”

“இதற்கு உமக்கு வேறு யாராவது பணமுதல் செய்திருக்கிறார் களா?”

“இல்லை. எங்கள் அரசாங்கம்கூட இதற்கு ஒன்றும் உதவி செய்யவில்லை.”

“அப்படித்தான்.”

“பார்க்கப் போனால் இந்த விழாவில் பிரதிநிதியாகப் பங்கெடுத்துக் கொள்வதே அவ்வளவு பிடிக்கவில்லை.”

“இந்தியாவும் நீங்களும் அண்டை வீட்டுக்காரர்களல்லவா, அப்படித்தான்.”

“நாளைக்கு முன்னால் முடிவு தெரியாதா?”

“எதன் முடிவு?”

“இந்த விழாவின் முதற் பரிசு.”

"எதற்கு வந்தால் என்ன? பரிசு பெறுவதும் பெறாததும் ஒன்றுதான்."

"ஏன் அப்படிச் சொல்லிவிடுகிறீர்கள்?"

"நான் முப்பது வருஷமாகச் சினிமாப் படம் எடுத்திருப்பதால்தான்."

டல்பதடோ பதிலேதும் கூறாமல் இருந்தான். புரொபஸர் கேட்டார்: "ஏன், நீர் உம் படத்துக்குப் பரிசு எதிர்பார்க்கிறீரா?"

"இல்லை . . . அது கொஞ்சம் நல்ல படம் என்றுதான் நான் நினைத்து வருவது . . ."

"நீர் ஏன் முன்னமேயே என்னைப் பார்த்திருக்கக் கூடாது?"

"இன்றுதான் நான் இங்கு வந்துசேர முடிந்தது. இந்தியாவில் துறைமுகத்தில் இறங்கியதும் டில்லிக்கு ரயிலிலேயே வந்தேன்."

"ரயிலுக்கும் பிளேனுக்கும் அதிகம் வித்தியாசமில்லையே."

"கொஞ்சம் இருக்கிறது."

"நீர் சொல்வது உண்மைதான்."

"நீங்கள் என் படம் பார்த்தீர்களா?"

"உம் . . . பார்த்தேன்."

"சுமாராகவாவது இருக்கிறதா?"

"முதலில் ஞாபகம் இல்லாமலிருந்தது. இப்போது கொஞ்சமாக நினைவுக்கு வருகிறது."

"அந்த நாவல் எங்களூரில் கொஞ்சம் பிரபலமான நாவல்தான்."

"பரவாயில்லை."

புரொபஸர் கண்ணை மூடிக்கொண்டார். சட்டென்று எழுந்து அந்தப் பக்கம் போன ஒரு சிப்பந்தியை "யூஸப்" என்று கூப்பிட்டார். யூஸப் அவன் யூனிபாரத்தில் பிரமாதமாக இருந்தான். புரொபஸர் ஹிந்தியில் அவனிடம் "லெமனேட் கொண்டு வா," என்றார். பீடரைப் பார்த்து "லெமனேட் உமக்குச் சரிதானே? அல்லது வேறு ஏதாவது?"

"இல்லை, சரிதான்."

"சரி, இரண்டு கொண்டு வா."

யூஸப் போன பிறகு டல்பதடோ பேசினான்: "நீங்கள் நன்றாக இந்திய பாஷை பேசுகிறீர்கள்."

"நான்கு வருஷங்களாக ஒரு தேசத்தில் இருந்தால் செவிடனுக்குக்கூட அந்த பாஷை வந்துவிடும்."

"நான்கு வருஷங்களா?"

"இந்த தேசத்தில் அரசாங்கமே ஒரு சினிமா அகாடமி நடத்துகிறது. எனக்கு அது இல்லையென்றால் நானும் ஏதாவது அமெரிக்கக் கோடீஸ்வரன் பின்னால் சுற்றிக் கொண்டிருப்பேன்."

"நான் உங்களை நேற்றே பார்க்காமல் போய்விட்டேன்."

புரொபஸர் தன் பையிலிருந்து ஒரு சிகரெட் பெட்டி எடுத்தார். பெட்டி பச்சை நிறத்தில் இருந்தது. அதன் மேல் அராபிக் எழுத்துக்கள் இருந்தன. சிகரெட் சாதாரணமாக இருக்கும் வெள்ளை நிறமல்லாமல் கறுப்பு நிறத்தில் இருந்தது.

"சிகரெட்?" என்று புரொபஸர் கேட்டார்.

"இது புகையிலை சிகரெட்தானே?"

"தொண்ணூற்றொன்பது சதம் அதுதான்."

"நான் இந்த ரகம் பார்த்ததில்லை."

"டர்க்கிஷ் சிகரட். நான் எப்போதும் இதைத்தான் உபயோகப் படுத்துவது. ஒரு நாளைக்கு ஐந்தாறுக்கு மேல் என்னால் பிடிக்க முடிவதில்லை."

"காரம் அதிகம்தான்."

"இந்த இடத்தில் இதைக் கடத்தல்காரர்கள்தான் கொண்டு வர முடியும். கடத்தல்காரர்கள் கொண்டு வந்தால் தரத்தைப் பற்றி நிச்சயமாகச் சொல்ல முடியாது."

புரொபஸர் ஒரு முறை புகையை நன்கு ரசித்து உள்ளுக் கிழுத்தார். அவர் கண்களில் நீர் தளும்பியது. சிறிது இருமவும் செய்தார். இருவரும் சிகரெட்டை முடித்துப் போட்டார்கள். புரொபஸர் அமைதியுற்றவராக இருந்தார். டல்பதடோ சிறிது சிரமப்பட்டான்.

யூஸப் லெமனேட் கொண்டுவந்தான். புரொபஸர் நன்றாகச் சாய்ந்துகொண்டு கண்ணை மூடிக்கொண்டிருந்தார். லெமனேட் டைச் சப்தம் செய்யாமல் வைத்துப் போகும்படி டல்பதடோ யூஸப்புக்குச் சைகை காட்டினான். ஹோட்டல் போர்டிகோவில் ஒரு சிறு டாக்ஸி வண்டி வந்து நின்றது. அதிலிருந்து ஒரு பெண் இறங்கினாள். டாக்ஸிக்காரனுக்குச் சில்லறை எண்ணிக் கொடுத்துவிட்டு வரவேற்பாளர் இடத்திற்குப் போய் சாவி கேட்டாள். வரவேற்பாளர் டல்பதடோ உட்கார்ந்திருக்கும்

திசையைச் சுட்டிக்காட்டினார். அந்தப் பெண் டல்பதடோ விடம் வந்தாள். டல்பதடோ அவளைப் பார்த்து, "நீ ரூமுக்குப் போகிறாயா? நான் சிறிது நேரத்தில் வந்துவிடுகிறேன்," என்றான். அவன் தணிந்த குரலில்தான் சொன்னான். ஆனால் புரொபஸர் விழித்துக்கொண்டு விட்டார்.

"மன்னிக்க வேண்டும். உங்கள் தூக்கத்தைக் கெடுத்து விட்டேன்," என்றான் டல்பதடோ.

"நான் இப்போது எப்படித் தூங்குவது? சிறிது களைப்பு," என்று புரொபஸர் அந்தப் பெண்ணைப் பார்த்தார்.

டல்பதடோ, "லெமனேட் வந்துவிட்டது" என்றான்.

"நாம் இப்போது மூன்று பேர் இருக்கிறோமே? இங்கே உட்காருங்கள், மாதமொஸால்" என்று புரொபஸர் எழுந்து தன் சோபாவைக் காலி செய்ய எத்தனித்தார்.

டல்பதடோ, "வேண்டாம், நீங்கள் உட்காருங்கள். நான் வேறு நாற்காலி கொண்டுவரச் சொல்லுகிறேன். ஸில்வியா!" என்று அப்பெண்ணைப் பார்த்துச் சொன்னான்.

ஸில்வியா, "நீங்கள் சிரமப்படாதீர்கள்," என்று சொல்லி சிறிது தள்ளி இருக்கும் நாற்காலியை இழுக்கப் பார்த்தாள். அது கனமாக இருந்தது. டல்பதடோ எழுந்து அதைச் சிறிது நகர்த்தி இழுத்தான். மூவரும் உட்கார்ந்து கொண்டார்கள். ஸில்வியாவின் கையெல்லாம் கறுப்பாகத்தான் இருந்தது. முகத்திற்கு மட்டும் அவள் நீண்ட காலமாகச் சக்திவாய்ந்த பூச்சுத் திரவியங்களை உபயோகித்திருக்க வேண்டும்.

"இது ஸில்வியா மாரிஸ். இது புரொபஸர் டப்லி. உலகப் பிரசித்திபெற்ற பழம்பெரும் படத் தயாரிப்பாளர்."

"படத் தயாரிப்பாளரே புரொபஸராக இருக்கிறாரே," என்று ஸில்வியா சிரித்துக்கொண்டு சொன்னாள். அவளுக்கு இடது புறத்தில் சிறிய சிங்கப்பல் இருந்தது.

"நான் சினிமாவில் புரொபஸராகவில்லை, முதலிலேயே புரொபஸர். பார்க்கப் போனால் நான் டாக்டர்."

"டாக்டர்?"

"ஆமாம். வைத்திய டாக்டர்தான்."

"என்ன அதிசயம்!" ஸில்வியா வியந்து சிரித்தாள். புரொபஸர் சிறிது உற்சாகம் வந்தவராகக் காணப்பட்டார். "மாதமொஸால் பற்றி ஒன்றும் சொல்லவில்லையே?" என்று கேட்டார்.

"மிஸ் மாரிஸ் ஒரு சிறந்த நடிகை. எங்கள் ஊரின் மிகப் பெரிய நக்ஷத்திரம்."

"அப்படியா! ரொம்ப நல்லது. கொஞ்சம் லெமனேட் சாப்பிடுகிறீர்களா, மிஸ் மாரிஸ்? அல்லது மிஸஸ் டல்பதடோ?"

"இன்னும் இல்லை. திரைப்பெயர் மிஸ் மாரிஸ்."

"அதெல்லாம் ரொம்ப சரி. இதிலெல்லாம் அமெரிக்கர்களைக் கட்டாயம் பின்பற்ற வேண்டும். யூஸப்!"

யூஸப் வரவில்லை. வேறு ஒருவன் வந்தான். அவன் இன்னொரு கிளாஸ் லெமனேட் கொண்டுவருவதற்குள் டல்பதடோவுக்கு ஒரு போன் வந்திருப்பதாக ஒரு சிப்பந்தி வந்து சொன்னான். டல்பதடோ எழுந்திருந்தான். அவன் வலது கால் மரத்துப் போயிருந்தது. ஸில்வியா தான் போய்க் கேட்டு வருவதாக வரவேற்பாளர் இடத்திற்கு விரைந்து சென்றாள். அவள் நடை மிகவும் நன்றாக இருந்தது. புரொபஸர் அவரையுமறியாமல் லெமனேட் சாப்பிடும்போது சிறிது சப்தம் வரும்படியாக ஒருமுறை உறிஞ்சிவிட்டார். போன் விவரம் பற்றி ஸில்வியா டல்பதடோவிடம் புரொபஸருக்குப் புரியாத பாஷையில் சொன்னாள். டல்பதடோ ஏதோ சொன்னான். இருவரும் புரொபஸரைப் பார்த்தார்கள்.

"என்ன கஷ்டம்?" என்றார் புரொபஸர்.

டல்பதடோ, "ஒன்றுமில்லை," என்றான்.

"நான் பிற்பகல் என் உறவினர்களைப் பார்க்க வேண்டியிருக்கிறது. நான் ரூமுக்குப் போகிறேன். மன்னிக்கவும்" என்றாள் ஸில்வியா.

"அதனாலென்ன, ரொம்ப சரி." என்றார் புரொபஸர்.

ஸில்வியா வேகமாக நடந்து லிப்ட் அருகே சென்றாள். ஒரு கணம் அவன் அதுவரை பார்த்திராத ஒரு மின்வெட்டு புரொபஸர் கண்களில் பளிச்சிட்டதாக டல்பதடோவுக்குத் தோன்றியது.

ஒரு சிப்பந்தி புரொபஸரிடம் வந்து, "உங்களுக்கு மீண்டும் போன் வந்திருக்கிறது. மிஸ்டர் கவுல்" என்றான்.

"அரை மணிக்கு மேல் ஒரு விநாடி பொறுத்திருக்கவில்லை," என்று சொல்லி புராபஸர் டெலிபோனிடம் சென்றார்.

டல்பதடோ தன் லெமனேட்டைப் பக்கத்திலிருந்த ஒரு பூத்தொட்டிக்குள் கொட்டினான்.

புரொபஸர் சிரித்த முகத்தோடு வந்தார். "நீர் உடனே ஒரு கொண்டாட்டத்திற்கு ஏற்பாடு பண்ணும்," என்றார்.

"என்ன?" என்றான் டல்பதடோ.

"உம் படத்துக்குத்தான் முதல் பரிசுக் கேடயம்."

"நிஜமாகவா?"

"என் தயவேயில்லாமல் வேறு எவனோ உமக்குத் தயவு பண்ணியிருக்கிறான்."

"என்னால் நம்ப முடியவில்லை."

"இன்னும் சிறிது நேரத்தில் மாதூர் என்று ஒரு முட்டாள் வருவான். உம்மைப் பற்றியும் உம் படத்தைப் பற்றியும் விசேஷக் குறிப்பு தயார் செய்ய."

டல்பதடோ, "நான் ஸில்வியாவிடம் சொல்ல வேண்டும்," என்றான்.

டல்பதடோவை நிறுத்திக் கடைசியாக புரொபஸர் ஒன்று சொன்னார். "ஓய், அந்த மாதூரிடமும் என்னிடம் உளறிக் கொண்டிருந்த மாதிரி பிதற்றாதேயும். தைரியமாகத் தெம்பாகப் பேசும்."

டல்பதடோ படியேறும் போதுதான் அவனுக்கு லிப்ட் ஞாபகம் வந்தது. தன் கடிகாரத்தைப் பார்த்துக்கொண்டான். அது விலையுயர்ந்த கடிகாரம். இந்தியாவில் ஆயிரம் ரூபாய் கூடப் பெறும்.

○

"அன்புள்ள ஆசிரியருக்கு, உங்கள் மேலான பத்திகளில் நானும் என்னைப் போன்று நூற்றுக்கணக்கானவர்களும் சமீபத்தில் உள்ளான மிகவும் வருந்தத்தக்க அனுபவத்தைத் தெரிவிக்க விரும்புகிறேன் . . ."

"சர்வதேசத் திரைப்பட விழாவில் முதல் பரிசும் கேடயமும் பெற்ற 'பரானிமாறு' படம் காட்டப்படும் தினத்தன்று டில்லியில் வீசிக்கொண்டிருந்த குளிர்வீச்சையும் மீறி விடியற்காலை ஐந்து மணியிலிருந்தே டிக்கட் விநியோகம் செய்யுமிடத்தில் நானும் இன்னும் ஏராளமானவரும் குழுமியிருந்தோம். சுமார் பத்து மணிக்கு டிக்கட் விற்பனை ஆரம்பமாயிற்று. அதுவும் இருபது நிமிஷங்களே நடந்தது. அதன் பின் டிக்கட் தீர்ந்துவிட்டது என்று அறிவிக்கப்பட்டது. அதற்கெடுத்த தினமும் முன்னாள் நடந்த அநீதிக்கு ஈடு செய்வதற்குப் பதிலாக டிக்கட் விற்க ஆரம்பித்த பதினைந்தாம் நிமிஷம் தீர்ந்துவிட்டது என்று சொன்னார்கள். அதன் பேரில்தான் அன்று நடந்த கலவரம்.

போலீஸ் வந்து அமளி ஏற்பட்டு மூவர் மிதிபட்டே காய முற்றனர் ... இது பத்திரிகையில் வெளியாவதற்குள் டில்லியில் விழா முடிந்திருக்கும் ...

இரண்டு நாட்களிலும், மற்ற படங்கள் காட்டப்பட்ட நாட்களிலும், எல்லா தியேட்டர்களிலும் பல வரிசைகள் காலி யாக இருந்தன.

❍

சென்னை ஸ்டுடியோ ஒன்றில் மூன்று பெரிய கார்கள் வந்து நின்றன. ஒரு நிமிஷத்தில் அவைகளிலிருந்து சுமார் இருபது பேர் இறங்கினர். சிறிது இளைஞனாகத் தோற்றமளித்த ஒருவன் நேரம் கடத்தாமல் வந்து, ஆங்கிலத்தில், “நாங்கள் இந்த சினிமா ஸ்டுடியோவைப் பார்க்க விரும்புகிறோம்,” என்றான்.

ஸ்டுடியோ வரவேற்பாளர் மேஜையில் உட்கார்ந்திருந்த சந்தர் கேட்டான், “நீங்கள் இந்த ஸ்டுடியோவுக்கு விஜயம் செய்ய முன்னதாகவே ஏற்பாடு செய்யப்பட்டிருக்கிறதா?”

“இல்லை. நாங்கள் இன்றுதான் சென்னை வந்தோம். இந்த வழியாகப் போகும்போது வெளியே கேட்டில் பெயர் பார்த்து வந்தோம்.”

சந்தர், “நீங்கள் எந்த தேசம்?” என்று கேட்டான். அந்த இளைஞன் பதில் சொன்னான். சந்தர் டெலிபோனில் மானேஜ ரிடம் பேசினான்.

மானேஜர் “அவர்களை நீயே ஒரு சுற்று சுற்றிக் காண்பித்து விடு”, என்றார்.

சந்தர் வந்திருந்தவர்களை ஒருமுறை நன்கு பார்த்துக் கொண்டான். எல்லோரும் மிகப்பெரிய பதவிகள் வகிகப்பவர் களும் மிக முக்கியமானவர்களும் போல இருந்தது.

அந்த இளைஞனும் இன்னும் இரண்டு பேர்களையும் தவிர மற்றவர்கள் பின் தங்கி மெதுவாக நடந்து வந்தார்கள். சந்தர் விளக்கிக் கூறுவது அவர்களுக்கு ஒரு பொருட்டாக இல்லை. சந்தர் எல்லாரும் ஒருங்கே போகலாம் என்று ஒரு இடத்தில் சிறிது நின்றான். பின் வந்தவர்களுடன் இப்போது ஸ்டுடியோ தச்சர்களும் கூலிகளும் ஐந்தாறு பேர் காணப்பட்டார் கள். அவர்கள் அந்த வெளிநாட்டுக் குழுவில் ஒருவரை ஏதோ கேட்பது போலிருந்தது. இன்னும் பத்தடி போவதற்குள் ஸ்டுடியோ வேலைக்காரர்கள் ஐம்பதுக்கு மேல் அவர்களைச் சூழ்ந்து கொண்டிருந்தார்கள். சந்தருக்கு அப்போது காரணம் விளங்கியது. அந்த வெளிநாட்டுப் பிரதிநிதிகளில் இருவர் அழகான வர்ணங் களில் அச்சிடப்பட்ட புத்தகங்களும் நல்ல வேலைப்பாடமைந்த

உலோகப் பில்லைகளும் தொழிலாளிக்கு கொடுத்து வந்தார்கள். சட்டையில் குத்திக்கொள்ளச் சௌகரியமாயிருந்த அந்த உலோகப் பில்லைகளில் அவர்கள் தேசச் சின்னம் பொறிக்கப் பட்டு இருந்தது. சந்தர், "நீங்கள் என்ன பண்ணிக்கொண்டிருக் கிறீர்கள்?" என்று கேட்டான்.

அவர்கள் பதில் ஒன்றும் சொல்லாமல் வெறுமனே சிரித்தார்கள்.

"இதெல்லாம் தவறு. இதற்கு உமக்கு யாரும் அனுமதி தரவில்லை."

"அன்பளிப்புக்கு யார் அனுமதி வேண்டும்?"

"இது சரியில்லை. இது சரியில்லை."

அந்தத் தூது கோஷ்டியில் சிறிது வயதானவர் சந்தர் எதிர்பாராதது ஒன்று செய்தார். தன் தோள் பையிலிருந்து கொத்து கொத்தாகப் பில்லைகளை எடுத்துத் தொழிலாளர் பக்கம் வீசி எறிந்தார். அவர்கள் பெரிதாகக் கூச்சல் போட்டுக் கொண்டு அவைகளைப் பொறுக்கி எடுக்க ஒருவர்க்கொருவர் சண்டை போட்டுக்கொண்டு இருந்தார்கள். வயதானவர் கொத்து கொத்தாகப் பில்லைகளை மீண்டும் வீசி எறிந்தார். சந்தர் அவர் கைகளைப் பிடித்து இழுத்தான். அதற்குள் இன்னொருவர் நிறையப் புத்தகங்களை வாரியிறைத்தார். சந்தர் கடுமையான முகத்துடன் அந்தத் தூதுகோஷ்டியை வெளியே அழைத்துச் சென்றான். அவர்களும் ஒன்றுமே நடக்காதது போல அவர் களுடைய பெரிய கார்களில் ஏறி சிநேகபாவத்துடன் கையை வீசிவிட்டுச் சென்றார்கள். வெகு நேரம் வரை பில்லையும் புத்தகமும் பொறுக்கும் குழப்பம் நடந்துகொண்டிருந்தது.

அந்த ஸ்டுடியோ முதலாளி திரைப்பட விழாவுக்கு வந்த பிரதிநிதிகளுக்கு அன்று மாலை ஒரு விருந்து அளிக்க ஏற்பாடாகி யிருந்தது. ஆனால் அந்தக் குறிப்பிட்ட தூது கோஷ்டியினர் மட்டும் ஒருவரும் அதற்கு வரவில்லை. விருந்துக்கு வந்திருந்த பிரதிநிதிகள் எல்லோருக்கும் அந்த விருந்து ஞாபகார்த்தமாக அந்த ஸ்டுடியோ முதலாளி இந்தியக் கலாச்சாரச் சின்னமாக ஒரு முழ உயரம் இருக்கும் கதக்களிப் பொம்மைகளைப் பரிசளித்தார்.

○

டல்பதடோ படுக்கையில் இருந்தபடியே விழி பிதுங்க இருமிக் கொண்டிருக்கும்போது சங்கரன் கதவைத் திறந்துகொண்டு உள்ளே வந்து, "என்ன, இன்னுமா தயாராகவில்லை? நேற்று

இரவே நான் பன்னிப் பன்னிச் சொல்லியும் ஒருவரும் தயாராக வில்லை என்றால் என்ன பண்ணுவது? காலையில் ஏழரை மணிக்குக் கிளம்பினால்தான் மஹாபலிபுரம் பார்த்து விட்டுப் பன்னிரண்டு மணிக்கு பகல் சாப்பாட்டுக்குச் சென்னை வந்து சேர முடியும்," என்று இரைந்தான்.

டல்பதடோ, "போ வெளியே!" என்றான்.

"என்ன?" என்றான் சங்கரன்.

"நீ போ வெளியே!"

"வெளிநாட்டிலிருந்து வந்துவிட்டால் ஏதோ ஆகாயத்தி லிருந்து இறங்கி வந்ததாக நினைப்பு."

இந்த முறை டல்பதடோ கத்தியபோது அறை வெளியி லிருந்து இரண்டு மூன்று பட்லர்கள்கூட ஓடிவந்தார்கள்.

இரண்டு நிமிஷங்களுக்கெல்லாம் சங்கரன் சுப்பிரமணிய சாஸ்திரியை அழைத்துக்கொண்டு வந்தான். சுப்பிரமணிய சாஸ்திரி, "என்ன விஷயம், மிஸ்டர் டல்பதடோ?" என்று கேட்டார்.

டல்பதடோ ஒரு கணம் வெறுப்புடன் அவரைப் பார்த்தான். பிறகு, "உள்ளே நுழையுமுன் இவர் கதவை இரண்டு தடவை தட்டிவிட்டாவது வரச் சொல்லுங்கள்," என்றான். அதன் பிறகு அங்கு நிற்பதே கசப்பானது போல் ஒரு சவுக்கத்தை எடுத்துக்கொண்டு குளியலறைக் கதவின் பின் மறைந்தான்.

சுப்பிரமணிய சாஸ்திரி சங்கரனை உற்றுப் பார்த்தார். "இன்று மஹாபலிபுரம் போகும் கோஷ்டியோடு நீ போக வேண்டியதில்லை," என்றார்.

"ஏன் சார்? இல்லை . . ."

"நீ போகவேண்டியதில்லை என்றால் போக வேண்டிய தில்லை. அதிகாரம், பொறுப்பு இதற்கெல்லாம் நீ லாயக்கில் லாதவன்."

"சார் –"

"நீ போ, கீழ் மேஜைக்கு."

கீழே ஹோட்டல் வரவேற்பிடத்தில் பத்துப் பதினைந்து பிரதிநிதிகள் இருந்தார்கள். சாஸ்திரி போர்டிகோ சென்று ஒரு டிரைவரைக் கூப்பிட்டார். "வண்டியெல்லாம் தயாராக இருக்கிறதா?" என்று கேட்டார்.

"தயார், சார்," என்று அவன் சொன்னான்.

“நீ எந்த வண்டி?”

“ஃபியட். அரோரா ஸ்டுடியோஸ்.”

“இன்னும் யார் யார் இருக்கிறார்கள்?”

டிரைவர் நான்கு வண்டிகளைக் காண்பித்தான். ஒன்றுதான் அதில் சிறிது, புதிதாக இருந்தது.

சாஸ்திரி, சங்கரனைக் கூப்பிட்டு, “அந்தப் பெரிய டாட்ஜ் எங்கே?”

“மாதூர் எடுத்துக்கொண்டு போனார்.”

“எங்கே?”

“ஏதோ சொந்த வேலையாக.”

“ஏன் என்னிடம் சொல்லிவிட்டுப் போகவில்லை?”

“என்னிடம் சொல்லிவிட்டுப் போனார்.”

சாஸ்திரி வாய்க்குள் பல்லைக் கடித்துக்கொண்டார்.

“பிளிமத் எங்கே?”

“வாடேகர் கொண்டு போனார்.”

“அப்போது டில்லிக்காரர்கள் ஒருவருமே இங்கு இல்லையா?”

“இல்லை.”

“தூது கோஷ்டியை மஹாபலிபுரம் அழைத்துப் போவது அவர்களுக்குத் தெரியுமா தெரியாதா?”

“தெரியும்.”

“இப்போது இங்கு இருக்கிற வண்டிகள் இந்த நாலுதானா?”

சங்கரனும் ஒருமுறை வெளியில் எட்டிப் பார்த்தான். பிறகு, “ஆமாம்,” என்றான்.

மணி ஏழரை மணிக்குமேல் ஆகிவிட்டது, சாஸ்திரி காத்திருந்த பிரதிநிதிகளைக் கூப்பிட்டு, “வாருங்கள், கிளம்பலாம்,” என்றார்.

ஒவ்வொரு வண்டியிலும் நான்கு பேருக்குமேல் ஏற முடியவில்லை. பிரதிநிதிகளில் பலர் நன்றாக வளர்ந்திருந்தார்கள். ஹங்கேரி தேசத்திலிருந்து வந்த நடிகை டீனாவுக்கு இடம் கிடைக்கவில்லை.

“நீங்கள் இங்கே வாருங்கள். இதில் உட்காருங்கள்.” என்று சாஸ்திரி ஒரு வண்டியைக் காண்பித்தார். அதிலும் ஏற்கெனவே நான்கு பேர் உட்கார்ந்திருந்தார்கள்.

“நான் வரவில்லை. சிறிது ஓய்வு எடுத்துக்கொள்கிறேன்,” என்று டீனா சொன்னாள்.

“இல்லை, பரவாயில்லை. வாருங்கள்.”

“இல்லை, எனக்குத் தலை வலிக்கிறது.”

இன்னொரு வண்டியிலிருந்த ஹங்கேரிய டைரக்டரும் கீழே இறங்கிவிட்டார்.

“நீங்கள் ஏன் இறங்கி வீட்டீர்கள்? வாருங்கள்.”

“இல்லை. எனக்கும் தலைவலி அதிகமாக இருக்கிறது.”

சாஸ்திரி மிகவும் வாட்டம் அடைந்திருந்தார்.” ஒரு மாதிரி சமாளித்துக் கொள்ளலாம், வாருங்கள். நாளையோடு விழா முடிந்து நீங்கள் எல்லோரும் உங்களூர் திரும்பிவிடப் போகிறீர்கள்.”

“அதனால்தான் மிகவும் களைப்பாக இருக்கிறது. நீங்கள் போய் வாருங்கள். மிஸ் டீனாவுக்கு இங்கே சென்னையிலேயே கடைத் தெருவுக்குப் போக வேண்டுமாம்.”

“நான் வண்டி ஏற்பாடு பண்ணுகிறேன் –”

“நாங்கள் டாக்ஸி அமர்த்திக் கொள்கிறோம். எல்லாம் சரியாக இருக்கிறது. நீங்கள் சிரமப்படாதீர்கள்.”

சாஸ்திரி ஒரு நிமிஷம் மௌனமாக இருந்தார். பிறகு முன் வண்டியில் டிரைவர் அருகில் ஒண்டிக் கொண்டு “உம் போகலாம்,” என்றார்.

நான்கு வண்டிகளும் கிளம்பின. டீனாவும் டைரக்டரும் ஹோட்டல் தோட்டத்தில் போடப்பட்டிருந்த நாற்காலிகள் அருகில் சென்றார்கள். அந்த இடம் கடற்கரைக்குச் சமீபம். அந்த வேளையில்கூடக் கூர்ந்து கவனித்தால் கடலலைகளின் இரைச்சல் கேட்டது.

○

சிறிய இடமாக இருந்தாலும் வெகு சாமர்த்தியமாக அநேக அலங்காரப் பொருள்கள் அந்தக் கடையில் வைக்கப்பட்டிருந்தன. அந்த ஹோட்டல் வரவேற்பு அறையில் ஒரு ஓரத்தில் இருந்த அந்தச் சிறு கடையில் இந்தியக் கைத்தொழில் பொருள்களும், தந்தத்தினாலும் சந்தனக் கட்டையினாலும் செய்யப்பட்ட பொம்மைகளும் பரிசுப் பொருள்களும் நிறைய இருந்தன. காலை ஒன்பது மணிக்கு அந்தக் கடை திறந்தவுடன் ஒரு நடுத்தர வயதுடைய வெளிநாட்டு மாது அங்கே வந்து எட்டிப்

பார்த்தார். கீழே தரையைச் சுத்தம் செய்துகொண்டிருந்த கடைக் காரர் அண்ணாந்து பார்த்து "குட் மார்னிங், மாடம்," என்றார்.

"குட்மார்னிங், மிஸ்டர் ராவ்."

"அந்த பொம்மை விஷயம்தானே? நான் நேற்று விசாரித்துக் கொண்டு வந்துவிட்டேன். நீங்கள் கொடுத்த முப்பது ரூபாய் போதும். அதைக் கொண்டு வாருங்கள். நான் இங்கிலாந்துக்கு அனுப்பி விடுகிறேன்."

அப்போது டல்பதடோவும் அந்தப் பக்கம் வந்தான்.

"குட்மார்னிங், மிஸஸ் பார்க்லி."

"குட்மார்னிங், மிஸ்டர் – டால்–ல்–பா–த–டோ!"

"என்ன இவ்வளவு காலையிலேயே கடைக்கு வந்து விட்டீர்கள்?"

"என் கதக்களி பொம்மையை என் வீட்டிற்கு அனுப்ப மிஸ்டர் ராவ் ஒத்தாசை செய்வதாகச் சொன்னார். எவ்வளவு அழகான பொம்மை!"

"ஏன் – நீங்கள் கையுடன் கொண்டு போகலாமே?"

"நான் நேரே இங்கிலாந்து போகவில்லை. சிலோனில் இரண்டு வாரம் தங்கி ஆஸ்திரேலியாவுக்கும் சென்ற பிறகு தான் வீடு திரும்பப் போகிறேன். எல்லா இடத்திற்கும் அதைத் தூக்கிக்கொண்டு போனால் நிச்சயம் பாழாகிவிடும்."

"அதை எப்படி அனுப்பப் போகிறீர்கள்?"

"கப்பலில்தான்," என்று ராவ் பதில் சொன்னார்.

"எவ்வளவு செலவாகிறது?"

"சுமார் முப்பது ரூபாய் ஆகும்."

டல்பதடோ கண்களை அகல விரித்தான்.

"விமான மூலம் அறுபத்தேழு ரூபாய் ஆகிறது."

"இல்லை, நீங்கள் கப்பல் மூலமே அனுப்பிவிடுங்கள். எப்படி யும் நான் வீடு திரும்ப இரண்டு மாதங்கள் ஆகும். அதற்குள் இதுவும் போய்ச் சேர்ந்துவிடும். இல்லையா?" என்று மிஸஸ் பார்க்லி கேட்டாள்.

"கட்டாயம் போய்ச் சேர்ந்துவிடும்," என்றார் ராவ்.

"அன்பளிப்பு என்று தருகிறவர்கள் சுலபமாக ஊருக்குக் கொண்டு போகும்படியானதாகத் தரவேண்டும். இந்த

பொம்மைக்கே ஒரு தனிப்பெட்டி வேண்டியிருக்கிறது" என்றான் டல்பதடோ.

"ஆனால் இந்த மாதிரி பொம்மை இங்கிலாந்திலும் ஐரோப்பாவிலும் எங்கு கிடைக்கும்? கிடைத்தாலும் நிச்சயம் ஐந்து பவுண்டு விலை இருக்கும். இந்த ஒரு பொம்மை வீட்டையே மிக அழகாகச் செய்துவிடும்," என்றாள் மிஸஸ் பார்க்லி.

"ஆமாம்," என்றான் டல்பதடோ.

"ரொம்ப அழகான பொம்மை. அபாரமான கைத்திறன்" என்றாள் பார்க்லி. பிறகு, "ஸில்வியா எங்கே?" என்று கேட்டாள்.

"அவள் உறவினர்கள் வீட்டிற்குப் போயிருக்கிறாள்."

"சென்னையிலேயா?"

"அவள் முன்னோர்கள் தேசம் இந்தியாதான்."

"ரொம்ப அழகான பெண்."

"ஆமாம்."

"நீங்கள் மிகவும் சந்தோஷமான மனிதராக இருக்க வேண்டும், உங்களுக்கு எப்போது கல்யாணமாயிற்று?"

"உம்... இரண்டு வருடம் இருக்கும்."

"என்ன தயக்கமாகச் சொல்கிறீர்கள்?"

"இரண்டு வருடத்திற்கு அதிகமாகக்கூட இருக்கும்... நீங்கள் எப்படி இந்தச் சினிமாக் கூட்டத்தில் சேர்ந்தீர்கள்?"

"நான் 'விமன்ஸ் வோர்டு' துணை நிர்வாக ஆசிரியர். அத்துடன் சமூகமும் சினிமாவும் பற்றி நான்கு புத்தகங்கள் எழுதியிருக்கிறேன்."

வெளியிலிருந்து ஒருவன் அந்த அறையுள் நுழைந்து சிறிது ஓரமாக இருந்த நாற்காலியில் உட்கார்ந்து கொண்டான்.

"என்னை மன்னிக்க வேண்டும். மிஸஸ் பார்க்லி, என்னைப் பார்க்க ஒரு நண்பன் வந்திருக்கிறான்" என்றார் டல்பதடோ.

"அதனால் பரவாயில்லை. நீங்கள் போங்கள். உங்களுக்கு மீண்டும் என் வாழ்த்துக்கள். ஒரு நல்ல படம் எடுத்திருக்கிறீர்கள்."

"உங்களுக்கு மிக்க நன்றி."

"மூன்று வார காலம் நாம் சேர்ந்தாற்போல் இருந்து விட்டோம். நாளைக்குப் பிரிந்துவிடுவோம். ஆனால் இந்தச் சந்திப்பு மகத்தான சந்திப்பு."

"சந்தேகமில்லாமல்."

"ஸில்வியாவைப் பார்க்க வேண்டும். நாளைக்குள் வந்து விடுவாள் அல்லவா?"

"கட்டாயமாக."

டல்பதடோ புதிதாக வந்தவனிடம் சென்றான்.

○

தோட்டத்தில் உட்கார்ந்திருந்த டீனாவும் டைரக்டரும் ஒரு குரல் கேட்டுத் திரும்பிப் பார்த்தார்கள். ஒரு பருத்த மனிதன் தன் அளவுக்கு மிகவும் சிறிய உடைகளை அணிந்துகொண்டு லேசாகத் தொங்கும் மீசையுடன் விளிம்பில்லாத மூக்குக் கண்ணாடியுடனும் நின்றுகொண்டிருந்தான். காலை வெயில் சிறிது கடுமையாகிக் கொண்டிருந்தது.

"மிஸ் டீனா காதார்தானே?"

"ஆமாம்."

"ஆ, என்ன அதிர்ஷ்டம்! நான் சர்மா. எஸ்.எஸ். சர்மா. அநேகப்பத்திரிகைகளுக்குக் கலைஞர்களை நேரடியாகப் பேட்டி கண்டு சிறப்புக் கட்டுரைகள் எழுதித் தருவது."

"மன்னிக்கவேண்டும். நாங்கள் இப்போது பத்திரிகைப் பேட்டி ஒன்றும் தருவதாக இல்லை."

"இது பத்திரிகைப்பேட்டி இல்லை. இது இலக்கியத்திற்கும் கலைக்கும் அவை நிலைத்து நிற்க நீங்கள் தரும் செய்தி."

"சரி உட்காருங்கள்."

"இந்தச் சர்வதேச திரைப்பட விழாவிற்கு வந்திருந்த பிரதிநிதி களில் எல்லாரைக் காட்டிலும் அதிகக் கவனம் கவர்ந்தவர் நீங்களே. இன்றைய உலக அழகிகள் ஐந்து பேர்களில் நீங்களும் ஒருவராக இருப்பீர்கள்."

அது உண்மை.

"உங்கள் தேசம் கலையின் உறைவிடம். எண்ணற்ற சங்கீத மேதைகளும் நாடக – நாவலாசிரியர்களும், கவிகளும் படைத்த நாடு ஹங்கேரி, ஹங்கேரியன் ராப்ஸோடி கேட்டு மயங்காதவரும் உண்டோ?"

"இந்தியாவுக்கு ஹங்கேரியப் படங்களே வருவதில்லை என்று கேள்விப்பட்டோம்"

“உங்கள் சினிமாவைப் பார்த்துத்தான் உங்கள் கலைத் திறமையை உணரவேண்டுமா? இது மட்டும் சொல்வேன். உங்களிடம் மரிலின் மன்ரோவுக்கு ஈடான அழகும் இன்கிரிட் பெர்க்மனுக்கு இணையான நடிப்பும் இருக்கிறது . . .”

“இவர் ஹென்றி ஹால்டார். இந்த விழாவுக்கு வந்திருக்கும் எங்கள் தேசத்திய படத்தின் டைரக்டர்.”

“நமஸ்காரம். உங்களின் செய்தியை அறிய தமிழ் நாட்டு மக்களும் இந்திய நாட்டு மக்களும் காத்திருக்கிறார்கள். இந்த தேசத்தின் எழுச்சிக்காக உங்களுடைய அந்தரங்கப் பூர்வமான எண்ணங்களையும் கொள்கைகளையும் என் கட்டுரை பிரதிபலிக்கப் போகிறது . . .”

“எங்களுக்கு ஆங்கிலம் அவ்வளவாகத் தெரியாது.”

“ரைட்லிங்கர் நாட்டிலிருந்து வருபவர்களுக்குப் பாஷையின் அவசியம் என்ன?”

“யார் என்று சொன்னீர்கள்?”

“ரைட்லிங்கர், ரைட்லிங்கர், அந்த உலக மகாகவி,”

“மன்னிக்க வேண்டும், ரைட்லிங்கர் என்று ஹங்கேரியக் கவி யாரும் கிடையாது.”

“கிடையாதா? நானே படித்திருக்கிறேன் –”

“இதில் ஏதோ தவறு இருக்கவேண்டும். ரைட்லிங்கர் என்று ஒரு கவி எந்தக் காலத்திலும் ஹங்கேரியில் இருந்ததில்லை.” அந்த டைரக்டர் சொன்னார்.

டீனா சொன்னாள்; “ஹால்டார் எங்கள் நாட்டில் முன்னணி எழுத்தாளர்கூட, அவருக்குத் தெரியாமல் இருக்காது.”

ஹால்டர் சொன்னார், “இல்லை. நீங்கள் ஏதோ தவறான ஆதார புத்தகத்தைப் பார்த்திருக்கிறீர்கள்.”

“ஒரு நிமிஷம் ஹென்ரி. ரைட்லிங்கர் என்ற பெயர் நான் கேள்விப்பட்டிருக்கிறேன்,” என்று டீனா சொன்னாள்.

“பார்த்தீர்களா? ஆமாம் . . .” என்று சர்மா ஆரம்பித்தான்.

கையைச் சிறிது தூக்கி அவனை மௌனமாக இருக்கச் செய்து ஹால்டர் சொன்னார், “ரைட்லிங்கர் ஒரு ஆர்கிடெக்ட், நாஜி கவர்மெண்டில் அரசாங்க இஞ்ஜீனியராக இருந்தார்.”

டீனாவுக்கு ஞாபகம் வந்தது. “சரி, சரி.”

ஹால்டார் சிறிது தணிந்த குரலில், "இப்போது ஜெயிலில் இருக்கிறார்" என்றார். "ஐயா, எங்களை மன்னிக்கவேண்டும். நாங்கள் பேட்டி தரும் அவகாசம் இப்போது பெற்றிருக்கவில்லை."

சர்மா மீண்டும் ஆரம்பித்தான். டீனா, "தயவு செய்து, பிளீஸ்," என்றாள். ஹால்டார் மட்டும் கடுமையாக இருந்தார். சர்மா அங்கிருந்து நகர்ந்தான். வழியில் சங்கரனைப் பார்த்து, "நீ எங்கேடா இங்கே வந்தே?" என்று கேட்டான்.

"எனக்கு இங்கே டியூடிடா."

"அட, தெரியாமல் போய்விட்டதே! ம் . . . பரவாயில்லை."

"உன் டிராமா எப்போது?" என்று சங்கரன் கேட்டான்.

"ஒரு சபாக்காரனும் முன்வர மாட்டேன் என்கிறான். இந்தப் பசங்களுக்கு நான் எழுதுகிற புதுமாதிரி டிராமா எல்லாம் பிடிக்காது."

"நாங்களும் ஏதோ பண்ணிக் கொண்டிருக்கிறோம். அநேக மாக பிப்ரவரியில் அண்ணாமலை ஹாலில் இருக்கும்."

"யாராவது புரொட்யூஸரைப் பார்த்தாயா? அமெரிக்க நக்ஷத்திரம் உன்னைக் கொத்திக்கொண்டு போகப் போகிறாளா?"

"இங்கே மெட்ராஸிலேயே இருக்கிற சுண்டைக்காய் புரொட்யூஸர்களைப் பார்த்துப் பேச முடியவில்லை; எந்த அமெரிக்கனை நான் பார்க்கிறது?"

"நான் மிஸ் காதாரைப் பார்த்துப் பேட்டி எழுதிக்கொண்டு வந்திருக்கிறேன்."

"யாரை?"

"மிஸ் டீனா காதாரை."

"இங்கே வருகிறவன், போகிறவன் பேப்பர்காரன், ஸ்டூடியோக் காரன், கவர்ன்மென்ட் ஆளு ஒருத்தன் பாக்கி இல்லாமல் அவளிடம் வந்து பல்லை இளித்தாகி விட்டது. எல்லாரையும் கைக்கெட்டும் தூரத்திலேயே நிறுத்தி வைத்திருக்கிறாள். ஒருவன் தாடையிலேகூட அடி வாங்கிக்கொண்டான்."

சர்மா அவனை அறியாமல் கன்னத்தைத் தடவிக் கொண்டான்.

○

அந்தப் புது மனிதன் டல்பதடோவை "ரூமுக்குப் போவோமா?" என்று கேட்டான்.

"இல்லை. தேவையில்லை. இங்கேயே கொடுத்துவிடலாம்," என்று டல்பதடோ சொன்னான்.

அந்த மனிதன் தன் பையிலிருந்த ஒரு தோல் பையை எடுத்தான். அதைத் திறந்து ஐந்து நூறு ரூபாய் நோட்டுக்களை டல்பதடோவிடம் கொடுத்தான்.

"இவ்வளவுதானா?" என்று டல்பதடோ கேட்டான்.

"ஐந்நூறு கொடுத்திருக்கிறேன்."

"அந்தக் காமிராவே ஐந்நூறு ரூபாய் பெறும். மோதிரத்தின் வைரம் ஒரு காரட்."

"இவ்வளவு கிடைத்தது உன் அதிர்ஷ்டம். இப்போது சென்னையில் யாரும் பழைய காமிராவை வாங்குவதில்லை."

"சரி. இனி இதைப்பற்றிப் பேசிப் பிரயோஜனமில்லை. நான் சனிக்கிழமை இரவு அநேகமாக ஊருக்குக் கிளம்பி விடுவேன்."

"இன்னும் டிக்கெட் வாங்கவில்லையா?"

"இந்த முறை விமானத்தில்தான் போகிறேன். சந்தேகமாகச் சொல்லியிருக்கிறேன். ஆனால் கம்போலியா போவதற்கு இரண்டு இடங்கள் கிடைத்து விடும்."

"சரி, நான் கிளம்புகிறேன்."

"ரூம் வந்துவிட்டுப் போகிறாயா? நேற்று ஒரு பாட்டில் ஹேக் கிடைத்தது."

"வேண்டாம், நான் பகல் வேளையில் அதன் பக்கம் போவதில்லை."

"சரி. இதை வைத்துக்கொள்." டல்பதடோ தன் பையிலிருந்து ஒரு பத்து ரூபாயை எடுத்து அந்த மனிதனிடம் கொடுத்தான். அவன் அதை வாங்கிக்கொண்டு போனான்.

டல்பதடோ தோட்டத்திற்குப் போய் ஒரு நாற்காலியில் உட்கார்ந்தான். அவனுக்கு லேசாகத் தலையை வலித்தது. சென்னைதான் அவனுடைய கடைசி நம்பிக்கை. சென்னை வந்தவுடன் அவன் ஊரிலிருந்து ஒரு வக்கீல் கடிதமும் வந்து சேர்ந்தது. 'பீடர் டல்பதடோ, மேற்பார்வை இந்திய அரசாங்கம், புதுடில்லி' என்று விலாசமிட்ட கடிதம் எப்படியோ அவனுக்குக் கிடைத்துவிட்டது. அவன் கம்போலியாவை விட்டுக் கிளம்பும் முன்னரே அந்தக் கடிதத்தை அவனுக்கு அனுப்பியிருக்கலாம். ஒருவேளை வக்கீல் சரிபார்த்து எழுத மேலும் அவகாசம்

வேண்டியிருந்திருக்கும். இப்போது வந்து சேர்ந்துவிட்டது. அவன் மனைவி விவாகரத்துக் கோரி மனுப்போட்டுவிடப் போகிறாள். கணவனின் 'விசுவாசமில்லாத்தன்மை' தான் முக்கிய காரணம். ஸில்வியாவைப் பெயர் சொல்லிச் சுட்டிக் காட்டித்தான் அவன் மனைவி மனுதாக்கல் செய்யப் போகிறாள். கேஸை அவன் நடத்தப் பணம் வேண்டும். அதற்கு மேல் தீர்ப்பு வந்த பிறகு மாதாமாதம் தவறாமல் ஜீவனாம்சம் தர அவன் தயார் செய்துகொள்ள வேண்டும்.

டல்பதடோவுக்கு தோட்டம் பிடிக்கவில்லை. இரவு வரையி லாவது பெரிதாக உடம்புக்கு வராமல் இருந்தால் நல்லது. இருமல்தான் இப்போதே உபத்திரவப்படுத்துகிறது. ஜுரம் ஒன்றும் வராமலிருக்க வேண்டும்.

பதினொரு மணிக்கு டப்லி வந்து சேர்ந்துவிட்டார்.

"ஹலோ டல்பதடோ!" என்றார் டப்லி.

"குட்மார்னிங், புரொபஸர்," என்றான் டல்பதடோ.

"இந்த டாக்ஸிக்குப் பணம் கொடுத்து அனுப்ப முடியுமா? என்னிடம் சிறிது குறைகிறது."

டல்பதடோ அவனிடமிருந்து கடைசி பத்து ரூபாயை மோதிரம் விற்றுக் கொடுத்தவனுக்குக் கொடுத்துவிட்டிருந்தான். எல்லாம் நூறு ரூபாய் நோட்டுகளாகத் தான் இருந்தன.

"நிறையப் பணம் வைத்திருக்கிறாயே!" என்றார் புரொபஸர்.

டல்பதடோ சிறிது சிரித்தான்.

ஐந்து பைசா பத்து பைசா எல்லாம் சேர்த்து ஒரு மாதிரி டாக்ஸிக்காரனுக்குக் கொடுத்தனுப்பியாகி விட்டது. புரொபஸர் கையெழுத்திட்டு அவருக்கென்று காலியாக வைத்திருந்த அறை யின் சாவியை வாங்கிக்கொண்டார். அதுவும் டல்பதடோ இருந்த இரண்டாம் மாடியில்தான் இருந்தது. டல்பதடோ புரொபஸருடன் சென்று அவர் பை, பெட்டியை அவர் அறை யில் கொண்டுபோய் வைத்தான், புரொபஸர் டையைத் தளர்த்தி விட்டுக் கொண்டு "இவ்வளவு வருஷங்கள் இந்தத் தேசத்தில் இருந்தும் இன்னும் இந்த வெயிலைத் தாங்கிக்கொள்ளக் கற்றுக் கொள்ளவில்லை," என்றார்.

டல்பதடோ, "என் ரூமுக்கு வாருங்கள். அங்கே தேவலை. அத்துடன் ஒரு ஹேக் இருக்கிறது."

"வா, போகலாம்."

புரொபஸர் கேட்டார், "இன்று காலை உங்களுக்குப் புரொகிராம் ஒன்றும் இல்லையா?"

"உண்டு எல்லாரும் அந்தக் கடற்கரைக் கற்கோவில்தான் பார்க்கப் போயிருக்கிறார்கள்."

"நீ ஏன் போகவில்லை?"

டல்பதடோவும் பதில் சொல்லவில்லை.

டல்பதடோவும் புரொபஸரைப் போல விஸ்கியை அப்படியே விழுங்கினான். புரொபஸர் கறுப்பு சிகெரட் குடிக்க ஆரம்பித்தார்.

"நிலைமை மோசமாகத்தான் இருக்கிறது," என்றான் டல்பதடோ.

"நிலைமை நன்றாக இருந்தால்தான் இதுமாதிரி விழாக் களுக்கு நீ வரவேண்டும். உன்னை இங்கு வர யார் வருந்தி அழைத்தார்கள்?"

"உள்ளூரில் பிரயோஜனமில்லை என்று இருந்ததால்தான் விழாவினாலாவது ஒரு வழி ஏற்படும் என்று வந்தேன்."

"ஏன், முதல் பரிசுதான் கிடைத்ததே!"

"நீங்கள் டில்லியில் திறப்புவிழா முடிந்தவுடன் எங்கேயோ போய்விட்டீர்கள். அதற்கடுத்த நாள் நான் ஒரு விருந்து தர வேண்டியிருந்தது."

"அதுதான் உலகமெல்லாம் வழக்கம்."

"எவ்வளவு செலவு தெரியுமா? இருபத்தொரு பாட்டில் விஸ்கி!"

புரொபஸர் ரசித்துச் சிரித்தார். "பரவாயில்லை, நீ பெரிய புள்ளியாகி விடுவாய்."

"சென்னை வந்தபோது ஒரு ஐந்து ரூபாய் தந்தி அனுப்ப நான் திண்டாடிப் போய்விட்டேன்."

புரொபஸர் தன் மூக்குக் கண்ணாடியைக் கழட்டி முகம் கழுவ குளியலறைக் கதவைத் திறந்தார். அது குளியலறைக் கதவு இல்லை. பக்கத்து அறைக்குப் போகும் வழி.

"பாத்ரூம் இந்தப் பக்கம்," என்றான் டல்பதடோ.

"இது யார் அறை? கதவைத் தாளிடாமல் வைத்திருக்கிறார் களே?"

"அது ஸில்வியா அறை."

புரொபஸர் முகம் ஒரு விநாடி மலர்ந்திருந்ததுபோல் டல்பதடோவுக்குக் காணப்பட்டது.

"ஸில்வியா எங்கே?"

"பக்கத்தில் இருநூறு கிலோமீட்டர் தூரத்தில் இருக்கும் ஒரு ஊருக்குப் பேயிருக்கிறாள். இப்போது வந்து விடுவாள்."

புரொபஸர், முகம் கழுவிக்கொண்டு வந்து தன் அறைக்குக் கிளம்பினார். டல்பதடோ அவரை, "ஒரு நிமிஷம்," என்று சொல்லி நிறுத்தினான். "என்ன?"

"எனக்கு ஒரு ஐநூறு ரூபாய் வேண்டியிருக்கிறது. நான் ஊர் போய் எப்படியும் உங்களுக்குச் சேர்ப்பித்து விடுவேன்."

புரொபஸர் ஏதோயோசித்த வண்ணம் டல்பதடோவைப் பார்த்துக்கொண்டிருந்தார்.

"உங்களிடம் கொடுத்து வைக்க என்று ஒன்றும் இல்லை. என் காமிரா, கடியாரம், மோதிரம் எல்லாம் தீர்ந்து விட்டன. ஸில்வியாவிடம் ஒரு நெக்லெஸ் இருக்கிறது. ஆனால் அதை நான் பரிசாகக் கொடுத்தது."

புரொபஸர், "நாளை வரை எனக்கு அவகாசம் கொடு," என்றார்.

"தீர்மானமாகச் சொல்லிவிடுங்கள். இன்றிரவு நான் இன்னொரு விருந்து தருகிறேன். அதுதான் என் கடைசிச் சந்தர்ப்பம். இதிலும் எனக்கு வியாபாரம் ஒன்றும் திகையா விட்டால் எல்லாம் போயிற்று."

"கம்போலியாவுக்கும் தமிழ் நாட்டுக்கும் பல ஒற்றுமைகள் உண்டு. எவனாவது உன் படத்தை வாங்க முன் வருவான்."

"வரவேண்டும். வரவேண்டும் ஆனால் இன்று இரவுவரை நான் சிதறிப் போய்விடாமல் இருக்க வேண்டும்."

"பயப்படாதே. நீ சிதறிப் போகிற ஆள் இல்லை."

"அப்போது நாளைக்கு –"

"பார்க்கலாம்."

கதவருகே ஒரு விநாடி தயங்கி, புரொபஸர் கேட்டார்: "டில்லியில் ஸில்வியா உனக்குப் பணம் கொடுத்தாளல்லவா?"

"ஆமாம் –"

"உன்னை முந்திக்கொண்டு அவள் என்னைக் கேட்டிருந் தாள். அந்தப் பணம் என் பணம்."

"மிக்க நன்றி. உங்களுக்கு மிகவும் கடமைப்பட்டிருக்கிறேன்."

புரொபஸர் போன பிறகு டல்பதடோ தன் கைப் பெட்டியை எடுத்தான். அந்தத் தோல் பெட்டியின் உட்புறத்தில் ஒரு சிறு பை இருந்தது. அதில் கையை விட்டு எதையோ எடுத்துக் குளியலறையிலிருந்த தொட்டியில் வீசிப் போட்டான். ஒரு சங்கிலியைப் பிடித்திழுக்க, தண்ணீர் பீச்சிக்கொண்டு வந்து அதைச் சாக்கடைக்குள் அடித்துச் சென்றது. அதை டில்லியில் ஸில்வியா படுக்கையடியில் அவன் கண்டெடுத்து வைத்திருந் தான். ஏதோ தயக்கம், அவன் ஸில்வியாவை அதைப் பற்றிக் கேட்கவே இல்லை. ஆனால் இனிக் கேட்கவேண்டியதில்லை. அவன் அன்று கண்டெடுத்து இன்று தூர எறிந்தது ஒரு பச்சைப் பெட்டியில் கசங்கிக் கிடந்த மூன்று கறுப்புச் சிகரெட்டுகள்.

பிரகாசமான தோற்றத்துடன் ஹோட்டல் ஆள், காலைக் காபியைக் கொண்டுவந்து வைத்தான். டல்பதடோ, "பாத்ரூமில் இருப்பதை எல்லாம் எடுத்துப் போய்விடு. அப்படியே இங்கே மேஜையருகே தரையைக் கழுவச் சொல்ல வேண்டும்" என்றான்.

"நான் பெருக்குகிறவனைக் கவனிக்கச் சொல்கிறேன்," என்று சொல்லிவிட்டு அந்த ஆள் போய்விட்டான். டல்பதடோ எழுந்திருந்து தன் முகத்தின் மேல் தண்ணீரை அடித்துக் கொண்டான். குளியலறையில் ஒரு மூலையில் காலிப் புட்டிகள் கிடந்தன. குப்பென்று அடித்த நெடி இருமல் வரச் செய்தது.

டல்பதடோ காபியைக் கலந்துகொண்டு அப்படியே தட்டில் வைத்திருந்த காலைப் பத்திரிகையை எடுத்துப் பிரித்தான். அவனுடைய 'பரானிமாறு' சென்னையில் காண்பிக்கப்பட்டு நான்கு நாட்கள் ஆகிவிட்டன. ஆனால் அன்றுதான் அதைப் பற்றி விவரமான கட்டுரை படங்களுடன் வந்திருந்தது. அன்று தான் பத்திரிகையில் இடம் கிடைத்திருக்கும். ஸில்வியாவைப் பற்றியும் ஒரு தனிக் கட்டுரை இருந்தது. டல்பதடோ பின் தலையை ஒருமுறை தட்டிக்கொடுத்துக் கொண்டான். அங்கு தான் உள்ளூர வலித்துக் கொண்டிருந்தது. இரவு வந்தவர்களை அனுப்பிவிட்டுப் படுத்துக்கொள்ளும்போது ஒரு மணியாகி விட்டது. அரசாங்க விருந்தாளியாக இருப்பதற்கு அதுதான் கடைசி நாள். பிற்பகல் ஒரு மணிக்குப் பிறகு அவனுடைய விருந்தாளி ஸ்தானம் முடிந்துவிடும். அதற்கப்புறமும் அந்த ஹோட்டலில் அவனுக்கும் ஸில்வியாவுக்குமாகத் தினம் நூற்றி யிருபது ரூபாய் கொடுத்துக்கொண்டு இருக்க முடியாது.

இந்தியா – பர்மா – கம்போலிய லாட்ஜ் போன்ற எதற்காவது போக வேண்டும். அந்த லாட்ஜில் சௌகரியங்கள் மிகக் குறைவு. பழங்காலத்துச் சத்திரம் போலிருக்கும். அந்த இடத்தில் பெரிய அளவு வியாபாரம் பேரமெல்லாம் பேசமுடியாது. அந்த இடத்துக்கு எந்த ஆள் வந்தாலும் அவன் புத்தியெல்லாம் நூறு ரூபாய்க்கு மேல் போகாது.

டல்பதடோ தன் அறையையும் ஸில்வியா அறையையும் இணைக்கும் கதவைத் திறந்தான். ஸில்வியா இன்னும் விழித்துக் கொள்ளவில்லை. அவள் மிகவும் அழகாக இருந்தாள். அவளுக்குக் குழப்பங்களே நேருவதில்லை.

டல்பதடோ தன் அறைக்கு வந்து விரைவாக முக க்ஷவரம் செய்துகொண்டான். உடை அணிந்துகொள்வதற்கு முன் கோட்டின் பின்புறத்தைச் சுருக்கங்கள் மறைய இழுத்து விட்டுக் கொண்டான்.

சுப்பிரமணிய சாஸ்திரி வந்தார். "குட் மார்னிங், மிஸ்டர் டல்பதடோ!" என்றார்.

"குட் மார்னிங்."

"நாமெல்லோரும் சேர்ந்து ஒரு குடும்பம்போல ஒரு வாரம் இருந்துவிட்டோம்."

"ஆமாம்."

"நான் இன்று மத்தியானம் போய்விடுவேன். தொடர்ந்து உங்களுக்கு என்ன சௌகரியம் வேண்டுமானாலும் செய்து தர ஹோட்டல்காரர்களிடம் சொல்லிவிட்டுப் போகிறேன்."

"இன்றே எல்லோரும் போய்விடுகிறார்களா?"

"இந்த விழாவில் சென்னைவரை இருந்த பிரதிநிதிகள் முப்பத்தியொன்று. நேற்று இரவே மொத்தமாக இருபத்தி நான்கு பேர் டில்லி சென்று அவர்கள் தேசம் திரும்பிப் போகக் கிளம்பிவிட்டார்கள், இன்று காலை விமானத்தில் நான்கு பேர் போகிறார்கள். அப்புறம் நீங்களும் மிஸ் மாரிஸும் புரொபஸர் டப்லியும்தான்."

"புரொபஸர் இன்னும் நிறைய நாட்கள் இங்கிருப்பாரா?"

"அவருக்கு அடுத்து சென்னை சர்க்கார் வேலை ஒன்று கவனிக்க வேண்டியிருக்கிறது. விவசாய அபிவிருத்திச் செய்திப் படங்கள் தயாரிப்பதில் அவர் உதவி எங்களுக்குத் தேவைப் படுகிறது."

"நல்ல அனுபவசாலி."

"ரொம்ப நல்ல மனிதர் . . . இன்று உங்களுக்குக் காலையில் எங்காவது போக வேண்டியிருக்கிறதா? கார் இருக்கிறது."

"தேவைப்பட்டால் கேட்கிறேன்."

"ஏன் அந்த அட்டைப் பெட்டியைக் கிழித்துவிட்டீர்கள்? அந்தக் கதக்களி பொம்மையுடையதுதானே – அடடா, நீங்கள் ஊருக்குக் கொண்டுபோகச் சௌகரியமாக இருந்திருக்குமே?"

"பரவாயில்லை. என் மற்ற சாமான்களுடன் ஸூட்கேஸில் வைத்துக்கொண்டு விடுவேன்."

"ரொம்ப நுணுக்கமாகச் செய்யப்பட்டது."

"ஆமாம்."

"என் உதவி தேவைப்பட்டால் கூப்பிடத் தயங்காதீர்கள்."

அப்போது டெலிபோன் மணி அடித்தது.

"நான் வருகிறேன். மிஸ்டர் டல்பதடோ. என்னை எப்போது வேண்டுமானாலும் கூப்பிடுங்கள்."

"சரி."

டல்பதடோ டெலிபோனை எடுத்துக்கொண்டான்.

"யார் – டல்பதடோ! என்ன, நேற்று எதாவது முடிந்ததா?"

போனில் கேட்டது.

"அத்தனை பேரும் வளையவளைய வந்து கடைசிச் சொட்டு வரை தீர்த்துவிட்டார்கள். ஒருவன் மேஜையருகே வாந்திகூட எடுத்துவிட்டான். இந்தியப் படங்களை என் தலைமேல் கட்டப் பார்க்கிறார்கள். என் படங்களை வாங்குவது பற்றி எவனும் பிடி கொடுத்துப் பேசவில்லை."

"எஸ்.ஏ.எஸ். நாயக்கர் வந்திருந்தாரா?"

"இன்றைக்குப் பதினொரு மணிக்கு அவரைப் பார்க்கிறேன்."

"முன்பாகவே ஏற்பாடு செய்து கொண்டுதானே?"

"ஆமாம்."

"இவரிடம் ஒரு வழிக்குப் பலன் இருக்கும்."

"என்ன வழி?"

"உனக்கே தெரியும்."

டல்பதடோ பதில் பேசாமல் இருந்தான். டெலிபோன் குரல் மீண்டும் பேசியது "நான் சொன்னதாக வைத்துக்கொள் ளாதே. உன் சௌகரியம்."

"ஜார்ஜ் . . . ஜார்ஜ்."

"என்ன ?"

"மறுபடியும் உன் உதவி வேண்டியிருக்கிறது."

"உம்."

"இன்னும் இருநூறு ரூபாய் வேண்டியிருக்கிறது. நான் டிக்கெட்களுக்கு ஏற்பாடு பண்ணிவிட்டேன். சனிக்கிழமை வரை மதறாஸில் இருக்கவேண்டும். இங்கே ஹோட்டல் பையன்கள். ஆள்களுக்குத் தர வேண்டும்."

"ஆமாம், ஆமாம்."

"இன்னொரு இடத்திலும் கேட்டிருக்கிறேன். ஆனால் கிடைக்கும் என்கிற நிச்சயம் இல்லை."

"மிஸ்டர் நாயக்கரைப் பார்த்துவிட்டுத் திரும்பும்போது என் ஆபீஸுக்கு வா. முடியுமா பார்க்கிறேன்."

"நீ ஒரு உண்மையான நண்பன் –"

"ம் . . . ம் . . . பகலில் பார்க்கலாம். குட் லக்."

"தாங்க்யூ."

ஸில்வியா எழுந்துவிட்டாள். "குட்மார்னிங் டார்லிங்" என்றாள்.

"குட் மார்னிங்."

பழக்கம் காரணமாக இருவரும் ஒரு கணம் கட்டிக்கொண்டு விடுபட்டார்கள். டல்பதடோ ஸில்வியாவைக் கூர்ந்து கவனித்தான். அவன் அவளை அவ்வாறு பார்த்து எத்தனையோ நாட்கள் ஆகிவிட்டன. அவள் அழகாக இருந்தாள். அவள் முகம் எப்படியோ எந்த நேரமும் எந்த ஒரு குறிப்பிட்ட மனநிலையையும் காட்டாமல் ஒரு பொம்மையினுடையது போல் இருந்தது.

"நேற்று நோட்டீஸ் வந்துவிட்டது," என்றான் டல்பதடோ.

"அவள் என்ன கேட்கிறாள்?"

"வீடு, பணம், குழந்தைக்கு தனி ஏற்பாடு . . ."

"வீடு உன்னிடம்தானே இருக்கிறது?"

"ஆமாம், அதைச் செய்துவிடலாம். ஆனால் அவள் ஏகப்பட்ட ரொக்கம் கேட்கிறாள். அதில் பாதியாவது தர வேண்டும்.

அது தராமல் நான் வேறு எதை அவளுக்குக் கொடுத்தாலும் பெரிய குறையாகவும் துவேஷத்திற்கு இடம் கொடுப்பதாகவும் இருக்கும்."

"இப்போது நீங்கள் ரொம்ப அன்னியோன்னியமாக இருக்கிறீர்கள் –"

"அதற்குச் சொல்லவில்லை. மேலும் மேலும் துவேஷம் வளர வேண்டாமே என்று பார்த்தேன்."

"சரி, அது உன் தலைவலி."

"உன்னுடையதும்தான்."

"இல்லை. தலைவலிக்கும்படி மற்றவர் செய்யலாம். நானாக ஏற்படுத்திக்கொள்வது இல்லை. எப்போதும் நான் பிறரிடம் வாங்கிக்கொள்வதைப் போல் பல மடங்கு தருகிறேன்."

"ஆமாம், உண்மைதான்."

"இன்றைக்கு எங்கேயாவது வெளியே போகப் போகிறாயா? இன்று மத்தியானத்திலிருந்து நம்மை யாரும் பார்த்துக்கொள்ள மாட்டார்கள் போலிருக்கிறது."

"ஆமாம்."

ஸில்வியா பெரிய கொட்டாவி விட்டு, விரல்களால் தலை மயிரைக் கோதிவிட்டுக் கொண்டாள். திடீரென்று, "புரொபஸர் வந்துவிட்டாரா? பார்த்து ரொம்ப நாளாகிறது," என்றாள்.

"நேற்றே வந்துவிட்டார். நீ பகலிலேயே திரும்பியிருந்தால் பார்த்திருக்கலாம்."

"ரொம்ப நல்ல மனிதர்."

டல்பதடோ ஸில்வியாவை உற்றுப் பார்த்தான். அவள் எப்போதும் போலத்தான் இருந்தாள்.

டல்பதடோ சொன்னான்: "நான் இன்று பதினொரு மணிக்கு ஒரு பெரிய சினிமா முதலாளியைப் பார்க்கப் போகிறேன்."

"ரொம்ப நல்லது."

"அவருக்கு இந்தியாவெங்கும் பட விநியோக ஏற்பாடு இருக்கிறது. அவருக்கு நான் 'பரானிமாறு' விற்கப் பார்க்கிறேன் என்று தெரியாது."

"ஓகோ."

“அவரைப் பற்றி நிறையத் தகவல்கள் தெரிந்து வைத்துக் கொண்டிருக்கிறேன். இன்றைக்கு நீயும் என்கூட வந்தால் உபயோகமாக இருக்கும்.”

“நீ வியாபாரம் பேசப் போகும்போது நான் எதற்கு?”

“நீ வந்தால் உபயோகமாக இருக்கும்.”

ஸில்வியா சிறிது சந்தேகத்தோடு பார்த்தாள். “எனக்குப் புரியவில்லை” என்றாள்.

“உனக்குப் புரியும்” என்றான் டல்பதடோ.

“சீ!”

டல்பதடோ தன் முகத்தில் பரவிய ஈரத்தைத் துடைத்துக் கொண்டான். அவனுக்குத் திடீரென்று எரிச்சல் வந்தது. “ஐநூறு ரூபாய்க்குப் பயன்பட்ட முறையே ஐம்பதினாயிரத்துக்கும் போதும்,” என்றான்.

“சீ பன்றியே!” இரண்டாம் முறையாக ஸில்வியா அவன் மீது காரித் துப்பினாள். “நீ ஒரு புழு! இனிமேல் என் முகத்தில் விழிக்காதே!” என்று சொல்லிவிட்டு அவள் அறைக்கு ஓடினாள்.

டல்பதடோ முகத்தை அழுத்தித் துடைத்துக் கொண்டான். இரண்டுமுறை லேசாகப் பவுடர் போட்டுக்கொண்டு கலைந்திருந்த தலையைச் சரியாக வாரிக்கொண்டான். ஸில்வியா அவன் கேட்டவுடன் சரியென்று சொல்லியிருந்தால் அவனுக்கு ஏமாற்றமாக இருந்திருக்கும். அவனுக்கு அவள்மீது மதிப்பு அதிகமாயிற்று. அவள் பணத்திற்கு மதிப்பு வைத்ததே இல்லை. எத்தனையோ நாட்களாக அவள் சம்பாதிக்கும் பணமெல்லாம் அவனிடம்தான் கொடுத்துவிடுகிறாள். அவள் ஒரு நல்ல பறவை போன்றவள். இன்று அவள் மனம் மிகவும் புண்பட்டிருக்கும். அவள் சுயமரியாதையை அடியோடு வெட்ட முயன்றதாகத் துடிப்பாள். ஆனால் அவள் இன்றும் அவன்கூட வருவாள், அவளுக்கு அவன்மீது மிகுந்த அக்கறை உண்டு.

டல்பதடோவுக்குப் பசித்தது. ரூம்சர்விஸ் டெலிபோன் செய்து காலைச் சிற்றுண்டியை எடுத்துவரச் சொன்னான். அந்த மாடிக்கு என்று நியமித்திருந்த பையன், பட்லர் ஆகிய இருவரும் டல்பதடோவின் சிற்றுண்டியையும் காப்பியையும் கொண்டு வந்தார்கள்.

பட்லர் கேட்டான்: “இன்றே நீங்களும் போகிறீர்களா, சார்?”

“அப்படித்தான் நினைக்கிறேன்,” என்றான் டல்பதடோ.

"நாங்கள் இருவரும் சகோதரர்கள்," என்றான் பட்லர் பையனைக் காட்டி.

"அப்படியா?" என்றான் டல்பதடோ.

"இரண்டு பேருக்கு 12 மணிக்கு டியூடி மாறி விடுகிறது."

டல்பதடோ ஒரு கணம் யோசித்தான். பிறகு பீரோவில் வைத்திருந்த கதக்களி பொம்மையை எடுத்தான்.

"இந்தாருங்கள். இது என் அன்பளிப்பு."

பொம்மை பெரிய பொம்மை. முப்பது நாற்பது ரூபாய் பெறும்.

"இதெல்லாம் எதுக்குங்க?" என்றான் பட்லர்.

"இருக்கட்டும்," என்றான் டல்பதடோ.

அவர்கள் போய்க்கொண்டிருக்கும்போது டல்பதடோ கேட்டான்: "206ஆம் நம்பரில் புரொபஸர் எழுந்துவிட்டாரா?"

"கடைசியாக அரைமணி முன்னால்கூட அவர் ரூம் போனேன். அவர் தூங்கிக்கொண்டிருக்கிறார்."

"ஆனால் பத்து நிமிஷம் கழித்து அதே பையன் டல்பதடோ விடம் வந்து, "சார், சீக்கிரம் வாருங்கள். புரொபஸர் சரியாக இல்லை," என்றான்.

டல்பதடோ ஸில்வியா அறைக் கதவைத் தட்டினான். அப்புறம் அவனே அதைத் திறந்துகொண்டு போனான். ஸில்வியா அழுதுகொண்டிருந்தாள்.

"புரொபஸர் டப்லிக்கு உடம்பு சரியில்லையாம்," என்றான் டல்பதடோ.

ஸில்வியா அழுகையை உடனே நிறுத்திவிட்டு "என்ன? என்ன?" என்று கேட்டாள்.

"தெரியவில்லை. இதோ அவர் ரூம் போகப் போகிறேன்."

"நானும் வருகிறேன்."

புரொபஸர் அறையில் அதற்குள் ஹோட்டல் டாக்டர் வந்து பரிசோதனையை முடித்துவிட்டார். சுப்பிரமணிய சாஸ்திரி, சங்கர், ஹோட்டல் மானேஜர், ஒரு ஹோட்டல் பையன் இவ்வளவு பேரும் இருந்தார்கள்.

டாக்டர் சொன்னார், "இவரை உடனே ஆஸ்பத்திரிக்கு எடுத்துச் சென்றால் நூறில் ஐந்து பிழைத்துக்கொள்ள சந்தர்ப்பம் இருக்கிறது."

ஸில்வியா "என் புரொபஸர், என் புரொபஸர்," என்று அழுதாள்.

மானேஜர் அந்த அறையிலிருந்தே ஆம்புலன்ஸ் வண்டிக்குச் சொல்ல டெலிபோனை எடுத்தார். சுப்பிரமணிய சாஸ்திரி, "வேண்டாம். என்னிடம் பெரிய வண்டி இருக்கிறது. உடனே கொண்டு போகலாம்," என்றார்.

ஹோட்டல் ஸ்ட்ரெச்சரைக் கண்டுபிடிக்க பத்துநிமிஷங்கள் ஆயின. அதன் பிறகு புரொபஸரை அதில் கிடத்துவதற்குள் ஒருமுறை அவர் அப்படியே கீழே விழ இருந்தார். லிப்டு வேலை செய்யவில்லை. புரொபஸரை மாடிப்படி வழியாக இறக்கிப் போவதாக இருந்தால் உடனே புஷ்பங்களுக்கும் ஏற்பாடு செய்துவிடலாம் என்று டாக்டர் கோபித்தார். அப்போது லிப்டு வேலை செய்தது. புரொபஸர் இரவு படுத்தவர் தூக்கம் கலையாமல் அப்படியே இருந்தார். ஹிருதயம் க்ஷீணித்துக் கொண்டே இருந்தது.

அந்தப் பெரிய காரில் புரொபஸரை ஏற்றி ஹோட்டல் டாக்டர், மானேஜர் இருவரும் ஏறிக் கொண்டார்கள். இன்னொரு காரில் சுப்பிரமணிய சாஸ்திரியும், சங்கரனும் ஏறிக்கொண்டார்கள். சுப்பிரமணிய சாஸ்திரி டல்பதடோவை, "நீங்கள் வருகிறீர்களா?" என்று கேட்டார். ஸில்வியா, "நான் வருகிறேன்," என்று சொல்லிக் காரில் ஏறிக்கொண்டாள். இரு வண்டிகளும் ஹோட்டலை விட்டுக் கிளம்பின.

டல்பதடோ தன் அறைக்குச் சென்று கதவை இழுத்துப் பூட்டி, சாவியைக் கீழே ஹோட்டல் வரவேற்பாளனிடம் கொடுத்தான். மணி பத்தே கால் ஆகிக்கொண்டிருந்தது. டல்பதடோ ஹோட்டல் தோட்டத்தருகில் நின்றுகொண்டிருந்த டாக்ஸியைக் கூப்பிட்டான். டாக்ஸி அவன் பக்கம் வந்து நின்றது. டல்பதடோ டிரைவரிடம், "என்னை மன்னித்துவிடு. எனக்கு டாக்ஸி வேண்டாம். ஏதோ ஞாபகத்தில் கூப்பிட்டு விட்டேன்," என்றான். டாக்ஸி புறப்பட்டு ஹோட்டலிலேயே இன்னொரு இடத்தில் போய் நின்றது. டல்பதடோ சாலையை அடைந்து நடக்க ஆரம்பித்தான். பனி முற்றிலும் அகன்று வெயில் சுளீரென்று உறைக்க ஆரம்பித்திருந்தது. ரொம்பக் கூர்ந்து கவனித்தால் கடலலைகளின் இரைச்சலைக் கேட்க முடிந்தது.

டல்பதடோ மெதுவாக நடந்து போனான். இன்னும் அரைமணி நேரம் பொறுத்துக்கூட அவன் ஒரு வண்டி அமர்த்திக் கொண்டு நாயக்கரைக் குறித்த நேரத்தில் போய்ப் பார்க்க

முடியும். ஸில்வியாதான் அவனுடன் இருக்க மாட்டாள். அவளால் அவனுடன் வர முடியாது. இன்று முழுக்க முழுக்க அவன் சாமர்த்தியத்தினாலேயே காரியத்தை நடத்திக்கொள்ள வேண்டும். என்ன ஆகிறதோ பார்க்க வேண்டும். ஒன்றும் ஆகவில்லை என்றாலும் வாரக் கடைசியில் ஊர் திரும்ப வேண்டும். ஊர் திரும்பினவுடன் முதல் காரியமாக வக்கீலைப் பார்க்கவேண்டும்.

இந்த வேளையில் சென்னை மிகவும் நன்றாக இருக்கிறது. உண்மையிலேயே ஜனவரி மாதம் தான் சென்னைக்கு விஜயம் செய்யத் தகுந்த மாதம். இந்தக் கடலும் காற்றும் வெயிலும் மேகங்களும் சாலைகளும் வீடுகளும் மனிதர்களும் மாடுகளும் பறவைகளும் எல்லாம் மிக நன்றாக இருக்கின்றன. மிக மிக நன்றாக இருக்கின்றன. இந்த புரொபஸர்தான் அனுபவிக்க முடியவில்லை. இன்று ஒருவேளை அவர் பணம் ஏதாவது கொடுத்திருப்பார். அந்த விஷயம் முற்றிலும் மறந்துபோய் விட்டது. இப்போது இந்த வெயிலில் வரும்போதுதான் ஞாபகம் வருகிறது. நல்ல புரொபஸர். கடவுளே, அவர் பிழைத்துவிட வேண்டும்! ஆனால் யாரை யார் கட்டிப்பிடித்து வைக்க முடியும்? அவர் போய்விடுவார். எல்லோரும் போய்விடுவார் கள். ஸில்வியாவும் போய்விடுவாள். அவனும் போய்விடுவான். எல்லாரும் தனித் தனியாகத்தான் போக வேண்டியிருக்கிறது. ஒருவருக்காக ஒருவர் காத்திருப்பதில்லை. காத்திருக்கவும் முடியவில்லை. அப்படியும் இல்லை. ஜீவனாம்சம் கேட்கும் பெண்டாட்டி காத்திருப்பாள். சட், புத்தி ரொம்ப அழுகிப் போய்விட்டது.

கடியாரம் கட்டிக்கொண்டு வந்த ஒருவனை நிறுத்தி, "என்ன மணி?" என்று டல்பதடோ கேட்டான்.

"பத்து நாற்பது," என்று அவன் பதில் தந்தான்.

டல்பதடோ அந்தச் சுற்று வட்டாரத்தில் டாக்ஸி எங்கு கிடைக்கும் என்று தேட ஆரம்பித்தான்.

(1966)

இருவர்

கிழவூர் பெரிய வீட்டு சுப்பையாவின் மகன் மகாலிங்கத்தின் மகன் வெங்கடாசலம் ஒருமுறை வைதீசுவரன் கோயில் சென்றிருந்தபோது அவனுடைய ஒன்றுவிட்ட மாமா சபேசன் யாரு மறியாமல் வெங்கடாசலத்தை ஒரு வீட்டுக்கு அழைத்துப் போனார்.

அவன் மீண்டும் அந்த வீட்டுக்குத் தனியாகப் போனபோது அவன் வயது பதினாறு. அவன் தனியாகப் போன முதல் தினத்தன்று தனம் வீட்டி லில்லை என்று அவள் அம்மா அவனைத் திருப்பி அனுப்பிவிட்டாலும் அவனால் தனத்தைப் பற்றித் திரும்பத் திரும்ப நினைக்காமல் இருக்க முடிய வில்லை.

அப்பா மகாலிங்கம் இறந்து ஒன்றரை வருடங் களுக்குள், தன்னுடைய இருபத்திரண்டாம் வயதில், வெங்கடாசலம் தனியாகப் பாகம் பிரித்துக்கொண்டு மனைவி குழந்தைகளுடன் வைதீசுவரன் கோயிலி லிருந்து வண்டி பூட்டிச் சென்றுகொள்ளக் கூடிய தூரத்தில் இருந்த சாமிநாதபுரத்தில் நிலமும், வீடும் வாங்கிக்கொண்டு குடியேறினான்.

ஆனால் அங்கு போய் மூன்றாண்டு முடிவதற் குள் ஒருநாள் இருட்டில் ஆற்றைக் கடந்து செல்கை யில் வண்டியின் இரு சக்கரங்களும் மணலில்

நன்றாகச் சிக்கிக்கொள்ள, வெங்கடாசலம் பொறுமையிழந்து மாடுகளை வெகுவாக அடித்துத் தார்க்குச்சியால் குத்தவும் செய்தான். அவன் ஏடாகூடமாக அப்படிக் குத்தியபோது ஒரு மாடு மட்டும் திடீரென்று சீறிக்கொண்டு முன்னே பாய்ந்த தில் வண்டி குடை சாய்ந்தது.

விடியற்காலை நான்கு மணிக்கு வெங்கடாசலத்தை அவன் வீட்டில் கொண்டுவந்து போட்டார்கள். அவனுக்கு அடிபட்ட தாக வெளியே ஒன்றும் தெரியாவிட்டாலும் அவன் காது, மூக்கிலிருந்து இரத்தம் கசிந்த வண்ணமே இருந்தது.

கிழவூர் மைனர், வண்டி குடை சாய்ந்து அடிபட்டுக் கிடக்கிறார் என்று கேள்விப்பட்டுத் தன் வீட்டார் பேச்சை மீறிக்கொண்டு தனம் கிளம்பி வந்தாள். ஆனால் என்ன தோன்றியதோ தெருமுனை வந்தவள் அங்கேயே வண்டியில் அரைமணி நேரம் உட்கார்ந்திருந்து விட்டு வீடு திரும்பினாள். அன்று மாலை வெங்கடாசலம் மீண்டும் சுயநினைவே பெறாமல் இறந்தான்.

வெங்கடாசலம் அடிபட்ட செய்தி உடனடியாகக் கிடைத்த மாதிரி, அவன் செத்தது தனத்திற்குக் கிட்டவில்லை. ஊரெங்கும் பரவியிருந்தும் எப்படியோ அவளுக்குச் செய்தி எட்ட நான்கு நாட்கள் ஆயின. அவள் வீட்டிலிருந்த ஐந்தாறு பேருமாக அவளைக் கட்டிப் பிடித்துக் கொண்டிராவிட்டால் கூரைக்கு நெருப்பு வைத்துத் தன்னையும் அரிவாளால் தாறுமாறாக வெட்டிக் கொண்டிருப்பாள். அப்படியெல்லாம் நேராவிட்டா லும் அன்றைய கலவரத்தில் அவளுக்குக் குறைப்பிரசவம் ஆயிற்று. அன்று சீர்குலைந்த அவள் உடலும் மனதும் அப்புறம் சரியாகவேயில்லை.

வெங்கடாசலம் உயிரோடு இருந்தபோது வராத எல்லாத் தரப்பு உறவினரும் அவன் அந்திமக் கிரியைகளுக்கு வந்தார்கள். எல்லாரும் எதிர்பார்த்தபடியே அவன் உயில் ஏதும் எழுதி வைத்திருக்கவில்லை. உருப்படியாக வீடும் ஒரு தென்னந் தோப்பும்தான்.

வெங்கடாசலத்தின் மனைவி வாலாவின் தகப்பனார் முதல் பாகப்பிரிவினை நியாயமாகச் செய்யப்படவில்லை என்று வழக்காடப் போவதாகக் கத்தினார்.

பிள்ளை விஷயத்தில் மிகவும் மனம் நொந்து போயிருந்த வெங்கடாசலத்தின் தாயார் தன் பங்குக்கு இருந்த சொத்து, நகை எல்லாம் வாலாவும் அவள் குழந்தைகளுமே அடைய வழி செய்வதாகச் சொன்னாள். அத்துடன், வருடத்தில் ஆறு

மாதம் குழந்தைகளைத் தன்னோடு வைத்துக்கொள்வதாகவும் உறுதி கூறினாள்.

சாமிநாதபுர அக்கிரகாரத்திலும் குளத்தருகிலும் எதேச்சை யாக விளையாடப் பழகியிருந்த வெங்கடாசலத்தின் மூத்த மகன் விசு திடீரென்று இடம்பெயர்ந்து யாராரோ மத்தியில் சாப்பிடவும், படுத்து உறங்கவும் நேர்ந்ததில் அவன் சுபாவமான சிரிப்பையும் தைரியத்தையும் இழந்து நின்றான்.

வெங்கடாசலம், வாலா இருவரும் நல்ல சிவப்பானாலும் விசு மட்டும் கறுப்பாகத்தான் இருந்தான். ஆறு வயதைத் தாண்டியிருந்தாலும், இடுப்பில் துணி கட்டினால் அது அவனுக்கு எஃகுக் கவசம் போலக் கனத்தது. ஆனால் அவன் அப்பா செத்த பிறகு அவன் இருக்க நேர்ந்த இடங்களில் வேறு குழந்தை கள் நிறைய இருந்தபடியால் அவன் எப்படியாவது அரைத்துண்டு கட்டியபடிதான் சேர்ந்து பள்ளிக்கூடத்துக்குப் போக வேண்டி யிருந்தது.

அவனையொத்த குழந்தைகள் கூட்டல் கழித்தல் கணக்கு போட்டுக் கொண்டிருந்தபோது விசு மட்டும் 'ஊ'னாவுக்கு அடுத்தபடி 'ஐ'யன்னா எழுதிக்கொண்டிருந்தான். எழுத்து என்றில்லாமல் ஏதாவது எண்ணைக் காட்டினால் சரியாகப் படித்தான். ஆனால் எதையும் வரிசைக் கிரமமாக அவனால் திருப்பிச் சொல்லவும் முடியவில்லை, எழுதவும் முடியவில்லை. அவன் வரையில் உலகத்தில் எதிலுமே கோர்வை, வரிசை என்று பார்ப்பது அர்த்தமற்றது என்று தோன்றியிருக்க வேண்டும். இதனால் அவனுக்குப் பள்ளிக்கூடத்தில் மற்ற சிறுவர் சிறுமி களிடம் பரிகசிப்பும், வாத்தியாரிடம் அடியும் நிறையக் கிடைத்த படி இருந்தன.

அவனுடைய மாமாக்கள், பெரியம்மாவின் குழந்தைகள் எல்லாருக்கும் படிப்பு நன்றாக வந்தபடியால் விசுவுக்கு வீட்டிலும் பள்ளிக்கூடச் சூழ்நிலையே தொடர்ந்தது. அவன் முகத்தில் உற்சாகம் தெரியவில்லை. என்பதைத் தவிர அவன் உரிய கிரமத்தில் வளர்ந்து வந்தான். அவன் உடல் நன்றாக இழைத்த கருங்காலிக் கட்டை போல இருந்தது.

விசுவை ஒரு குழந்தையாகக் கருதும் கட்டம் கடந்து விட்டதாலும் அந்த விசேஷக் கவனமோ, கவனமின்மையோ அவனிடத்தில் எந்த மாறுபாடும் ஏற்படுத்தாது என்று எல்லோருக் கும் தோன்றிவிட்ட படியாலும் அவன் எங்கு போகிறான், என்ன செய்கிறான் என்று தெரிந்துகொள்ள அவனுடைய அம்மா கூடமுயற்சி எடுத்துக்கொள்வதை விட்டுவிட்டாள்.

பள்ளிக்கூடத்திற்கு உரிய நேரத்திற்குச் சென்று வீட்டில் இரு வேளைச் சாப்பாட்டிற்கு ஆஜரானால் போதும், அவன் தனிமை பாதிக்கப்படாமல் இருக்கும் என்பதை விசுவும் தெரிந்து கொண்டிருந்தான்.

ஆற்றங்கரையில் பொதுவாக எல்லாரும் குளிக்கும் படித்துறை ஒருபுறமிருக்க அவன் மட்டும் அரை மைல் தள்ளி வண்டிப் பாதை ஆற்றில் இறங்கும் இடத்தருகில் சென்று உட்கார்ந்திருப்பான். வெள்ளம் வரும் நாட்கள் தவிர மற்ற நாட்களில் அந்த இடத்தில் முழங்கால் ஆழத்துக்குத் தண்ணீர் ஓடினாலே அபூர்வம். அது தவிர ஆற்று நடுவிலேயே சிறு தீவுகள் மாதிரி இரண்டு மூன்று இடங்களில் திட்டுகள் இருக்கும்.

அப்படிப்பட்ட ஒரு மணல்திட்டில் ஒருநாள் விசு உட்கார்ந்து கொண்டு சன்னமான மணலைத் தோண்டிச் சிறு சிறு ஊற்றுகள் செய்துகொண்டிருந்தான். இன்னும் சில நிமிடங்களில் முழுக்க இருட்டிவிடும். விசு தோண்டிக்கொண் டிருந்த இடத்தில் மணல் கருமை நிறம் கொண்டதாக இருந்தது. விசுவுக்குத் தானே மணலாகத் தன் கையிலேயே திரண்டிருப்ப தாகத் தோன்றிற்று. அப்போது அவனுடன் இன்னும் யாரோ இருப்பது போலவும் தோன்றிற்று.

“அப்பா,” என்றான்.

“என்னடா, என் கண்ணே,” என்று வெங்கடாசலம் பதில் கொடுத்தான்.

“நோக்கு மணல்லே வீடு கட்டத் தெரியுமா? நான் கட்டினா சரிஞ்சு சரிஞ்சு போய்டறது.”

“நான் கட்டினாலும் சரிஞ்சு சரிஞ்சு தான் போயிடறது. இருந்தாலும் பார்க்கலாம்.”

வெங்கடாசலமும் விசுகூடச் சேர்ந்து தோண்டியெடுத்த மணல் கொண்டு சுவர் மாதிரிக் குவித்து வைத்தான். செந்நிற மாயிருந்த ஆகாயம் சாம்பல் நிறமாக மாறிக் கொண்டிருந்தது. விசுவும் வெங்கடாசலமும் மனம் போன போக்கில் மணல் சுவர்கள் கட்டி நாலு பக்கத்திலும் கதவு வைப்பதாக நினைத்து அதில் பிளவுகள் செய்து நடுவே ஒரு கோபுரமும் கட்டினார்கள். விசு மிகவும் உற்சாகமாக இருந்தான். அவன் தோண்டின ஊற்று ஒன்றிலிருந்து இரு கையாலும் நீரை ஏந்தி அதைக் கோபுரத்தின் மீது சாய்த்தான். கோபுரம் கொள கொளவென்று உட்கார்ந்து கொண்டது. வெங்கடாசலம் பெருமூச்சு விட்டான். விசு வாய்விட்டுச் சிரித்தான். அவன் அப்படிச் சிரித்துப் பல மாதங்கள் ஆகியிருந்தன.

திடீரென்று விசு கேட்டான்: "ஏம்பா, நீ செத்துப் போயிடலே?"

வெங்கடாசலம் சிரித்தான். "செத்துப் போறது பத்தி உனக்கு எப்படிடா தெரியும்?"

"உன்னைத்தான் நெருப்பு வைச்சுக் கொளுத்தியாச்சே?"

"கொளுத்திட்டா ஆயிடுத்தா?"

"வீட்டுக்கு மறுபடியும் வரவேல்லியே?"

வெங்கடாசலம் உடனே பதில் சொல்லவில்லை. பிறகு, "அது சரிதான்," என்றான்.

விசு சொன்னான். "நீ வீட்டுக்கு வாப்பா. அம்மாகூட என்னை அடிக்கறா."

வெங்கடாசலத்தை அண்ணாந்து பார்த்த விசு உடனே சொன்னான், "அழாதே அப்பா, உனக்குப் பிடிக்கலேன்னா வேண்டாம்."

வெங்கடாசலம் சொன்னான்: "ஆமாம்டா என் கண்ணு. நான் இனிமே யார் வீட்டுக்கும் வரமுடியாது."

விசு, வெங்கடாசலம் வீடு வருவதில் அக்கறையிழந்து மீண்டும் ஊற்றுத் தோண்டுவதில் முனைந்தான். அவன் அகல மாகத் தோண்டிய ஊற்று நிறையத் தண்ணீர் ஊறிய பின் திரும்பிப் பார்த்தான். வெங்கடாசலத்தைக் காணோம்.

விசுவுக்குப் பசிக்க ஆரம்பித்ததால் அவன் கட்டிய வீடு, தோண்டிய ஊற்றுகள் எல்லாவற்றையும் அப்படியே விட்டு விட்டு ஆற்றுத் தண்ணீர் வாரித்தெளிக்கக் கரையை நோக்கி ஓடினான். ஆற்றில் தண்ணீரில் உயரம் அதிகரித்திருந்தது. அவன் கரையை அடைந்த நேரம் ஒரு வில் வண்டி ஓடி வந்து தண்ணீரில் இறங்கியது. விசு வண்டியில் இருப்பவரைப் பார்த்தான். "அப்பா," என்று கூப்பிட்டான். ஆனால் பதில் வரவில்லை.

விசு பார்த்துக்கொண்டிருக்கும்போதே வண்டி ஆற்றைக் கடந்து அவன் பார்வையிலிருந்து மறைந்தது. கால் மைல் தூரத்தில் யாரோ குளிப்பதைத் தவிர அந்த நேரத்தில் அந்தச் சுற்றுப் புறத்தில் வேறு மனிதர்களே கண்ணில் படவில்லை.

விசு உற்சாகமாகக் குதித்துக்கொண்டே ஓடினான். இப்போது நன்றாக இருட்டிவிட்டது.

○

ஒரு வாரம் கழித்து வைதீசுவரன் கோயிலில் ஒரு வீட்டில் இரவில் திடீரென்று, "திருடன்! திருடன்!" என்று கூக்குரலிட்டார்கள். எல்லாரும் கழி, கடப்பாரை எடுத்துக் கொண்டு போய்ப் பார்த்ததில் சுமார் ஏழெட்டு வயது இருக்கும் சிறுவன் ஒருவன் கிணற்றங்கரையில் குளிரில் பாதி விறைத்துக் கிடந்தான். அவனை உள்ளே எடுத்துச் சென்று உடம்பு முழுக்கத் தேய்த்து விட்டுக் கம்பளியால் போர்த்திச் சிறிது மிளகு கஷாயமும் புகட்டினார்கள். பையன் கண்களைத் திறக்க முடிந்தவுடன், "அப்பா! அப்பா!" என்றான்.

"யார் உன் அப்பா?" என்று ஒரு அம்மாள் கேட்டதில், "அதோ, அங்கே நிக்கறாரே! அதோ அப்பா!" என்றான்.

பையன் பார்த்த திசையில் வெறும் வாசல் கதவுதான் இருந்தது.

கன்னங் கரேலென்றிருந்தாலும் பிராமணப் பையன்தான் என்பதைத் தவிர அவன் யார், எங்கிருந்து வந்திருக்கிறான் என்ற விவரமெல்லாம் தெரிய வர இரு நாட்களாயின.

தான் யார் என்று கூட ஒழுங்காகச் சொல்லத் தெரியாத மந்தமான சிறுவன் ஒருவன் எப்படி மூன்று இடங்களில் ஆற்றைத் தாண்டி ஏறக்குறைய இருபத்தைந்து மைல்களை ஐந்தாறு மணி நேரத்தில் கால்நடையாகக் கடந்து அந்த ஊரை அடைந்து அந்தக் குறிப்பிட்ட வீட்டுக் கொல்லைப் புறத்தில் நுழைந்தான் என்பது எல்லோருக்கும் புதிராக இருந்தது. அவனை அழைத்துப் போக அவன் வீட்டுப் பெரியவர்கள் வந்தபோது அங்கிருந்தவர்கள் அவ்வளவு பேரும் நிலை தடுமாறிப் போகும் படியாகத் தனம், விசுவைக் கட்டிக்கொண்டு அழுதாள்.

2

வீட்டுப் பெரியவர்கள் எல்லாரும் சேர்ந்து விசுவுக்கு வயது ஏழு நிரம்புமுன் பூணூல் போட்டது அவனை உடனே துவிஜன் ஆக்கிவிட வேண்டும் என்பதற்காக அல்ல. அற்பாயுளில் இறந்து போன அவனுடைய அப்பா வெங்கடாசலத்தின் வருடாந்தரக் காரியங்களையும் அதன் பிறகு சிரார்த்தம், தர்ப்பணம் முதலிய கர்மாக்களையும் முறையாக நடத்திவிட வேண்டும் என்பதற்காகத்தான். பூணூல் போட்ட அடுத்த நாளே ஆற்றங்கரையில் குளிக்கையில் விசு பூணூல் தொலைந்து போயிற்று. அவனுக்கு சந்தியா வந்தனம் சொல்லித்தர வந்துகொண்டிருந்த சாமண்ணா வாத்தியார் எப்போதும் கையில் ஒரு உபரி பூணூல் எடுத்து வருவது வழக்கமாகப் போயிற்று.

விசுவுக்கு சந்தியாவந்தன மந்திரம் ஒன்றுகூட மனதில் தங்கவில்லை. ஆனால் சூரியனை நோக்கித் தியானம் புரிய வேண்டிய கட்டத்தில் மட்டும் ஒருமுறை வாத்தியார் சொன்னார்: "சூரியனைப் பார்த்து அவன் அப்படியே உன் மார்பே ஜ்வலிக்கிறதா நினைச்சுக்கோ."

விசு சூரியனைப் பார்த்த பின் கண்களை மூடிக்கொண்டான். சாமண்ணா வாத்தியாருக்குக் கதி கலங்கிவிட்டது, விசு நின்றுகொண்டிருந்தாலும் அவன் உடல் அப்படியே மரத்துப்போய், கட்டை போல இருந்தது. அவன் மீண்டும் கண் விழித்துப் பார்க்க அரை மணி நேரத்திற்கும் அதிகமாயிற்று.

வெங்கடாசலத்தின் வருடாந்தரம் முடிந்த அடுத்த நாள் விசு காணாமல் போய்விட்டான். மறு நாள் அவனை வைதீசுவரன் கோயிலிலிருந்து கொண்டுவந்துவிட்டார்கள். அவன் மீண்டும் தனத்தைப் பார்க்கப் போயிருக்கிறான். வெங்கடாசலத்தின் தாயார், தனத்தை மருந்து வைத்து மயக்கும் தட்டுவாணி, வம்சம் வம்சமாகக் குடும்பங்களைக் குலைக்கும் தேவடியாள் என்று கண்டபடி வைதாள். சற்றும் எதிர்பாராதவிதமாக விசு ஒருமுறை சொன்னான், "அவளை அப்படி எல்லாம் பேசாதே பாட்டி, அப்பா வருத்தப்படுவா." மந்திரத்தால் கட்டுண்டவள் போல அவளால் மேற்கொண்டு தனத்தை வைய முடியவில்லை. விசு அதுவரை அவ்வளவு சொற்கள் சேர்த்துப் பேசியதில்லை.

இது நடந்து சில நாட்களுக்கெல்லாம் விசுவையும் அவனுடைய இரண்டு வயது தங்கையையும் அழைத்துக் கொண்டு அவனுடைய அம்மா வாலா பிறந்த வீட்டுக்கே வந்துவிட்டாள். ஆறு மாதம் இங்கும், ஆறு மாதம் மாமியாரிடமும் இருப்பது என்று பேசியது உண்மை என்றாலும் இனி அவள் மாமியாரிடம் இருக்க வேண்டாம் என்று அவனுடைய பிறந்த வீட்டினர் தீர்மானித்துவிட்டார்கள். பெரியவர்கள் யார் சொன்னாலும் அதை எதிர்த்துப் பேச பழக்கமே இல்லாத வாலா மறு வார்த்தை சொல்லாமல் அப்பாவுடன் கிளம்பி வந்துவிட்டாள். அவளுடைய மாமியாரும் அவளைத் தன்னிடம் இருக்கும்படி வற்புறுத்தவில்லை.

விசுவுக்கு இப்புது இடம் முதலில் சங்கடப்படுத்தியது. இங்கேயும் அக்கிரகாரத்தில் நிறையச் சிறுமியர் இருந்தனர். விசுவை 'கறுப்பா – கறுப்பா' என்று கேலி செய்த வண்ணம் இருந்தனர். திண்ணைப் பள்ளிக்கூடத்து வாத்தியார் ஒன்றிரண்டு பையன்களையே தேர்ந்தெடுத்து அவர்களையே கேள்வி கேட்டுத் துன்புறுத்தினார். விசுவின் மூன்று மாமாக்களில் மூத்தவன்

விசுவை எப்போதும் கரித்துக் கொட்டிய வண்ணம் இருந்தான். அவன் மனைவி சாதம் பரிமாறும்போது அடிக்கடி விசுவிற்கு நெய்யோ கறியோ பரிமாற மறந்து போவாள். ஆனால் இதெல்லா வற்றையும்விட விசுவுக்கு சங்கடம் ஏற்படுத்தியது அந்தக் கிராமத்துக்கு ஆற்றங்கரை ஒரு மைல் தள்ளியிருப்பது. கிராமத் தார் எல்லோரும் ஒரு பிரம்மாண்டமான தாமரைக்குளத்தில் குளித்து, குடி நீர் எடுத்துப் புழங்கிக் கொண்டிருந்தார்கள். விசுவுக்குக் குளம் ஒரு நீர்த் துறையாகப்படவில்லை. ஓடும் தண்ணீரைப் பார்த்து மனம் லயித்துப் பழகிய விசுவுக்குக் குளத்துத் தண்ணீர் ஜீவனற்றதாகவே தோன்றியது.

நடவு நாட்கள் வந்தன. அதன் பிறகு பெருமழை. ஒரு மாதம் மழை பெய்து ஓய்ந்த பின் அதிகாலையில் பனி பெய்ய ஆரம்பித்தது. விசு தாழ்வாரத்தில் புரண்டு முற்றத்தருகில் வந்து பனி அவன்மீது விழும்படியாகப் படுத்துக்கொள்வான். ஒருமுறை ஒரு ராத்திரியில் எழுந்து வெளியே சென்றுவிட்டு வந்த அவனுடைய தாத்தா அவனை அப்படியே இழுத்து மீண்டும் தாழ்வாரத்து நடுவில் கிடத்தினார். படுத்தபடியே இருட்டில் விசு உற்றுப் பார்த்தான். சமையலறை அருகில் இரு மின்மினிப் பூச்சிகள் அசையாமல் ஒளிவீசிக்கொண்டிருந் தன. அவை பூச்சிகள் அல்ல, அவனுடைய அம்மாவின் கண்கள் என்று அவனுக்குத் தெரிந்துவிட்டது.

வெங்கடாசலம் இருந்தபோது அதிகம் பேசாத வாலா அவன் இறந்து அவள் பெற்றோர் நிழலில் வாழ நேர்ந்த பிறகு அவள் பேச்சு இன்னமும் குறைந்துவிட்டது. அவளுடைய இரண்டு வயதுக் குழந்தையுடன் கொஞ்சுவதுகூடக் கிடையாது. எல்லா நேரமும் சமையலறையிலேயே இருப்பாள். அவளுடைய குழந்தைகள் அவள் இடம் அதிகம் நெருங்காததற்கு இன்னொரு காரணமும் இருக்கவேண்டும். குல வழக்கத்தின்படி அவள் தலைமயிரை மழித்து நீக்கி அவளை நார்மடி கட்டச் செய்திருந் தார்கள்.

காலையில் எட்டு மணிக்கு வீட்டு ஆட்களைத் தாழ்வாரத் தில் வரிசையாக உட்கார வைத்து ஒரு கற்சட்டி பழைய சோறையும் வாலாவின் அம்மா பங்கிட்டுப் போட்டுவிட்டு குளத்தங்கரைக்கு குளிக்கச் சென்றுவிட்டாள். எல்லோரும் சாப்பிட்ட இடத்தைச் சுத்தம் செய்யச் சிறிது சாணமும் ஒருசெம்பு நீருமாக அங்கு வந்த வாலா, விசு அவனுக்கு இட்ட சாதத்தை முழுக்கச் சாப்பிட முடியாமல் திணறுவதைப் பார்த்தாள். விசுவும் எவ்வளவோ மாதங்களுக்குப் பிறகு அவனுடைய அம்மாவை ஏறிட்டுப் பார்த்தான். அவனுடைய

அம்மாவின் கண்களின் ஆழத்திற்கு அவன் அனுபவத்திற்கு எட்டிய எதுவும் ரவைவாசிகூட எட்டாது என்று தோன்றிற்று.

"சாப்பிடு" என்று அவள் சொன்னாள்.

அம்மா அப்படிச் சொன்னவுடன் திடீரென்று அவனுடைய வயிறு விசாலமடைந்தது போலிருந்தது. அவன் கடைசிச் சாதத்தைக் கையில் எடுத்தவுடன் வாலா ஒரு பக்கமாக எச்சில் இடத்தைச் சுத்தம் செய்ய ஆரம்பித்தாள். அவள் அவனருகில் வருவதற்குள் விசு அவனுடைய இலையை எடுத்துக்கொண்டு கை கழுவக் கொல்லைப் பக்கம் சென்றான்.

விசு அன்று பள்ளிக்கூடத்தில் போய் உட்காரவில்லை. தாமரைக் குளத்தை ஒரு முறை சுற்றி வந்தான். பெண்கள் படித்துறையில் அவனுடைய பாட்டி, மாமி மற்றும் ஐந்தாறு பேர் துணி துவைத்தபடி பேசிக் கொண்டிருந்தார்கள். விசு மெதுவாக மீண்டும் வீட்டினுள் நுழைந்தான்.

அவனுடைய அம்மா மட்டும்தான் அப்போது வீட்டிலிருந்தாள். ஒரு படி வெண்கலப்பானை ஒன்றைச் சுமந்து கொண்டிருந்த அடுப்பை ஊதிக் கொண்டிருந்தாள். விறகு ஏகமாகப் புகைந்து கொண்டிருந்தது.

விசு சமையலறையில் சுவரோரமாக உட்கார்ந்துகொண்டான். அவன் அப்படி அந்த அறையில் உட்காருவது அதுதான் முதல் தடவை. அவனை வாலா ஒருமுறை திரும்பிப் பார்த்தாள். பிறகு மீண்டும் அடுப்பை ஊத ஆரம்பித்தாள்.

விசு வெண்கலப் பானையைப் பார்த்தான். அதன் கழுத்து வரை பூசப்பட்டிருந்த மாவு அதற்குள் கறுப்பாக மாறியிருந்தது. அவனுடைய அம்மாவின் முகமும் கறுத்துப் போயிருந்தது. அந்தச் சமையலறையே எங்கு பார்த்தாலும் கறுப்பாயிருந்தது. அந்த இடத்திற்குத் தாழ்வாரத்தை இணைத்த கதவைத் தவிர வேறு ஜன்னல் எதுவும் கிடையாது. ஓட்டுக் கூரையில் ஓரிடத்தில் அரையடிச் சதுரத்திற்குக் கண்ணாடி ஒன்று பொருத்தப்பட்டிருந்தது. அதன் வழியாக இறங்கிய சூரிய வெளிச்சம் சாய்த்து வைக்கப்பட்ட தூண் போல இருந்தது. அறையில் மிதக்கும் தூசுத் துகள் அந்தத் தூண் பகுதியில் ஒளி பெற்று நெளிந்து துவண்டு மினுமினுத்தன.

விசு வெகு நேரம் உட்கார்ந்திருந்தான். அவனுடைய அம்மா அடுப்பு நன்றாக எரியத் தொடங்கியவுடன் வாழைப்பூ ஒன்றை மடல் மடலாகப் பிரித்து ஆய்ந்தெடுக்க ஆரம்பித்தாள். சமையலறையில் வேலை செய்துகொண்டிருப்பதைத் தவிர அவளுக்கு வேறு எந்தப் பணியும் எந்த விஷயமும் அவள்

கவனம் பெறக்கூடாது என்று விதித்திருந்தது போல அவள் தன் காரியமே கண்ணாயிருந்தாள். கூரையிலிருந்து தரையைத் தொட்ட ஒளித்தூணைப் பார்த்தவண்ணம் விசு அப்படியே விறைத்துப் போய் உட்கார்ந்திருந்ததுகூட அவளுக்கு ஒரு பொருட்டாயில்லை. அவளுடைய மன்னி குளித்த கையோடு ஒரு குடம் தண்ணீரைக் கொண்டு வந்து வைத்தவள் விசுவைப் பார்த்த வண்ணம் “வீட்டிலே யாருமில்லாதப்போ உன் பிள்ளைக்கு வெல்லமும் நெய்யுமா வழிச்சுக் கொடுக்கறயா?” என்று கேட்டபோதுகூடப் பதில் சொல்லவில்லை. ஒரு மணி நேரத்திற்குப் பிறகு வீட்டுப் பெரியோர்கள் எல்லாரும் அங்கு கூடி விசு விறைத்துப்போய் உட்கார்ந்திருப்பதைக் கண்டு கலவரப்பட்டபோதுகூட அவள் ஒரு வார்த்தை பேசவில்லை. தன் பிள்ளை பேச்சு மூச்சில்லாமல் கிடப்பதற்குச் சிறிதளவுகூட பதட்டம் அடைந்ததாக வெளிக்காட்டிக் கொள்ளவில்லை.

விசுவின் பாட்டி இது ஏதோ காற்று சேஷ்டைதான் என்று தீர்மானமாகக் கூறினாள். அது பொதுவாகக் கிராமாந்திரங்களில் பெண்களுக்கு மட்டுமே அல்லவா நேரக்கூடும் என்று விசுவின் தாத்தா சந்தேகப்பட்டார். சாத்தனூர் ஐயனார் கோவிலுக்கு வேண்டிக்கொள்ளப்பட்டது. விசுவை இப்போது யாரும் தனியாகத் திரிய விடுவதில்லை.

பேயடித்த பையன், மூளை பேதலித்த குழந்தை, பிரம்மஹத்தி தோஷம் கொண்டவன் என்றெல்லாம் அந்த கிராமத்தில் அவனுக்குப் பெயர் வைத்த நாளில்தான் விசுவின் முகம் தெளிவடைந்து அவனும் நன்றாக உயர்ந்து வளரத் தொடங்கினான். அவனுடைய கறுப்பு நிறம்கூடக் கொஞ்சம் மாநிறமாக மாறத் தொடங்கியது போலிருந்தது. அவன் எழுத்துக் கூட்டிப் படிக்க ஒரு மாதிரி கற்றுக்கொண்டுவிட்டான். ஆனால் சந்தியா வந்தனம்தான் மாதக் கணக்கில் வாத்தியார் வந்து சொல்லிக் கொடுத்தும்கூட அவனுக்குப் பாதிக்கு மேல் மனப்பாடம் ஆகவில்லை. ஒரு காரணம், சந்தியாவந்தனம் பாதியில் இருக்கும் போதே அவன் விறைத்துக் கட்டை போல் நின்றுவிடுவான். இனிமேல் அவன் சந்தியாவந்தனம் செய்ய வேண்டாம் என்று அவனுடைய பாட்டி சொல்லிவிட்டாள்.

வெங்கடாசலம் இறந்தது பழங்கதையாகி, வீட்டின் மூத்த பெண் இருபத்திரண்டு வயதில் தாலியிழந்து வீட்டில் முடங்கிக் கிடப்பது பழக்கமாகி, எல்லாம் ஒரு தினசரி அட்டவணையில் பொருந்திப்போன பிறகு திடுதிப்பென்று ஒருநாள் விசு காணாமல் போய்விட்டான். அவனுடைய அம்மாவைப் பெற்றவர்கள் வீட்டிற்கு வந்த பின் அவன் காணாமல் போனது கிடையாது.

ஆதலால் இம்முறை யாரும் தனம் பற்றியும் வைதீசுவரன் கோயில் பற்றியும் நினைக்கவில்லை. மேலும் அந்தக் கிராமத்திலிருந்து சீர்காழியே பதினெட்டு மைல்.

மூன்று நாட்கள் விசுவை அந்தக் கிராமமே தேடிற்று. நான்காம் நாள் கிழவூரிலிருந்து ஒரு ஆள் பையனைக் கொண்டு வந்துவிட்டுப் போனான். விசுவுக்கு யார் வழி சொன்னார்கள், அவன் எப்படிப் போய்ச் சேர்ந்தான் என்றெல்லாம் யாருக்கும் தெரிந்துகொள்ள முடியவில்லை – அவன் இந்தக் கிராமத்திலிருந்தும் தனத்தின் வீட்டிற்குப் போய்ச் சேர்ந்துவிட்டான். தனத்தின் அம்மா பையனை வெங்கடாசலத்தின் அம்மாவிடம் அனுப்பித்திருக்கிறாள். அங்கிருந்து அவனை வாலாவின் பெற்றோர் வீட்டுக்குக் கொண்டுவிட இரு நாட்கள் ஆகிவிட்டன.

விசுவை அவனுடைய பெரிய மாமா வேப்பங்குச்சி கொண்டு விளாசிவிட்டான். விசுவின் உடம்பெல்லாம் கோடு கோடாகக் காயம். விசு வலி தாங்காமல் துடிதுடித்து அழுதான். அப்போது கூட அவனுடைய அம்மா சமையலறையை விட்டு வெளியே வரவில்லை. பாட்டிதான், “தோப்பனில்லாத பிள்ளைடா,” என்று தன் பிள்ளையைத் தடுத்தாள். விசுவுக்கு இதையடுத்து நான்கு நாட்கள் சுரம் அடித்தது. அவனை வீட்டின் இரண்டாம் கட்டுத் தாழ்வாரத்தில் படுக்க வைத்திருந்தார்கள்.

வீட்டின் முதற் கட்டில் குதிருக்குப் பக்கத்தில் காமிரா அறை இருந்தது. காமிரா அறைக்கு ஒரு வாசற் கதவும் ஒரு ஜன்னலும் மட்டும் உண்டு. வீட்டின் மிகவும் பந்தோபஸ்தான இடம் அதுதான் என்று அங்குதான் பத்திரங்கள், நகை, வெள்ளிப் பாத்திரம் முதலியன பூட்டி வைத்திருந்தார்கள். அந்த அறையின் இருட்டுக்காகவே அதற்குக் காமிரா அறை என்று பெயர் வைத்திருந்தார்கள். விசுவின் தாத்தாவிடமும் பெரிய மாமாவிடமும்தான் சாவி இருக்கும். அவர்கள் இருவரும்தான் எப்போதாவது ஒரு சமயம் அந்த அறையத் திறந்து வைத்துக்கொண்டு பணம் கொடுக்கல் வாங்கல் பற்றி விவாதிப்பார்கள்.

மீண்டும் ஒருமுறை விசு காணாமல் போய்விட்டான். இம்முறை விசுவின் மாமா நேராகத் தனத்தின் வீட்டுக்குப் போய் விசாரித்தான். ஆனால் அங்கு விசு இல்லை. தனத்தின் வீட்டிலும் எல்லாரும் கலவரம் அடைந்துவிட்டார்கள். அவர்கள் மத்தியில் விசு ஒரு பொக்கிஷம் போலக் கருதப்பட்டான். விசுவின் தாத்தா வெங்கடாசலத்தின் அம்மா வீட்டுக்குப் போய் விசாரித்தார். அங்கும் விசு இல்லை. இப்போது அவர்களும் சேர்ந்து விசுவைத் தேட ஆரம்பித்தார்கள். விசு காணாமல் போய் ஒரு முழு நாள் ஆகிவிட்டது. அவனைப் பற்றித் தடயம் எதுவும் கிடைக்கவில்லை.

இப்போதும் விசுவின் அம்மா வாலா வாயே திறக்கவில்லை. நிரந்தரமாகச் சோகம் படிந்திருந்த அவள் முகத்தில் இன்னமும் கவலைக்கும் வருத்தத்திற்கும் இடமில்லை போலிருந்தது. விசுவின் பாட்டி மட்டும் சொன்னாள்; "நீங்கள் அன்னிக்கு காமிரா ரூம் உள்ளே பேசிண்டிருந்தப்போ விசு தாழ்வாரத்திலே இருந்தான். அத உள்ளத்தான் கொஞ்சம் திறந்து பாருங்களேன்."

இராத்திரி எட்டு மணிக்கு காமிரா அறையைத் திறந்து பார்த்தார்கள். முதலில் அரிக்கேன் லாந்தர் வெளிச்சத்தில் அந்த அறையில் புதிதாக எதுவும் இருப்பது தெரியவில்லை. ஆனால் விளக்கைச் சுவரோரமாக எடுத்துச் சென்றபோது அங்கே மூலையில் விசு சுருண்டு படுத்துக்கொண்டிருப்பது தெரிந்தது. அவன் உடல் விறைத்துப் போய்க் கட்டையாகக் கிடந்தது.

ஆனால் அவனாகவே அடுத்த நாள் காலையில் எழுந்து எப்போதும் போல் இருந்தான். இருட்டறையில் ஏறக்குறைய இரு நாட்கள் சோறு தண்ணீர் இல்லாமல் கிடந்த சோர்வோ பயமோ ஏதும் அவனிடத்தில் காணப்படவில்லை.

3

விசு ஏதோ மாதிரி இருப்பதுகூட எல்லாருக்கும் பழகிப் போய் விட்டது. அவன் வயதுப் பையன்களுக்கு அந்தக் கிராமத்தில் பொறுப்பு அதிகரித்து வந்தது. பெரியவர்களுடன் வயற்பக்கம் சென்று மேற்பார்வை செய்ய வேண்டியிருந்தது. வாழைத் தோட்டத்திற்குச் சென்று இலைகளை யாரும் அறுத்துக்கொண்டு போய்விடாமல் பார்த்துவிட்டு வர வேண்டியிருந்தது. தேங்காய்களை மட்டையுரித்துப் போட்டார்கள். கீற்றுப் பின்னினார்கள். வீட்டிலுள்ளோர் சாப்பிடுவதற்கு வசதியாக வாழைப்பட்டையை நறுக்கித் தைத்தார்கள். வீட்டுக் கொல்லைப் புறத்தில் காய்கறிப் பாத்திகளைச் சீரமைத்துச் செடிகளில் பூச்சி வந்த இலைகளைக் கிள்ளி வெளியே எறிந்தார்கள். கழனித் தொட்டியைக் காலி செய்து சுத்தம் செய்தார்கள். வீட்டுக் கூரை மீதேறி கலைந்த ஓடுகளை ஒழுங்காகப் பொருத்தினார்கள். தினமும் அரிக்கேன் லாந்தரைத் துடைத்து, திரியைச் சரி செய்து, சிம்னியை விபூதி போட்டுத் துடைத்து வைத்தார்கள். சந்தை கூடும் நாட்களில் வீட்டுக்கு வேண்டிய பொருள்கள் வாங்கி வந்தார்கள். அரிவாள் கோடரியைச் சாணை பிடித்து வைத்தார்கள். நெல்லை அரைத்து கட்டி வைக்கும்போது கணக்குப் பார்த்தார்கள். நூற்றுக்கணக்கான சிறிதும் பெரிதுமான வேலைகளில் பெரியோர்களுக்கு ஒத்தாசையாகவும் துணையாகவும் இருந்தார்கள். விசு எதற்கும்

பயன்படவில்லை. எந்த வேலையும் செய்ய முடியாது என்றில்லை. ஆனால் எதற்கும் ஒரு தொடக்கம் ஒரு விளைவு என்று உண்டு என்பதே அவன் மனதில் பதியவில்லை என்பதை ஒருவிதமாக அவனைச் சுற்றியுள்ளவர்கள் ஒப்புக்கொண்டு விட்டார்கள். அவன் ஒரு தனிரகம் என்பது ஏற்கப்பட்ட பிறகு அவனுடைய பெரிய மாமாகூட அவனைத் தண்டித்துத் துன்புறுத்துவது கிடையாது. 'அந்த ஜடம் எக்கேடு கெட்டுப் போகட்டும்' என்பான். விசுவை யாராவது ஏதாவது செய்யச் சொன்னால் அது 'உன் தங்கச்சியைக் கொஞ்சம் பார்த்துக் கொள்' என்பதுதான்.

விசுவின் தங்கை காமாட்சி மூன்று வயதாகியும் எழுந்து நிற்கவில்லை. எல்லாக் குழந்தைகளைப் போல அவளும் உரிய காலத்தில் குப்புறவிழுந்து தரையில் நிற்கவும் செய்தாள். வெங்கடாசலமே தன் பிள்ளையை விடப் பெண்ணிடம் அதிகப் பாசம் வைத்திருந்த மாதிரித் தோன்றியது. காமாட்சியை அடிக்கடி தூக்கிக்கொள்வான். அவனுடைய ஆயுட்காலத்தின் கடைசி நாளன்றுகூடக் குழந்தையைத் தூக்கி, ஆட்டம் காண்பித்து, அவளையும் கையில் வைத்துக்கொண்டு தான் வண்டி பூட்டச் சென்றிருக்கிறான். அவன் தனத்திடம் போவதற் கென்று உடுத்தியிருந்த வண்ணான் சலவை வேட்டியைக் குழந்தை நனைத்துவிட்டதைக்கூடப் பொருட்படுத்தவில்லை. பின்னால் யாரோ சொன்னார்கள், அவன் ஈர வேட்டியுடன் போனதால்தான் வழியில் யமன் காத்திருந்தான் என்று.

போட்ட இடத்தில் போட்டபடி கிடக்கும் மூன்று வயதுக் குழந்தை யாருக்கும் பெரிய தொந்தரவாக இருக்கவில்லை. குழந்தை ஏன் தவழ ஆரம்பிக்கவில்லை, ஏன் சுவரைப் பிடித்துக் கொண்டு நடக்க ஆரம்பிக்கவில்லை என்று யாரும் வெளிப்படை யாகக் கவலைப்பட்டதாகத் தெரியவில்லை. குழந்தைகளே தன்னுடையது இல்லை என்பது போல வாலா எல்லா நேரமும் சமையலறையிலேயே இருந்துவிட்டாள். முதலில் சில நாட்களுக்கு வெங்கடாசலத்தின் தாயாரும், வாலா தாய் வீட்டிற்கே வந்த பிறகு வாலாவின் தாயாரும் குழந்தை மீது சிறிது அக்கறை காட்டினார்கள். அதன் பிறகு காமாட்சி மணிக் கணக்கில் மல மூத்திரத்தில் விழுந்து கிடப்பது சகஜமாகப் போய்விட்டது.

மீண்டுமொருமுறை இரு நாட்கள் காணாமல் போய் மறுபடியும் வீடு வந்து சேர்ந்த விசு என்றுமில்லாத விசேஷமாக அவன் தங்கை அருகில் உட்கார்ந்துகொண்டான். அதற்கடுத்த நாட்களில் மீண்டும் மீண்டும் அவளருகில் போய் உட்கார்ந்து கொண்டான். வாலாவின் அம்மாவுக்கும் வாலாவின் அண்ணா

மனைவிக்கும் இது முதலில் எரிச்சலூட்டினாலும் விரைவி லேயே இதில் ஒரு சௌகரியம் இருப்பதும் விளங்கியது. தங்கையைப் பார்த்துக்கொள்வது விசுவின் பொறுப்பாகியது.

விசு தங்கையைப் பார்த்துக்கொள்வது என்பது பற்றி அக்கறை கொண்டவன் என்று கூறுவதற்கு அவன் அவள் பக்கத்தில் உட்கார்ந்துகொண்டான் என்பதைத் தவிர வேறு அடையாளங்கள் இல்லை. குழந்தை எப்போதும் போல மல மூத்திரத்தில்தான் கிடந்தது. விசு அதைப் பொருட்படுத்திய தாகக் கூடத் தெரியவில்லை.

ஒரு நாள் குழந்தை வெகு நேரம் அப்படிக் கிடந்து, அதைத் துடைத்துத் துணி மாற்றுவது வாலாத்தான் செய்ய வேண்டும் என்றான போது குழந்தையின் உடல் கைகால்களைச் சுத்தம் செய்து மீண்டும் வேறு உலர்ந்த துணியில் கிடத்திய போது வாலாவின் கண்ணிலிருந்து ஒரு சொட்டுக் கண்ணீர் உருண்டதை விசு கவனித்தான். வாலாவே கண்ணீர்த் திரையி னூடே விசுவையும் ஒரு கணம் பார்த்தாள்.

அம்மா அந்த இடத்தைவிட்டு அகன்ற உடனே விசு குழந்தையின் தலையைத் தடவிக் கொடுத்தான். குழந்தையின் கையை உருவி விட்டான். அதன் பிறகு கால்களை உருவி விட்டான். அப்போதும் குழந்தை அப்படியே கிடந்தது. விசு தங்கையின் முகத்தையே உற்றுப் பார்த்தான். ஒரு கால் பாதத்தைத் தன் கையில் வைத்துக்கொண்டான். கண்ணை மூடிக்கொண் டான்.

அவன் கண் விழித்தபோதுதான் அவன் வெகு நேரமாகக் கீழே சாய்ந்திருந்தது அவனுக்கே தெரிந்தது. அப்போதும் குழந்தையின் பாதத்தைப் பிடித்த வண்ணம் விழுந்திருக்கிறான். அதனால் குழந்தையும் வீறிட்டு அலறியிருக்கிறது. முதலில் அதனுடைய அழுகையை யாரும் பொருட்படுத்தவில்லை. ஆனால் தொடர்ந்து அழுதிருக்கவே எல்லாரும் சூழ்ந்து கொண்டிருக்கிறார்கள். விசுவின் கையைப் பிரித்துக் குழந்தை யின் காலை விடுவிக்க முடியவில்லை. விசுவாகக் கண் விழித்த போது பல மணிநேரங்கள் கடந்திருக்கின்றன.

வாலாவின் அம்மா இந்த முறை பதறிப் போயிருந்திருக் கிறாள். விசுவின் கையைக் கிள்ளி அடித்து அவனை எழுப்பப் பார்த்திருக்கிறாள். விசுவாகக் கண் விழித்துக் கைப் பிடியைத் தளர்த்தியவுடன் குழந்தையைத் தூக்கித் தோள் மேல் போட்டுக் கொண்டாள். குழந்தை விக்கி விக்கி அழுதுகொண்டே இருந்தது.

விசு பயந்தவன் போலத் தாழ்வாரத்தின் ஓர் ஓரத்திற்குச் சென்று நின்றுகொண்டான். எல்லாருடைய பரபரப்பும் சிறிது அடங்கலாயிற்று. வாலாவின் அம்மா குழந்தையைக் கீழே விட்டவள் சட்டென்று குழந்தையை உற்றுப் பார்த்தாள். அதன் காலைப் பார்த்தாள். இரு கால்களையும் நீட்டி மடக்கிப் பார்த்தாள். குழந்தை இரு கால்களையும் உதைத்தது. இன்னொரு முறை கால்களை உதைத்தது. குழந்தையைத் தூக்கிப் பிடித்த படியே அதன் கால்களில் நிற்க வைத்தாள். அதுநாள்வரை கால்கள் உடனே துவண்டு மடங்கிக் கொள்ளும். அன்று ஒரு கணம் அவை உறுதியாக உடலைத் தாங்கி நின்றன.

நாளுக்கு நாள் விசுவின் தங்கை காமாட்சியின் கால்கள் வலுவடைய ஆரம்பித்தன. ஒரு வார காலத்திற்குள் குழந்தை தவழ ஆரம்பித்தது. இன்னும் மூன்று நான்கு நாட்களுக்குள் உட்கார ஆரம்பித்தது. அந்த மாதம் முடிவதற்குள் தானாக ஒழுங்காகச் சுவரைப் பிடித்துக்கொண்டு நிற்கத் தொடங்கியது.

காமாட்சி நடக்கத் தொடங்கியது, அந்த வீட்டில் ஒரு புது உற்சாகம் ஏற்படுத்தியது. வாலாவின் அண்ணண் மனைவி கூட சந்தோஷம் அடைந்தவள் போலக் காணப்பட்டாள். வாலாவின் அப்பா காமிரா அறையைத் திறந்து ஒரு பீரோவி லிருந்து பழைய ஆனால் சாத்திரமான வெள்ளிக் கொலுசு ஒன்று எடுத்துத் தர, அதை வாலாவின் அம்மா மலர்ந்த முகத்துடன் பேத்தியின் கால்களுக்கு அணிவித்தாள். காமாட்சி தத்தித் தத்தி நடக்க ஆரம்பித்தாள். தாத்தா, அத்தை, மாமா என்று ஒவ்வொரு சொல்லாகப் பேச்சு வந்தது. குழந்தை சிரிக்கத் தொடங்கியது.

தாமரைக் குளத்தில் குளித்துவிட்டு ஒரு தாமரைப் பூவைப் பறித்து எடுத்தவண்ணம் ஒருநாள் விசு வீடு வந்தான். அவனுடைய பாட்டி காமாட்சிக்குத் தலைவாரிப் பின்னிக்கொண்டிருந்தாள். விசு தாமரைப் பூவைத் தன் தங்கையிடம் கொடுத்தான். அவளும் கை நீட்டி அதை வாங்கிக்கொண்டாள்.

“பள்ளிக்கூடத்துக்குப் போயேண்டா,” என்று பாட்டி விசுவிடம் சொன்னாள்.

“போறேன், பாட்டி,” என்று விசு மெதுவாகச் சொன்னான்.

“வேஷ்டி மாத்திண்டு போ. இதோட போகாதே. சீக்கிரம் போ. உன் மாமாவெல்லாம் போய் ரொம்ப நாழியாறது.”

விசு ஈர வேட்டியை அவிழ்த்தான். பாட்டி, “கோவணம் கட்டித் தொலையேண்டா,” என்றாள்.

முற்றத்தில் கயிற்றுக் கொடியில் ஒரு கோவணமும் வேஷ்டியும் ஒரு மூலையில் ஒதுக்கி வைக்கப்பட்டிருந்தன. விசு தன்னை மறைத்துக் கொள்ள எந்த முயற்சியும் செய்யாமல் கோவணம் கட்டிக்கொண்டான். பாட்டி காமாட்சியின் முகத்தை வேறு பக்கம் திருப்பினாள்.

விசு வேஷ்டியும் கட்டிக்கொண்டான். ஒரு பிறையில் ஒரு சிறு கட்டி கோவிச் சந்தனமும் விபூதி மடலும் இருந்தன. விசு கோவிச் சந்தனக் கட்டியை எடுத்துச் சிறிது நீரில் குழைத்து நெற்றிக்கு இட்டுக்கொண்டான். அப்போது சமையலறைப் பக்கம் பார்த்தான். வாலா, அவளுடைய அம்மா, காமாட்சிக்குத் தலைவாரி விடுவதைப் பார்த்துக்கொண்டு நின்றாள். ஒரு கணம்தான்; உடனே தலையை உள்ளுக்கு இழுத்துக்கொண்டு விட்டாள்.

பலகை – குச்சி எடுத்துக்கொண்டு விசு கிளம்பினான். பள்ளிக்கூடம் அடுத்த தெருவில் இருந்தது. ஆனால் விசு அதைக் கடந்துகொண்டு வண்டிப் பாதையோடு நடந்தான். அப்பக்கம் முழுக்க அறுவடை முடிந்திருந்தது. தூரத்தில் ஒரே ஒரு பாத்தியில் மட்டும் நாற்றுக்கு விதை தெளித்து ஒரு சின்ன பச்சைப்பாய் உருவாகியிருந்தது. கண்ணுக்குத் தெரிந்த ஏற்றக் கிணறுகள் ஆளரவமற்று இருந்தன. வெயில் அதிகரிக்க ஆரம்பித்ருந்தது. வானத்தில் பறவைகள் தென்படவில்லை. வெகு தூரத்தில் ஒரே ஒரு சிறு மேகம் மட்டும் மிதந்துகொண்டிருந்தது. நாற்று வயலின் ஒரு புறத்தில் மட்டும் நடப்பட்டிருந்த தென்னை மரங்கள் மிக இலேசாக அசைந்துகொண்டிருந்தன.

அந்த வண்டிப் பாதை ஒரு களத்து மேட்டருகில் சென்று முடிந்துவிட்டது. விசு களத்து மேட்டைச் சுற்றி ஓர் ஒற்றையடிப் பாதையோடு சென்றான். அது ஒரு வாய்க்காலருகில் சென்று கரையோரமாக ஓடியது.

வாய்க்கால் வறண்டிருந்தது. விசு வாய்க்காலில் இறங்கினான். வாய்க்காலோடு நடந்து ஒரு கரையோர மரம் தந்த நிழலுக்குச் சென்றான். அந்த இடத்தில் வாய்க்கால் மண்ணில் ஈரம் தெரிந்தது. விசு அப்படியே உட்கார்ந்தான். தோண்ட ஆரம்பித்தான். முழங்கை வரை போகும் ஆழத்தில் சிறிது நீர் வர ஆரம்பித்தது. விசு இன்னும் வேகமாகத் தோண்டினான். ஈர மணலைக் கையில் பிடித்துக்கொண்டு "அப்பா! அப்பா!" என்று கூப்பிட்டான். இன்னும் சிறிது தோண்டி "அப்பா! அப்பா!" என்று உரக்கக் கத்தினான். இன்னும் ஆழமாகத் தோண்டி மண்ணை வெளியே போட்ட வண்ணம். "அப்பா! அப்பா! அப்பா!" என்று விடாமல் அழைத்துக்கொண்டிருந்தான். திடீரென்று ஒரு குரல் கேட்டது. "என்னடா கண்ணு?"

4

ஜல் ஜல்லென்ற அந்த வண்டி அக்கிரகாரத்தில் ஒவ்வொரு வீடாகக் கடக்க, வீட்டிலுள்ளோர் வெளித்திண்ணைக்கு வந்து நின்றார்கள். அந்த வண்டியை இதற்கு முன் அந்தக் கிராமத்தில் யாரும் பார்த்ததில்லை. வண்டி தயங்கித் தயங்கி எல்லா வீடுகளையும் கடந்து சென்றது. தெருக்கோடி சென்று நின்றது. வண்டியை ஓட்டி வந்த ஆள் கீழே இறங்கினான். அந்தக் கடைசி வீட்டுத் திண்ணையருகில் நின்றுகொண்டிருந்த பெரியவரிடம் கைகட்டி ஏதோ விசாரித்தான். அதன் பிறகு மாட்டின் மூக்கணாங் கயிற்றைப் பிடித்து மெதுவாக வண்டியைத் திருப்பிச் சென்று வலது சாரியில் நடு மையமாக இருந்த வீட்டின் முன் நிறுத்தினான். வண்டியில் இருப்பதே தெரியாமல் அடங்கிக் கிடந்த ஒரு பெண் கீழே இறங்கினாள்.

விசுவின் மாமிதான் வாசலில் நின்றுகொண்டிருந்தாள், அவளிடம் அப்பெண் சென்று குரல் தழைவாக, "இதுதானே வெங்கடாசலமய்யர் வீடு?" என்று கேட்டாள்.

"வெங்கடாசலமா? அது யாரு வெங்கடாசலம்?"

அப்பெண் குழப்பமடைந்து வண்டிக்காரனைப் பார்த்தாள். வண்டிக்காரன் ஒன்றும் புரியாமல் விழித்தான்.

அப்பெண் ஏமாற்றத்தில் கீழே விழுந்துவிடுவாள் போலிருந்தது. அப்போது வாலாவின் அம்மாவும் வாசலுக்கு வந்தாள். "என்ன?" என்று தன் நாட்டுப் பெண்ணிடம் கேட்டாள்.

"யாரோ வெங்கடாசலம் வீடாம்?"

வாலாவின் அம்மா ஒரு கணம் துணுக்குற்றாள். "ஏன்? ஏன்? எதுக்கு வேணும்?"

அந்தப் பெண் உடனே வாலாவின் அம்மாவிடம் வந்து அவளை நமஸ்கரித்தாள்.

"யாரு நீ? எதுக்கு வந்தே?"

வருடக்கணக்கில் தோய்ந்திருந்த துக்கத்துடன் அந்தப் பெண் பதிலளித்தாள், "நான்தான் தனம்."

வாலாவின் அம்மா பத்திரகாளியைப் போல மாறினாள். "பாவி! நீ நன்னாயிருப்பியா? உன் குடும்பம் விளங்குமா? நீ உருப்படுவியா? என் பொண்ணை மொட்டை அடிச்சு மூலையில் உக்கார வைச்சயே? நீ நன்னாயிருப்பியா? தங்கமாயிருந்தவனை சொக்குப் பொடி போட்டு மயக்கிக் காசு பணமெல்லாம் கறந்துண்டதோடு இல்லாமே அவன் உசிரையும் பிடுங்கிண்டியே?

உன் குலம் விளங்குமா? நீ நாசமாப் போக! புழுத்துப் போக! கணுக்கணுவா அழுகிப் போக! நாறிப் போக! வாய்க்கரிசிக்கு வழியல்லாம நாதியத்துப் போக! என் வயத்திலே கொள்ளியை வைச்சயே! உன் மூஞ்சியிலே கொள்ளியைப் போட! அவனை அடியோட அழிச்சதுமில்லாம இப்ப என் வீட்டு வாசலை மிதிக்க வறயா! தட்டுவாணிப் பொணமே! தேவடியாப் பொணமே! நீ நாசமாப் போக! நீ கட்டேல போக! விளக்குமாத்தைக் கொண்டாடி, இந்தச் சிறுக்கியைத் தலையிலே அடிச்சுத் துரத்தலாம்! என்னை வயிறெரிய வைச்சயே! என் பொண்ணை வயிறெரிய வைச்சயே! நீ என்ன கதிக்குப் போகப் போறேடீ! தேவடியா முண்டே! இங்கே ஏண்டி வந்தே? அப்பனை மயக்க முழுங்கியாச்சு, பிள்ளையையும் முழுங்கிடப் பாக்கறயாடீ? நீ உருப்படுவியாடீ?"

தெருவில் கூட்டம் கூடிவிட்டது. தனம் எல்லாவற்றையும் கேட்டபடி தலைகுனிந்து நின்றாள். அவளுடைய வண்டிக்காரன் பிரமித்து வண்டியுடனேயே நின்றான். வாலாவின் தகப்பனாரும் அண்ணனும் அங்கு இல்லாது போனாலும் கிராமத்துப் பெரியவர்கள் சிலர் அங்கு வந்துவிட்டார்கள். அவர்களைப் பார்த்து வாலாவின் அம்மா சிறிது அடங்கினாள்.

"இங்கே என்ன தகராறு? யாரும்மா நீ?" என்று ஒருவர் தனத்தைக் கேட்டார்.

தனம் பதில் பேசாமல் நின்றுகொண்டிருந்தாள்.

இன்னொருவர் முதல்வர் காதோரமாக ஏதோ சொன்னார்.

"தமயந்தியோட பொண்ணா?" என்று முதல் மனிதர் கேட்டார்.

தனம் இப்போதும் பேசாமல் நின்றுகொண்டிருந்தாள்.

"இதோ பாரு அம்மா. உனக்குச் சேர வேண்டியது ஏதாவது காசு பணம் இருந்தா கிழவூர்க்காராளைப் போய்க் கேளு. இல்லாட்டா வியாஜ்யம் இழுத்திண்டிரு. இங்கே இவாக்கிட்டே நீ ஏன் வரே? இது நொந்துபோன குடும்பம். அந்தப் பையன் வெங்கிட்டு முதல்லேந்து இப்படித்தான்னு தெரிஞ்சிருந்தா இவா பொண்ணைக் கூடக் கொடுத்திருக்க மாட்டா . . ."

பெரியவர் பேசிக் கொண்டிருக்கும்போது எங்கிருந்தோ விசு வந்தான். அவனைப் பார்த்தவுடன் வாடிய பூப்போல இருந்த தனத்தின் முகம் ஆச்சரியப்பட்ட தக்க மலர்ச்சி அடைந்தது. அந்தச் சூழ்நிலையையும் மறந்து இரு கைகளையும் நீட்டி "விசு!" என்றாள்.

விசு ஓடிப்போய் தனத்தைக் கட்டிக்கொண்டான். தனத்திற்கு அப்போது உலகில் வேறு எதுவுமே இல்லை. "என் கண்ணே! ஏண்டா இவ்வளவு நாள் என்னைப் பாக்க வராம இருந்துட்டே?" என்றாள். அவள் கண்களிலிருந்து கண்ணீர் தாரை தாரையாக விழுந்தது. மெலிந்திருந்த தன் கைகளால் விசுவின் முகத்தைத் தன் முகத்தோடு அணைத்துக் கொண்டாள்.

முதலில் யாரும் இதைத் தடுக்க முற்படவில்லை. ஒரு கன்று மிக இயல்பாக அதன் தாயை நாடிப் போவது போலத் தான் இருந்தது. வாலாவின் அம்மாவே ஒரு கணம் நெகிழ்ந்து நின்ற மாதிரிதான் இருந்தது. ஆனால் அவள்தான் முதலில் செயல்பட்டாள். விசுவைத் தனத்திடமிருந்து இழுத்து விடப் பார்த்தாள். அன்றுவரை அவனிடம் யாரும் கண்டிராத உறுதி யுடன் விசு அவள் கையைப் பலமாக உதறித் தள்ளினான். எல்லாருமே அசைவற்று நின்றனர்.

சட்டென்று விசு விலகிக்கொண்டான். வீட்டினுள்ளே ஓடினான். அவனுடைய அம்மாவைக் கைபிடித்து வாசலுக்குக் கொண்டு வந்தான். அந்தக் கிராமத்து ஆண்கள் பலர் வாலாவைப் பல மாதங்களில் முதல் முறையாக வெட்ட வெளியில் வெளிச்சத் தில் பார்த்தார்கள். ஒரு கணம் யார் தனம், யார் வாலா என்றுகூட வித்தியாசம் கூற முடியாதபடி இருந்தது.

தனம் வாலாவைப் பார்த்தாள். வாலாவும் அவளும் தனத்தின் முகத்தை நேரிடையாகப் பார்த்தாள். ஏதோ சொல்ல அவள் உதடுகள் துடிதுடித்தன. அவள் கண்களிலிருந்தும் கண்ணீர் அருவியாகப் பெருகியது. தனம் தன் வசமிழந்து "அக்கா!" என்று தீனமாக அழைத்தாள். வாலா தனத்தைக் கட்டிக் கொண்டாள். வாலாவும் தனத்தை இறுக அணைத்துக் கொண்டாள்.

வாலாவின் அப்பாவுக்கு அதற்குள் செய்தி போயிருக்க வேண்டும். வெறி பிடித்தவர் போல அவர் கூட்டத்தைக் கலைத்துக்கொண்டு இரு துக்கிகளிடம் வந்தார். "டீ, வாலா! என்னடீது அபஸ்மாரம்! போடீ உள்ளே! போடீ உள்ளேன்னா!" என்றார்.

வாலா அப்பாவைப் பார்த்தாள். அவள் தலையிலிருந்து நழுவி விழுந்திருந்த நார்மடியைச் சரி செய்துகொண்டாள். மீண்டுமொருமுறை தனத்தின் முகத்தைப் பார்த்தாள். உடல் குறுகி நேராகக் கிணற்றுப் பக்கம் போய்விட்டாள்.

இப்போது தனத்தால் மீண்டும் விசுவைத் தன் கைகளில் வாரி எடுத்துக்கொள்ள முடியவில்லை. விசு ஒரு கணம்

யோசிப்பது போல இருந்தது. அவன் இன்னொரு முறை வீட்டினுள் ஓடினான். மறுபடியும் வெளியே வந்தபோது அவனுடைய கையில் அவனுடைய தங்கை காமாட்சி இருந்தாள்.

விசு காமாட்சியைத் தனத்திடம் நீட்டினான். தனம் காமாட்சியை அப்படியே அள்ளிக்கொண்டாள். குழந்தையின் முகமெல்லாம் முத்த மழை மொழிந்தாள். பிறகு குழந்தையைக் கீழே இறக்கிவிட்டுத் தன் இடுப்பைத் துலாவினாள். அங்கே செருகி வைத்திருந்த ஒரு நாணயத்தைக் காமாட்சியின் கையில் கொடுத்தாள். அது எட்வர்டு ராஜா முகம் பொறித்த சவரன்.

தனம் மெதுவாக தன் வண்டியிருந்த திசை நோக்கித் திரும்பினாள். கூட்டம் அதுவாக வழிவிட்டது. தனத்தின் கூடவே விசுவும் போனான். வண்டி ஏறுமுன் மீண்டும் ஒரு முறை விசுவைத் தனம் கட்டிக்கொண்டாள். பிறகு வண்டியினுள் ஏறி உட்கார்ந்து கொண்டு ஒரு சிறு பொட்டலமாக மாறினாள். வண்டிக்காரன் மாட்டின் கயிறை ஒருமுறை இழுத்துப் பின் தளர்த்தினான். வண்டி நகர ஆரம்பித்தது.

5

தனம் கிளம்பிப் போய் ஒரு மணிநேரம் கழித்துத்தான் எங்கோ வெளியே சென்றிருந்த வாலாவின் அண்ணன் வீடு திரும்பினான். அக்கிரகாரமே அன்று நடந்த நிகழ்ச்சிகளிலிருந்து மீளாமல் இன்னும் பரபரத்த நிலையில் இருந்தது. கிராமத்தினுள் அடி எடுத்து வைத்த உடனேயே அவர்கள் வீட்டு மாப்பிள்ளையின் வைப்பாட்டி வந்துவிட்டுப் போனாள் என்ற செய்தி அவனுடைய காதில் எட்டிவிட்டது. இன்னும் சிறிது தூரத்தில் அவளும் வாலாவும் கட்டிப் பிடித்துக்கொண்டு அழுதார்கள் என்றும் செய்தி தெரிந்துவிட்டது. மிகுந்த ஆங்காரத்துடன் வீட்டினுள் நுழைந்தான். "வாலா! வாலா!" என்று உரக்கக் கூப்பிட்டான். அவனுடைய அம்மாவுக்கோ அன்று பொழுது விடிந்த வேளை சரியில்லை என்று தோன்றியது. "என்னடா?" என்று அவள் தான் பதில் கொடுத்தாள்.

அவளை இலட்சியம் செய்யாமல் அவன் சமையலறைக்குச் சென்றான். அங்கு வாலா இல்லை. கிணற்றங்கரைப் பக்கம் சென்றான். அங்கே கொல்லைப் புறத்தில் ஒரு மூலையில் வாலா ஒடுக்கிக் கிடந்தாள். அண்ணா வரும் வேகத்தைக் கண்டு வாரிச் சுருட்டிக்கொண்டு இன்னும் ஓரமாக ஒதுங்கினாள்.

அவன் நேராக அவளிடம் சென்று அவள் கன்னத்தில் அறைந்தான். அவள் குறுகிக் கொண்டது அடிக்காக அல்ல

என்று தோன்றியது. அவன் அதையும் கவனியாமல் அவளைத் தோளிலும் முகத்திலும் மாறி மாறி அடித்தான். "அண்ணா! அண்ணா!" என்று வாலா முனகினாள். "கழுதை! வீட்டிலே மூலையிலே கிடக்காம தெருவுக்கா போறே நாயே! அறுத்துப் போட்டவ அடங்கிக் கிடக்காம ஊர் சுத்தவா போறே? உன்னை என்ன பண்ணறேன் பார்! உன்னைக் கொன்று குழியிலே தோண்டிப் புதைச்சுடறேன். துக்கரி நாயே! கட்டினவனை முழுங்கிட்டு இங்கே வந்து என்னடி ஆட்டம் போடறே!"

அம்மா ஓடி வந்தாள். அவன், வாலாவின் கையைப் பிடித்து எருக்குழிப்பக்கம் தள்ளினான். அப்போது அம்மா, "டேய், டேய். அவ தூரண்டா," என்றாள். வாலா எருக்குழி யருகில் சுருங்கிக்கொண்டு உட்கார்ந்தாள். அவன் அவளைத் தீண்டவும் முடியாமல் அதே நேரத்தில் அவளிடமே பெரும் அருவருப்பு அடைந்தவனாகவும் நின்றான். "இதை முன்னியே சொல்லறதுக்கு என்னம்மா?" என்று கேட்டான்.

"நீ தான் சொல்ல விடலியேடா."

"உனக்கே இதெல்லாம் நன்னாயிருக்காம்மா?"

"நான் என்னடா பண்ண முடியும்? எவளோ வந்தா நான் தடுக்க முடியுமா?"

"இந்த மூதேவியைத் தடுத்திருக்கலாமே?"

"அவ பாவம், என்ன பண்ணினாடா?"

"பின்னே? வாசல்லே ஒரு குச்சுக்காரி வந்தாக்க இவளா அவளைப் போய்ப் பாக்கப் போனாளா?"

வாலாவின் அம்மா விசுவின் பெயரை எடுக்கவில்லை. ஆனால் அப்போது அவளுடைய நாட்டுப் பெண் அங்கு வந்தாள். வாலாவின் அம்மாவுக்கு விசுவை அதிக நேரம் பாதுகாக்க முடியும் என்று தோன்றவில்லை. நாட்டுப் பெண்ணைப் பார்த்து, "எச்சுமி, உன் ஆம்படையானுக்குத் தலைக்குத் தண்ணி விடு," என்றாள்.

எருக்குழி கிணற்றுக்கு நேர் பின்னால் இருந்தது. வாலாவின் அண்ணன் அவளைப் பார்த்து முறைத்தான். வாலா எழுந்து கொல்லப்புறத்தின் மறுகோடிக்குச் சென்றாள். அவளுடைய அண்ணன் கிணற்றிலிருந்து சற்று தள்ளி உட்கார அவளுடைய மன்னி கிணற்றிலிருந்து தண்ணீர் இறைத்துவிட்டாள். "செத்த வீட்டுக்குப் போய் வந்தமாதிரி வந்ததும் வராததுமா குளிக்க வேண்டியிருக்கு," என்று அவள் சொன்னாள்.

ஒரு ரகசிய பாவனையுடன் அவன் மனைவி "வந்தவ இவளுக்காக வரலை. அந்தப் பிள்ளைக்காக வந்திருக்கா."

"எது? அந்த பிரம்மஹத்திக்கா?"

"ஆமாம். வெக்கம் மானம் இல்லாம இவ்வளவு பெரிய பிள்ளையை அத்தனை பேர் முன்னாலேயும் அவளும் கட்டிக்கறா, இதுவும் தழுவிக் குலாவறது. கொஞ்ச நாழியான்னா அப்படியே படுத்துண்டு புரண்டுப்பா போலவே இருந்தது."

"இந்தக் கூத்தெல்லாம் யாரும் தடுக்கலை? அப்பா இல்லையா?"

"எல்லா சரச சல்லாபமும் முடிந்தப்புறம்தான் வந்தா. அவர் வந்தப்புறம்தான் உங்க தங்கை உள்ளே வந்தா."

அவன் துண்டைக் கசக்கிக் கட்டிக்கொண்டு வேட்டியைப் பிழிந்தான்.

"கால் விளங்காம இருக்கே காமச்சி – காமாச்சிக்கு அவ ஒரு சவரன் கொடுத்தா."

"அதை யாராவது உள்ளே வாங்கி வைச்சாளோ இல்லியோ?"

"அம்மா வாங்கி வைச்சிருக்கா."

"ஒரு சவரனைக் கொடுத்துட்டு இங்கே இன்னும் சுரண்டிண்டு போலாம்னு வந்திருப்பா."

"யார் கண்டா? இந்தப் பிள்ளைன்னா அவளைச் சுத்திச் சுத்தி வரது?"

"காலை உடைக்கறேன்."

"அதெல்லாம் ஒண்ணும் வேண்டாம். தோப்பன் இல்லாத பிள்ளையைப் பிடிச்சு வதைக்கிறேள்னு உங்க தங்கையே சொல்லுவா."

ஆனால் அவனால் விசுவை ஒன்றும் செய்ய முடியவில்லை. வாலாவுக்கு அவள் வீட்டுக்கு விலக்காக இருந்தபோதே கடுமை யான சுரம் வந்துவிட்டது. அந்த சுரத்துடனே தலை முழுக வேண்டியிருந்தது. அவளுடைய அப்பா, அம்மா இருவரும் மிகவும் பதறிப்போய் விட்டார்கள். யாரோ சொன்னார்கள் தனம்தான் மருந்து வைத்துவிட்டாள் என்று. இன்னும் யாரோ சொன்னார்கள் தனம் கொடுத்துவிட்டுப் போனது வெறும் சவரனில்லை; சூனியம் வைத்த சவரன் என்று. வைத்தியரிடம் மந்திரிக்கத் தெரிந்த ஒரு சாஸ்திரிகளையும் அழைத்து வந்து காட்டினார்கள். வாலாவிடம் சுரத்தைத் தவிர வேறு எந்தவித

முகவிகாரம், தேகவிகாரம் ஏற்படவில்லை. சாதாரணமாக அந்தச் சுற்று வட்டாரத்தில் யாருக்காவது பெரியதாக உடம்புக்கு வந்துவிட்டால் உடனே வைதீசுவரன் கோயிலுக்குத்தான் வேண்டிக்கொள்வார்கள். இந்த முறை அப்படி இல்லை. வைதீசுவரன் கோயிலில் வைத்தியநாத சுவாமியுடன் தனமுந் தான் இருந்தாள்.

காமாட்சியிடம் அதிவிரைவாக முன்னேற்றம் இருந்தது. மூன்று, மூன்றரை வயதுவரை ஜடமாகக் கிடந்தவள் என்று யாரும் நினைக்கவும் முடியாதபடி பேசி ஓடியாடி விளையாடி னாள். வாலாவின் மன்னியால்கூட அவளிடம் குரோதம் பாராட்ட முடியவில்லை.

வாலாவுக்குச் சுரம் நாளுக்கு நாள் அதிகமாகிக்கொண்டே வந்தது. சுர வேகத்தில் நினைவில்லாமல் படுத்துக் கிடந்தபோது கூட அவளிடம் ஏதோ சில முனகலைத் தவிர வார்த்தை ஏதும் வெளிவரவில்லை. அம்மா கொடுத்த கஞ்சியைக் குடித்து விட்டுத் தாழ்வாரத்தில் ஒரு மூலையில் படுத்துக் கிடந்தாள். அம்மையாக இருக்கும் என்று அவளுடைய தம்பிகளையும் விசு, காமாட்சியையும் அவளிடம் நெருங்கவிடவில்லை. அவளும் தன் குழந்தைகளைப் பார்க்க வேண்டும் என்று ஒரு போதும் கூறுவில்லை.

நான்கு வார ஜுரத்துக்குப் பிறகு ஒருநாள் மாலை வாலா கண் விழித்துப் பார்த்தாள். வீடே காலியாக இருந்த மாதிரி இருந்தது. அம்மாவும் மன்னியும் காமாட்சியையும் தூக்கிக் கொண்டு எங்கோ உறவுக்காரர் வீட்டில் ஒரு கல்யாணத்திற்கு அப்பளம் இடச் சென்றிருந்தார்கள். அப்பா ஆற்றங்கரைப் பக்கம் போயிருக்க வேண்டும். அண்ணா, தம்பிகள் யாரையும் காணோம். எங்கோ சுற்றிவிட்டு விசு மட்டும் உள்ளே வந்தான்.

வாலா விசுவைப் பார்த்தாள். விசு அவள் பக்கத்தில் உட்கார்ந்துகொண்டு அவள் முகத்தைத் தடவிக் கொடுத்தான். வாலாவின் உலர்ந்து வரண்டிருந்த முகத்தில் அப்போது கசிந்த சிறிது கண்ணீர்தான் ஈரப் பசையூட்டியது. விசு, அம்மாவின் கண்களைத் துடைத்தான். இருவரும் ஒருவரையொருவர் அப்படியே பார்த்துக்கொண்டிருந்தார்கள். விசு அம்மாவின் கைகளைத் தடவிக் கொடுத்தான். அதன் பிறகு நகர்ந்து அவள் பாதங்களைத் தடவிக் கொடுத்தான். அம்மாவின் ஒரு கால் கட்டை விரலைப் பிடித்துக்கொண்டு கண்களை மூடிக்கொண் டான். ஆனால் வெகுநேரம் அவனால் கண்களை மூடிக் கொண்டு இருக்க முடியவில்லை. மீண்டும் அம்மாவின் பக்கத்தி லேயே வந்து உட்கார்ந்துகொண்டான். வாலா அவனை ஏதோ

கெஞ்சுவது போலப் பார்த்தாள். விசு தன் முகத்தை அவள் முகத்தருகே கொண்டு சென்றான். மிகவும் பிரயாசைப்பட்டு அவள் தன் கையால் அவனுடைய முகத்தைத் தடவிப் பார்த்தாள். விசு அவளிடம் கேட்டான், "அம்மா, உனக்கு அப்பாவைப் பாக்கணுமா?"

அவள் புன்முறுவல் செய்ய எத்தனித்தாள். எவ்வளவோ காலம் அவள் முகத்தில் தோன்றாத அந்தப் பாவம் அப்போதும் தோன்றவில்லை. விசு மீண்டும் கூறினான், "நான் அப்பாவைக் கூப்பிடறேம்மா."

அம்மாவின் உள்ளங்கையை விசு பிடித்துக்கொண்டான். வாலாவின் முகம் திடீரென்று வியப்புக் காண்பித்தது.

❍

வாலாவின் அம்மாதான் முதலில் உள்ளே வந்தாள். அப்புறம் ஒவ்வொருவராக வந்துவிட்டார்கள். விசுவுடைய கடைசி மாமா லாந்தர் ஏற்றினான். அதை எடுத்து வந்து வாலாவின் அம்மா வாலாவைப் பார்க்க வந்தாள். வெளிச்சம் நேராக வாலாவின் முகத்தில் விழுந்தது. "கொஞ்சம் கஞ்சி சாப்பிடறியா?" என்று கேட்டவள் ஒரு கணம் வாலாவை உற்று நோக்கினாள். உடனே விளக்கை வாலாவின் தலையருகில் வைத்துவிட்டுக் குனிந்து பார்த்தாள். "மூஞ்சி எல்லாம் நன்னாகத் தெளிவடைஞ்சிருக்கே! இப்ப உடம்பு எப்படி இருக்கும்மா?" என்று கேட்டாள். வாலா பதில் சொல்லாமல் அம்மாவைப் பார்த்த வண்ணமிருந்தாள். அம்மா வாலாவின் கழுத்தைத் தொட்டுப் பார்த்தாள். "ஜுரம் நன்னா இறங்கியிருக்கு, கொஞ்சம் கஞ்சி போட்டுண்டுவரேன். தெம்பாயிருக்கும்," என்றாள். விளக்கை அப்படியே தலைப்புறம் வைத்துவிட்டுச் சமையலறைக்குச் சென்றாள்.

வாலாவின் அண்ணன் வெளியிலிருந்து வந்தவன் நேராகக் கிணற்றங்கரைப் பக்கம் சென்று கால் அலம்பிக் கொண்டான். அங்கே விசு ஒரு வாழைமரத்தை உற்று நோக்கிய வண்ணம் இருந்தான். வாலாவின் அண்ணனும் மரத்தைப் பார்த்தான். அந்த மங்கிய மாலை ஒளியிலும் மரம் அப்போது தார் வெளியே தள்ளியிருந்தது தெரிந்தது.

"உள்ளே வாடா, அந்தி நேரத்திலே தனியாகக் கொல்லையிலேயே நின்னுண்டிருக்காதே," என்றான். அப்படியே உள்ளே சென்று விபூதி அணிந்துகொண்டு சந்தியாவந்தனம் செய்ய முற்றத்தில் உட்கார்ந்துகொண்டான்.

வாலாவின் அம்மா கஞ்சி போட்டுக்கொண்டு வாலாவிடம் சென்றாள். வாலாவின் தலையை மெதுவாகத் தூக்கிச் சிறிது சிறிதாகக் கஞ்சியை வாயில் ஊற்றினாள். பாதித் தம்ளர் கஞ்சி கொடுத்திருந்த நேரத்தில் விசு அங்கே வந்தான். அவனிடம் வாலாவின் அம்மா, "அம்மாக்கு எல்லாம் சரியாயிடுத்துடா, விசு," என்றாள். விசு பதில் பேசாமல் நின்றுகொண்டிருந்தான். வாலாவின் கண்கள் விசுவைப் பார்த்தன. விசுவின் முகம் விளக்கின் நிழல் பகுதியில் இருந்ததால் அவன் தன் கண்களைச் சிறிது இடுக்கிக்கொண்டு பார்த்த மாதிரி இருந்தது. சட்டென்று விசு தன் பாட்டி கையிலிருந்த கஞ்சித் தம்ளரைப் பிடுங்கினான். அவனே பக்கத்தில் உட்கார்ந்துகொண்டு அம்மாவின் வாயில் கஞ்சியை ஒருவாய் ஊற்றினான். வாலா அதை உடனே விழுங்கினாள். இரண்டாம் முறை ஊற்றினான், அதையும் விழுங்கினாள். தம்ளரில் சிறிதே மிஞ்சியிருந்த கஞ்சியை விசு மூன்றாம் முறையாக வாலாவின் வாயில் ஊற்றினான். அது அப்படியே இருந்தது. விசு, வாலாவின் தலையைத் தன் பாட்டியின் பிடியிலிருந்து இறக்கிவிட்டான். உடனே வெளியே சென்றுவிட்டான்.

வாலாவின் அம்மா அப்படியே சிறிதுநேரம் உட்கார்ந்திருந்தாள். விசு, வாலாவின் வாயில் கடைசியாக ஊற்றிய கஞ்சி உள்ளே போகாதது அவள் கண்களுக்குத் தெரியவில்லை. ஒரு உயிரற்ற உடலருகில் அவள் உட்கார்ந்திருந்தாள் என்று உணர அவளுக்கு அரைமணி ஆயிற்று.

6

மயானத்தில் பால் தெளித்து, சஞ்சயனக் காரியங்களை முடித்து வீட்டை அடைந்த பிறகு கிணற்றங்கரையில் ஓர் ஓரத்தில் கல் ஊன்றிவிட்டு தாழ்வாரத்தில் ஒரு மூலையில் மணல் பரப்பி அங்கும் கல் ஊன்றி தென்னம் பாளை ஜோடித்து இளநீர் வைத்து பத்து நாள் கிரியைகளைத் தொடங்கிய பின் எல்லாருமாகச் சாப்பிட உட்கார நடுப்பகலாகி விட்டது. விசுவின் புதுப் பூணூல் அவனுடைய கறுத்த உடலில் பளிச் சென்று தனித்துத் தெரிந்தது. வீட்டில் சாவுக்களை பூரணமாக வந்துவிட்டது.

வெங்கடாசலத்தின் அம்மாவும் தம்பியும் தகனத்திற்கே வந்திருந்தார்கள்.

"என் பிள்ளைதான் போயிட்டானேன்னு இருந்தேன். இப்போ அவன் வீட்டுக்கு அழைச்சிண்டு வந்தவளும் போயிட் டாளே!" என்று வெங்கடாசலத்தின் அம்மா விம்மி மிம்மி

அழுதாள். சாமிநாதபுரத்திலிருந்தும் நிறையப் பேர் வந்திருந் தார்கள். இருபத்திரண்டு வயது நிரம்பாத ஒரு விதவைப் பெண்ணுக்கு அவளறிந்த சிறு உலகத்தில் இவ்வளவு துக்கத்தை ஏற்படுத்த முடியுமா என்று எண்ணும் வகையில் உற்றார் உறவினர் கூடியிருந்தனர். மூன்று கிராமத்துப் பண்ணை யாட்கள் அவர்கள் பெண்டுகளுடன் பிணத்தின் முகத்தரிசனத் திற்காக வந்திருந்தார்கள். இரவெல்லாம் காவல் காத்து குளிகை நேரம் தவிர்த்து உடலை தகனத்திற்கு எடுத்துப் போகும்போது நல்ல வெயில் வந்துவிட்டது.

சஞ்சயனம் தகனத்திற்கு அடுத்த நாள் என்றாலும் சாவு நேர்ந்து மூன்றாவது நாளாகத்தான் கணக்கிடப்பட்டது. தகனத் திற்கு மயானம் வரை சென்ற ஐந்தாறு பேர்தான் சஞ்சயனத் திற்கும் மயானம் சென்று வந்தார்கள். மற்றவர்கள் பிணத்தை எடுத்தவுடன் கிளம்பிப் போய்விட்டார்கள்.

வாலாவை, அவள் வீட்டுக்கு விலக்காக இருக்கும்போதே அண்ணன் அடித்த செய்தி ஒரு மாதிரிப் பரவிவிட்டது. அவள் சாவினால் அவன் மிகவும் கலங்கிப் போயிருந்தான். ‘வீட்டுப் பொண்ணை அடித்தே கொன்று போட்ட பாவி’ என்று ஓரிருவர் அவன் காது கேட்கவே சொன்னார்கள்.

விசுவை யாராரோ வந்து கட்டிக்கொண்டு அழுதாலும் அவன் அழவில்லை. பிணத்தருகில்கூட வைதீகக் கிரியைகளுக் காகத்தான் வந்தான். சிதையடுக்கிக் கொள்ளி போடும் நேரத்தி லும் அவன் முகத்தில் கலக்கம் தோன்றவில்லை.

தகனத் தினத்தன்று வித்தியாசமான பேச்சேதும் எழவில்லை. ஆனால் சஞ்சயனம் முடிந்து சாப்பாடான பிறகு வீட்டில் ஓர் அசாதாரண மௌனம் நிலவியது. வெங்கடாசலத்தின் தாயார் எப்போது தலையை உயர்த்தினாலும் வாலாவின் அம்மா அங்கிருந்து நகர்ந்து விடுவாள். விசுவுடன் அவனுடைய சித்தப்பா ஒருமுறை பேச முற்பட்டபோது வாலாவின் தகப்பனார் விசுவை வேறெங்கோ அழைத்துப்போய் விட்டார். காமாட்சியை அக்கிரகாரத்தின் கடைசி வீட்டிலிருந்த ஓர் உறவினர் வீட்டிற்கு அனுப்பிவிட்டார்கள். சஞ்சயனத்திற்கு அடுத்த நாள் வெங்கடாசலத்தின் தாயாரும் தம்பியும் ஏதும் பேசாமல் யாருடனும் சொல்லிக்கொள்ளாமல் கிளம்பிப் போய் விட்டார்கள்.

அன்று மாலை தெருக்கோடியில் ஒரு வண்டி வந்துநின்று வெகுநேரம் காத்திருந்தது. ஆற்றங்கரைக்குச் சென்றுவிட்டு வீடு திரும்பிய விசு யாரோ மெதுவாக அவன் பெயரைக்

கூப்பிட அவன் வண்டியருகே சென்றான். தனம் வண்டியி லிருந்து இறங்கினாள். விசுவைக் கட்டிக்கொண்டு விம்மினாள். யார் கண்ணிலும் படாமல் வண்டியில் ஏறிக்கொண்டு திரும்பிப் போய்விட்டாள்.

பத்தாவது நாளன்று மீண்டும் வாலாவின் வீட்டில் உறவுக் காரர்கள் கூடினார்கள். இம்முறை பெரிய கூட்டமில்லை. வீட்டில் ஊன்றியிருந்த கற்களைப் பெயர்த்தெடுத்து பாயைக் கிழித்துப் போட்டுப் பெண்டுகளை வண்டியில் ஏற்றி ஆற்றங் கரைப் பக்கம் அனுப்பப் புறப்பட்டபோது இரு வண்டிகளில் கிழவூர் மனிதர்கள் வந்து இறங்கினார்கள். அதில் ஒரு வக்கீலும் இருந்தார். புதிதாக வந்தவர்களும் காரியங்களில் கலந்து கொண்டார்கள்.

அன்று அவ்வளவு பேருக்கும் நுனி இலை போட்டுச் சாப்பாடு போட்டார்கள். அதன் பிறகுதான் மெதுவாகப் பேச்சுக் கிளம்பியது. வெங்கடாசலத்தின் பெரியப்பா – வய தானவர் – முதலில் பேசினார். இனியும் விசுவையும் காமாட்சியை யும் அங்கு விட்டு வைப்பதற்கில்லை. அந்தப் பதிமூன்று நாட்கள் காரியம் முடிந்த பிறகு குழந்தைகள் முறையான இடத்தில் தான் வளரவேண்டும். கையோடு கிழவூருக்கு அழைத்துப் போகத்தான் எல்லாரும் வந்திருக்கிறார்கள்.

வாலாவின் அப்பா பதில் பேசவில்லை. வெங்கடாசலம் செத்தபோது அவர்தான் பெரிய ரகளை செய்திருந்தார், சொத்துப் பிரித்ததைப் பற்றி. அதன் நினைவு அங்கிருந்தவர்கள் எல்லாருக் கும் நீடித்திருக்க வேண்டும்.

பதிலுக்காக கிழவூர்க்காரர்கள் காத்திருந்தார்கள். மெதுவாக, வாலாவின் தகப்பனார், “அதுக்கு இப்பொ என்ன அவசரம்?” என்றார்.

கிழவூர்ப் பெரியவர் சமாதானமாகவே பேசினார். “அவசரம்னு இல்லே, காரியம் எல்லா முடிந்திடட்டும்.”

“அதுக்கு இன்னும் மூணு நாளிருக்கே.”

“ஆமாம். ஆமாம். மூணு நாளைக்கப்புறம் குழந்தைகள் இரண்டு பேரையும் அழைச்சிண்டு போறோம்.”

“இத்தனை நாள் அழச்சிண்டு போகலியே?”

“இத்தனை நாள் நீங்க விடலியே? வாலாவையும் குழந்தை களையும் நீங்கதான் அழைச்சிண்டு வந்தேள். திருப்பிக் கொண்டு வந்து விட மாட்டேன்னுட்டேள்.”

“குழந்தைகள்ளாம் இங்குதான் ஒட்டிண்டு இருக்குன்னு சொல்லுங்கோ,” என்று சமையலறையிலிருந்து வாலாவின் அம்மா குரல் கொடுத்தாள்.

“அங்கே மட்டும் ஒட்டிண்டு இல்லையா? குழந்தைகளுக்குப் பழக்கந்தான் காரணம்.”

“பழக்கந்தான் ஏற்பட முடியாதபடி எங்க குழந்தையோட மஞ்ச குங்குமத்தை அழிச்சுத் துரத்திட்டேளே!”

ஒரு கணம் மௌனம் நிலவியது. பெரியவர் பேசினார்: “வார்த்தைகளை அள்ளித் தெளிச்சுடாதீங்கோ. இந்தப் பத்து நாள் காரியமே அங்கே நடக்க வேண்டியதுதான். சம்பிரதாயத்தை உதறித் தள்ளினதே துக்கத்தை அதிகப்படுத்தக் கூடாதுன்னுதான்.”

“என் பெத்த வயிறு எரியறதே!” என்று வாலாவின் அம்மா கதறினாள்.

“என் பெத்த வயிறு பத்தியெரியுதேடீ!” என்று வெங்கடாசலத்தின் அம்மா கத்தினாள்.

“உஸ்!” பெரியவர் எழுந்து நின்றார். “நாம் இங்கே வம்பு வளக்க வரலை. பேசாம இரு,” என்று தன் தம்பியின் மனைவியை அடக்கினார். ஆனால் அவரால் வாலாவின் அம்மாவை அடக்க முடியவில்லை. அவள் தொடர்ந்து கத்த ஆரம்பித்தாள். “மைனர் ஆட்டம் ஆடறவனுக்கு என் பொண்ணைக் கட்டி வைக்க நீங்களாத்தானே வந்து ஒழிஞ்சேள்! எல்லாத்தையும் மூடி மறைச்சு எங்களை படு குழியிலே தள்ளிட்டேளே! நீங்க நன்னாயிருப்பேளா? நீங்க உருப்படுவேளா? கிளியாட்டமா பொண்ணை வளர்த்து பூனை வாயிலே தள்ளவைச்சேளே, உங்க குலம் விளங்குமா? ஐயய்யோ? ஐயய்யோ! என் வயிறு எரியுதே! என் வயிறு எரியறதே!”

வெங்கடாசலத்தின் தாயாரால் அதற்குமேல் வெறுமனே இருக்க முடியவில்லை. அவளும் கத்த ஆரம்பித்தாள்: “படுபாவி! படுபாவி! என் பிள்ளை நாலு வருஷம் வாழாதபடி முழுங்கிட்டியே! சொத்துக்கும் சுகத்துக்கும் ஆசைப்பட்டுத் துக்கிப் பீடைன்னு தெரிஞ்சு எங்க தலையிலே தள்ளினியே! உன் பொண்ணு தாலியறுத்தா என்ன, என் பிள்ளை போயிட்டானேடீ! பிள்ளையையும் முழுங்கிட்டு இப்போ அவன் குழந்தையையும் பிடுங்கிக்கப் பாக்கறயாடீ? அதுக்க ஒழுங்கா சோறு தண்ணி போட்டயாடீ? குழந்தையை நாளெல்லாம் அடிச்சுச் சித்திரவதை பண்ணியேடீ! கொல்லறியே! ஊரெல்

லாம் வழிச்சுண்டு சிரிக்கறதேடீ நீ குழந்தைகளைப் பார்த்துக்கற லட்சணத்தே! உன் பொண்ணே சாதாரணமா செத்தாளாடீ? அவளை அடிச்சுதானேடீ கொன்னுருக்கேள்!"

எல்லாரும் தடாலென்று எழுந்து நின்றார்கள். வெங்கடாசலத்தின் தாயார் தொடர்ந்து கத்திக்கொண்டே போனாள். இப்போது அவளையும் யாராலும் தடுக்க முடியவில்லை. "என்ன மாதிரி சண்டாளிடீ நீ – தூரமா இருக்க பொண்ணை அடி அடீன்னு அடிச்சுக் கொலை பண்ணியிருக்யே – சண்டாளி! உன் குடும்பமே சண்டாளிக் குடும்பம்டீ! உன் வீட்டிலே குழந்தை பொறக்குமா? ஏழேழு ஜன்மத்துக்கு உன் வம்சம் வளருமா? படுபாவி! படுபாவி! அந்தப் பொண்ணு உனக்குப் பொண்ணாயிருந்தா என்னடீ? அது எனக்கு மாட்டுப் பொண்ணுடி. உன் வீட்டிலே தப்பாப் பொறந்துட்டுதுடி. அதை என் வீட்டிலே இருக்க முடியாம இங்கே இழுத்துண்டு வந்துட்டேளேடீ! அம்மா அம்மான்னு என்னையே சுத்திண்டிருந்த தேடீ! என் பிள்ளைதான் அல்பாயுசிலே போயிட்டான். அவன் தான் என்னை மோசம் பண்ணிட்டுப் போயிட்டான்; இவ மூஞ்சியைப் பாத்தாவது மனது ஆறலான்னு இருந்தேனே? என் தலையிலே, மண்ணைப் போட்டுட்டியேடீ! ஐயய்யோ, நான் எந்தக் கோயில்லே போய் முட்டிப்பேன்! எந்த தெய்வத்துங்கிட்டே முறையிடுவேன்! தெய்வமே! தெய்வமே! என் வயிறு எரியறது உன் கண்ணிலே படலியா? இந்தப் பாவி என் தலையிலே மண்ணை அள்ளிப் போட்டுட்டாளே! நாலு நாளைக்கு அந்த வாயில்லாப் பூச்சியை என் வீட்டிலே வைச்சுக்க முடியாதபடி அதை ஒரேயடியாகத் தொலைச்சுட்டு நிக்கறேளே? என் பிள்ளைதான் மண்ணோடு மண்ணாப் போயிட்டான், இவளாவது இருப்பான்னு இருந்தேனே? எல்லாத்திலியும் மண்ணை அள்ளிப் போட்டாச்சே? எல்லாமே குடி முழுகிப் போயிடுத்தே! எல்லாமே வாரிண்டு போயிடுத்தே! தெய்வமே! நான் எங்கே போய் அழுவேன்? தீராக் குறையாய்ப் போயிடுத்தே! நான் எங்கே போய் அழுவேன்?" வெங்கடாசலத்தின் அம்மா துக்கம் தாளாமல் உடல் விறைத்து மூர்ச்சித்து விட்டாள்.

வெங்கடாசலத்தின் தம்பி பதறிப்போய்," "அம்மா, அம்மா," என்று அவனுடைய அம்மாவிடம் ஓடினான். ஆண்கள், இனி எந்தக் காரியமும் நடக்காது என்று எண்ணுவது போல வெளித் திண்ணைக்கு வந்துவிட்டார்கள்.

வெங்கடாசலத்தின் தாயார் சீக்கிரமே கண் விழித்துக் கொண்டாள். இயலாமை தெரிய அழ ஆரம்பித்தாள். வெங்கடாசலத்தின் தம்பி, "வேண்டாம்மா, வேண்டாம்மா. நாம ஊருக்குப் போயிடுவோம்மா," என்றான்.

விசு ஒரு மூலையில் உட்கார்ந்து கொண்டு எல்லாவற்றையும் பார்த்துக்கொண்டிருந்தான். ஒரு முறை சிரித்த மாதிரி கூட இருந்தது. கிழவூர் வக்கீல் தன்னோடு வந்தவர் ஒருவரிடம் காதோடு ஏதோ செல்ல, அவர் திண்ணைக்குப் போகும்போது விசுவைப் பார்த்து 'வா' என்று அழைப்பது போலச் சைகை செய்துவிட்டுப் போனார். விசு அவன் இடத்தைவிட்டு அசையவில்லை. வாலாவின் அம்மாவுக்கு வேற வேலைகள் இருந்தன. 'இழவு வீட்டிலே வந்து சாகசம் என்ன வேண்டியிருக்கு?' என்று சொல்லியவண்ணம் அவள் சமையல் பாத்திரங்களைக் கழுவக் கிணற்றங்கரைக்கு எடுத்துச் சென்றாள்.

கிழவூர் வக்கீல் வாலாவின் தகப்பனாரிடம் சொல்லிக் கொண்டிருந்தார்: "மைனர் குழந்தைகள்னு தலைக்குத் தலை ஏதாவது சொல்லுவா. ஆனா நான் தெளிவா உங்களுக்கு நிலையைச் சொல்லறேன். சாமிநாதபுரம் வீடு நிலமெல்லாம் கூடப் பிதுராஜ்ஜித சொத்துதான். அதுலே எட்டாயிரத்துக்குக் கடன் இருக்கு. பத்திரம் இன்னும் உங்க மாப்பிள்ளை பேரிலே தான் இருக்கு. இப்ப வட்டியும் முதலுமா பத்தாயிரம் மேலே வந்து நிக்கறது. உங்க பொண்ணுக்கு நீங்க போட்ட நகையெல்லாம் நீங்களே எடுத்துண்டு வந்துட்டேள். வெள்ளிப் பாத்திரங்கள்ளே தான் ஒண்ணு இரண்டு எங்ககிட்டே இருக்கு. மத்தபடி பித்தளை பாத்திரம், பொட்டி படுக்கை இதுதான். நகையா உங்க மாப்பிள்ளையோட அம்மா உங்க பொண்ணுக்கு நிறையக் கொடுத்திருக்கா –" வக்கீல் தன் மூக்குக் கண்ணாடிப் பெட்டியிலிருந்து ஒரு துண்டுக் காகிதத்தை எடுத்தார். "இதைப் பாத்தேளா? கல்பதக்கம் வைச்ச கெட்டி அட்டிகை, எட்டு பத்து பவுன் இருக்குமாம். இரண்டு ஜதை வளை. அது ஒரு ஆறு ஏழு பவுன் இருக்கும்னா. ஒரு ராக்கோடி. செஞ்சப் போவே மூணு சரவன்லே செஞ்சு, கல்லு, கூலியெல்லாம் முப்பது ரூபாய் கொடுத்தாளாம். விசுக்கு அரைஞாக் கயிறு. கெட்டியா ஆலிலைக் கிருஷ்ணன் போட்டது. அது ஒரு எட்டு பவுன். இதெல்லாம் போட்டப்ப பாத்ததுதான். அப்புறம் யாருமே பாக்கலை. சாமிநாதபுரம் வீட்டை நீங்கதான் காலி பண்ணிண்டு வந்தேள். எவ்வளவு இருந்தது என்னன்னு உங்களுக்குத்தான் தெரியும். நாங்க விசாரிச்சுப் பார்த்ததிலே உங்க மாப்பிள்ளை வைதீசுவரன் கோயில்லே அப்படி ஒண்ணும் கொட்டிப் பாழ் பண்ணிடலே. பாக்கப் போனா வண்டி மாடு ஜதைக்கு தனம் வீட்டுக்காரா தான் பணம் கொடுத்தாளாம். மாட்டை வித்தவனே சொன்னான். இப்ப உங்க பொண்ணும் போயிட்டா. ஆனாக் குழந்தைகள் இருக்கு. எப்பவோ வெங்கடாசலமே சொன்னானாம், 'அவன் தான் படிக்கலே, அவன் பையனாவது கும்போணம் காலேஜ்லே

படிக்கணும்னு.' பொண்ணை வளர்த்து நல்ல இடமாப் பாத்துக் கல்யாணம் பண்ணித் தரணும். வாலாவோட மாசக் காரியங்கள் இருக்கு. ஊனமாஸ்யம் எல்லாம் நாங்கதான் செய்யணும், நாங்கதான் செய்யப் போறோம் . . .

"இப்ப பண்ணறதைக்கூட நாங்க ஏத்துக்கிறதுக்குத் தயாரா வந்திருக்கோம். நாங்களே இங்கே இருக்கிற வைதீகாளை வைச்சுண்டே செஞ்சடறோம். தானம் வாங்கறதுக்கு மத்த ஊர்க்காரா வருவா. சோதம்பப் பிராமணன் மட்டும் எங்க வீட்டு சாஸ்திரிகள் வருவார். இந்தக் காரியங்கள் எல்லாம் இங்கேயே முடிஞ்சுட்டம். எங்க வீட்டுப் பிள்ளையைக் கொள்ளி வைச்சதும் வெளியூர். மாட்டுப் பொண்ணைக் கொள்ளி வைச்ச தும் வெளியூர். ஆனா எதுவாயிருந்தா என்ன? எல்லாம் ஒரு பூமி. ஒரே காவேரித் தண்ணி. உங்களுக்கு வீட்டிலே நடக்கிறது எல்லாம் தெரியுமோ தெரியாதோ? குழந்தைகள் இங்கே ரொம்பக் கஷ்டப்படறதுன்னுதான் வெளியிலே பேச்சு. வாலாவே அவளாச் சாகலேன்னுதான் சொல்லிக்கறா. அவளே போயிட்டா. இனிமே ஏன் என்னன்னு யாரைக் கேக்கறது? அவாவா பாவ மூட்டை அவாவாளுக்கு. நாம இங்கே எதையோ அல்பத்துக்கு மண்டையை உடைச்சுக்கறோம். அங்கே ஈசுவரன் வேறென்னமோ விளையாடிக் காட்டிடறான். உங்க பெண்டுகள்கிட்டே சொல்லி வையுங்கோ, குழந்தைகளுக்காகன்னு நாம கோர்ட்லே வியாஜ்ஜியம். ஆடிண் டிருக்க வேண்டாம். நான் அவாளுக்கு வேணுங்கறவன்னு இல்லே. உங்க நல்லதுக்குத்தான் சொல்லறேன். நாள் கிழமை களிலே நீங்களும் வந்து பாக்கலாம். இல்லே, குழந்தைகளையுமே இங்கே அனுப்பறோம். யோசிச்சுக்கோங்கோ. இவ்வளவு துக்கத் துக்கு நடுவிலேயும் சுப ஸ்வீகரணத்தை சுபமாவே நடத்தி நாம சுபமாவே அவாவா ஊருக்குக் கிளம்பிப் போவோம்."

வக்கீல் யார் பக்கமோ தலையை உயர்த்த, உடனே அவர் ஒரு பெரிய வெற்றிலைப் பெட்டியைத் திறந்தார். வக்கீல் சாவகாசமாகப் பாக்குவெட்டி கொண்டு பாக்கை வெட்டினார். நல்ல புது வெற்றிலையாக எடுத்துக் காம்பும் நுனியும் விலக்கி, சுண்ணாம்பு தடவிய பிறகு வெற்றிலையை நரம்புடன் மடித்து நரம்பைக் கிழித்துப் போட்டார். வெற்றிலையை வாயில் நன்றாக மசிந்த பிறகு மூன்று விரல்களுக்கிடையில் தங்கும் புகையிலையை எடுத்து வாயில் போட்டுக் கொண்டார்.

வெங்கடாசலத்தின் தம்பியும் திண்ணைக்கு வந்தான். "ஊருக்குப் போயிடலாம், பெரியப்பா." என்றான். பெரியப்பா பதில் தருவதற்கு முன்னால் வக்கீல் அவனுடைய தோளைத் தட்டிக் கொடுத்தார்.

பெரியப்பா உள்ளே சென்றார். பெண்கள் திட்டவட்டமாக இரு பிரிவாகப் பிரிந்துவிட்டார்கள். எங்கோ கொல்லைப் புறத்தில் வாலாவின் அம்மா விடாமல் யாருடனோ பேசிக் கொண்டிருந்தாள்.

பெரியப்பா விசுவின் அருகே சென்றார். அவரை யாரும் தடுக்கவில்லை. விசுவின் தலை அன்று முன்பாதி நன்கு மழித் திருந்தது. அவன் குடுமி மயிரைக் காதருகில் பின்னுக்குத் தள்ளினார். விசு எழுந்து நின்றுகொண்டான்.

வெங்கடாசலத்தின் பெரியப்பா விசுவை கையைப் பிடித்த வண்ணம் வெங்கடாசலத்தின் அம்மாவிடம் அழைத்துச் சென்றார். விசு முதலில் மௌனமாக இருந்தான். பிறகு, “பாட்டி,” என்று அழைத்தான்.

7

இரயில் வண்டிகள் வேளைக்கொரு மாதிரிதான் மாறிவிடுகின்றன. பகல் பொழுதில் காணப்படுவது போல இரவில் தோன்றுவதில்லை. பகலில் பூதாகாரமாக எந்நேரமும் தலை மீதிருந்தும் சக்கரங்களிடையும் உஸ்புஸ்ஸென்று புகை வீட்டுக் கொண்டிருந்தாலும் பயத்தைவிட விந்தையுணர்ச்சிதான் ஏற்படுகிறது. பெட்டிகளில் உட்கார்ந்திருக்கும் மனிதர்கள் உருவம் குன்றிப் பொம்மைகள் மாதிரித்தான் காணப்படுகிறார்கள். சச்சதுரமான ஜன்னல்கள் அருகில் அவர்கள் உட்கார்ந்து கொண்டு வெளியே வேடிக்கை பார்ப்பது அவர்களால் வேறேதும் செய்ய இயலாமையால்தான். இரவில் இரயில் சிறுத்துப் போய் விடுகிறது. அது புகை விடுவது தெரிவதில்லை. ஒருவேளை இரவில் இரயில்கள் புகையே விடாதோ என்னவோ. அப்படியும் சொல்லி விடுவதற்கில்லை. திடீரென்று தீப்பொறிகள் சீறிக்கொண்டு வெளியே வெடித்துக்கொண்டு வந்து ஒரு சில வினாடிகளுக்குள் அணைந்து மறைந்துவிடுகின்றன. தீப்பொறி நெருப்பு இருப்பதற்கு அடையாளம். நெருப்பில்லாமல் புகையுமா என்றுதான் எல்லாரும் சொல்கிறார்கள். அப்போது புகை இருந்துதான் தீரும்.

தனம் அவள் வீட்டு ஜன்னலருகில் உட்கார்ந்து கொண்டு தூரத்தில் ஓடி மறைந்த இரயிலின் புகையைப் பார்த்த வண்ணம் இருந்தாள். அதிகாலையில் அவளூரில் நிற்காமல் போகும் இரயிலின் சப்தம் கேட்கும். இரயில் தலைவிளக்கு ஒருகணம் தெரிந்த உடனே அவளுடைய பார்வையைத் தாண்டிச் சென்று விடும். அதன் பிறகு பயணிகள் பெட்டிகளின் ஜன்னல்கள் வழியாகத் தெரியும் வெளிச்சந்தான். ஒரு கரும் பலகையில்

சிறு சிறு மஞ்சள் சதுரங்கள் வரைந்து யாரோ அந்தப் பலகையைத் தூக்கிக் கொண்டு தலை தெறிக்கும் வேகத்தில் ஓடுவதுபோலத் தோன்றும். இரவில் ரயில் ஒரு பொம்மை இரயில் போல மாறி விடுகிறது. உள்ளே விளக்கு எரியும் பொம்மை இரயில். அது விளையாட தகுந்த பொருளாகத்தான் அவளுக்குத் தோன்றியதே தவிர, ஏதோ திட்டவட்டமான பயனுக்கு உதவும் பொருளாகத் தோன்றவில்லை. குழந்தையாக இருந்து பயணம் மேற்கொண்ட போதுகூட அவளுக்கு ஏனோ இரயில் நம்பிக்கை யூட்டவில்லை. ஆனால் அந்த இரயில் அவளை வைதீசுவரன் கோயிலிலிருந்து வெளியே வெகுதூரம் எடுத்துச் சென்றுவிடப் போகிறது.

வீட்டில் நிறைய மனிதர்கள். வருபவர்களும் போகிறவர் களும், வந்து அப்படியே தங்கிப் போகிறவர்களும் ஏராளம். யார், எதற்காக, எந்த உரிமையின் பேரில் அங்கு இருக்கிறார்கள் என்றுகூடத் தெரியாமல் போவதுண்டு. ஆனால் எல்லாரிடமும் ஒரு பொதுச்சரடு இருக்குமானால் அத சங்கீதமாகத்தான் இருக்கும். மகா வித்துவான்களும், மிகுந்த தேர்ச்சி பெற்ற பக்க வாத்தியக்காரர்களும் வருவார்கள். அப்போதே இசைப் பயிற்சியில் அடி எடுத்து வைப்பவர்களும் வருவார்கள் நாடகக் காரர்கள் வருவார்கள், அவ்வளவு பேருக்கும் தனத்தின் குடும்பத்தார் சாப்பாடு போடுவார்கள். வெற்றிலையும் பாக்கும் வீடெல்லாமும் வெளித்திண்ணையெல்லாமும் இரைபடும். எந்த மூலையிலும் ஒருவர் படுத்துத் தூங்கிக் கொண்டிருப்பார். தனத்தின் அம்மா அவர்களை எழுப்பிச் சோறு போடுவாள்.

இதெல்லாம் மாறப் போகிறது. கிழவூர் மைனர் வெங்கடாசலம் அந்தக் குடும்பத்தில் சம்பந்தப்பட்ட பிறகு சிறிது சிறிதாக மாறுதல் நிகழ ஆரம்பித்தது. வீட்டின் செழிப்பு குறையத் தொடங்கியது. செலவழிக்கும்போது கணக்குப் பார்க்க வேண்டியிருந்தது. அவ்வப்போது யாரிடமாவது பணம் கடனா வாவது கேட்க வேண்டியிருந்தது. ஆனால் வீட்டில் சங்கீதம் ஒலிப்பது குறையவில்லை. இசைச் சர்ச்சைகள் நிகழுவது குறைய வில்லை. வித்துவான்கள் வருவதும் அவர்களாகப் பாடிக் காண்பிப்பதும் தனத்தின் அம்மாவையும் தனத்தையும் பாடச் சொல்லிக் கேட்பதும் குறையவில்லை.

வெங்கடாசலம் அற்பாயுளில் போன பிறகு வெகு நாட்கள் தனம் பாடவில்லை. அவளை யாரும் வற்புறுத்தவில்லை. ஆனால் அவளாகவே அவ்வப்போது பாட ஆரம்பித்தாள். பாடும்போது இரு கண்களிலிருந்தும் அருவியாகக் கண்ணீர் பெருகும். அவளை யாரும் இசையின் அவதாரம் என்றும்,

சரஸ்வதியின் மனித உரு என்றும் கூறவில்லை. நாடகக் கம்பெனி யில் சேர்ந்து ஊர் ஊராகப் போகும் அவளுடைய சித்தி ஒருத்தியைத்தான் அந்தக் குடும்பத்தில் சங்கீத ஞானம் மிகவும் குறைவாக உடையவள் என்று கூறுவார்கள். தனம் அந்தச் சித்தி அளவுகூடத் தேர்ச்சி பெறவில்லை. அவளாகப் பாடி உருகுவதைத் தவிர வேறு சாதகம் அவளுக்குச் சாத்தியப்பட வில்லை.

வீட்டைப் பூட்டிவிட்டுப் போவதில்லை என்றாலும் ஒரு அறையில் விலையுயர்ந்த பொருள்களைப் பத்திரப்படுத்திப் போவதாகத்தான் ஏற்பாடு. தனத்தின் அம்மா ஆள்களை அமர்த்தி ஒரு பழங்கால, மிகக் கனமான இரும்புப் பீரோவை, பூட்டிவிட்டுப் போகும் அறைக்கு நகர்த்திக் கொண்டிருந்தாள். எவ்வளவோ ஆண்டுகளாகப் பீரோ இருந்த அறையின் நிலைப் படி உளுத்துப் போயிருந்தது. நிலைப்படியை அம்மாதிரி வீடுகளில் மாற்றுவது எளிதில்லை.

தனம் அந்தப் பீரோவின் உட்புறம் எப்படி இருக்கும் என்றுகூடப் பார்த்ததில்லை. பீரோ சுமார் இரண்டரை அடி அல்லது மூன்றடி உயரம்தான் இருக்கும். அதற்குப் பலமான மரப்பீடமொன்று தடிமான கட்டைகளால் செய்து வைத்திருந் தார்கள். இரு சவுக்குக் கட்டைகள் கொண்டு பீரோவைப் பீடத்திலிருந்து இறக்கி வைத்துவிட்டார்கள். இறக்கும்போதே அதை இன்னும் இரு சவுக்குக் கட்டைகள் மீது அமரும்படி செய்துவிட்டார்கள். சிறிது சிறிதாகத் தாழ்வாரத்தில் இன்னொரு அறைப் பக்கம் நகர்த்திக் கொண்டிருந்தார்கள்.

தனம் இருட்டில், பெட்டி முதலில் வைக்கப்பட்டிருந்த அறைக்குச் சென்று ஜன்னல் விளிம்பில் உட்கார்ந்துகொண்டாள். கிராமப்புற வீடுகளில் அறைகள் எல்லாமே ஒரே இருட்டுத்தான். அந்த இருட்டிலும் பீரோ வைக்கப்பட்டிருந்த இடத்தில் சுவர் அதிகம் அழுக்கடையாமல் பளிச்சென்று தெரிந்தது. அந்த அறையின் மரப்பரணில் ஒரு வீணையும், இரு டிரங்குப் பெட்டிகளும் இருந்தன. அவை தனத்தின் ஒன்றுவிட்ட பெரியம்மாவின் பெட்டிகள் என்றும், அவள் கப்பலேறி பர்மா போய்விட்டாள் என்றும் எப்போதோ ஒருமுறை சொல்லப்பட்டுத் தனம் கேட்டிருக்கிறாள். யார் வெளியே போனாலும் திரும்ப அந்த வீட்டுக்கு என்றாவது ஒரு நாள் திரும்பத்தான் வேண்டும் என்றிருக்க வேண்டும். அந்தப் பெரியம்மா திரும்பி வருகைக்காக அந்த பெட்டிகள் காத்திருந் தன. அந்தப் பெரியம்மாவே இப்போது உயிரோடு இருக்கிறாளோ போய்விட்டாளோ என்று யாருக்கும் நிச்சயமாகத் தெரியாது.

“ஓவ் – ஓவ்” என்று ஆட்கள் பெரிதாகக் கத்தினார்கள். மரப்பீடத்தை உரிய இடத்தில் வைத்து அதன் மேல் இரும்புப் பெட்டியைத் தூக்கி வைத்துக்கொண்டிருந்தார்கள். தனத்தின் ஒரு மாமாவும் இன்னொரு உறவுப் பையனும் ஆட்களோடு ஆட்களாகப் பளுவுக்குத்தோள் கொடுத்துக் கொண்டிருந்தார் கள். அந்தப் பையன் இரு மாதங்கள் முன்புதான் சோழவந்தானி லிருந்து அங்கு வந்து சேர்ந்தான். தனத்தின் மாமாவிடம் பாடம் கற்கத்தான் வந்தான். ஆனால் இன்னும் ஒரு வாரத்திற் குள் அவன் வேறு இடம் தேடிப் போக வேண்டும். தனத்தின் அம்மா அவனை அந்த வீட்டிலேயே பாடம் கற்று வர ஏற்பாடு செய்வதாகச் சொல்லியிருந்தாள். கந்தசாமிப்பிள்ளை அந்தப் பையனுக்குத்தான் உறவு. முதலிலேயே அவன் அங்கு போகாத தற்குக் காரணம் சிஷ்யப் பிள்ளைகளைக் கந்தசாமிப் பிள்ளை கண், காது தெரியாது அடிப்பது என்பதால்தான். தனத்தின் மாமா பரம சாது, “உன் குடும்பத்திலே எல்லாம் மொழுக்கா வந்து சேர்ந்திருக்கே?” என்று தனத்தின் பெரிய பாட்டி அடிக்கடி சொல்வாள். ஆனால் தனத்தின் அம்மா அதைப் பொருட் படுத்தியதில்லை. “சாதுவாக இருக்கிறது என்னிக்கும் பொழைச்சுப் போகும். ரொம்ப சாமர்த்தியசாலின்னு பேர் வாங்கிறவங்க தான் ஒரேயடியா விழுந்து போவாங்க” என்று சொல்வாள். சாதுக்களாக வீட்டில் சேர்ந்ததன் விளைவு இதோ ஊரை விட்டே போகும்படியாக இருக்கிறது.

இரும்புப் பெட்டியைப் பத்திரப்படுத்தியாகி விட்டது. ஆட்கள் ரேழியில் போய் நிற்க, தனத்தின் அம்மா நீர்மோர் கரைத்து வரப் போனாள். தனத்தின் மாமா தனத்தருகில் வந்து நின்று அவனும் ஜன்னல் வழியாகப் பார்த்தான். தூரத்தில் அப்போது ஒரு இரயில் போவது தெரிநதது. தனம் தன் நீண்ட கண்களால் மாமாவின் முகத்தை ஏக்கத்தோடு பார்த்தாள். அவன் அவளுடைய கண்களை நேரிடையாகச் சந்திக்காமல் தலையைத் தடவிக் கொடுத்து விட்டு நகர்ந்தான்.

தனத்தின் அம்மாவுக்கும் அந்தத் தீர்மானத்திற்கு வருவதற்கு மனம் இலேசில் இடம் கொடுக்கவில்லை. அவளுடைய வாழ் நாளில் அவள் தங்கள் இனத்தவர் எவ்வளவோ சிறப்பும் செல்வாக்கும் அனுபவித்த பிறகு கடைசியில் எல்லாம் இழந்து வெற்றிலை பாக்குக் கிடைக்காமல் தவித்து மடிந்ததைப் பார்த்திருக்கிறாள். ஒரு பாட்டி அனாதைப் பிணமாக ஓர் இரவும் ஒரு முழுப் பகலும் கிடந்து, பிறகு ஊரார் ஆள் வைத்துப் பிணத்தை எடுக்க வேண்டியிருந்தது. எவ்வளவோ தலைமுறைகளுக்கு முன்னால் மதுரைக்குக் குடிபோன சில குடும்பங்கள் அங்கு அவர்கள் வாழ்ந்து வந்த தெருவிலிருந்து

விரட்டப்பட்டார்கள். கோணித் துணி போன்ற வெள்ளைச் சட்டை அணிந்த ஒருவர் அங்கு தெருத் தெருவாகத் தர்ம ஒழுக்கத்தைப் பரப்புகிறேன் என்று கிளம்பி யார் யாரையோ ஹிம்சித்துக் கொண்டிருந்தார். இந்த மாதிரியான தர்ம ஒழுக்க வெறி எங்கு பரவும், எப்படிப் பரவும் என்று யார் சொல்ல முடியும்? யார் யார் ஒழுக்கமாக இருக்கிறார்கள்? யாருக்குத் தெரியும். அந்த வெள்ளைக் கோணிச் சட்டைப் பெரியவரின் மகனே இப்போது எவள் காலடியில் விழுந்து கிடக்கிறானோ?

"நீ ஏதாவது சாப்பிடறியா, கண்ணு?" என்று தனத்தின் அம்மா தனத்தின் அருகில் வந்து கேட்டாள். தனத்திற்குக் குறைப் பிரசவம் ஆன பிறகு உடம்பே குட்டிச்சுவராகி விட்டது. எது சாப்பிட்டாலும் வயிறு புரண்டு உடனே வாந்தி எடுத்தது. உள்ளூர் வைத்தியர், வெளியூர் வைத்தியர் எல்லா வைத்தியமும் பார்த்தாகி விட்டது. ஒன்றும் குணம் தெரியவில்லை. புத்தி வேறு அடிக்கடி பேதலித்த மாதிரி இருந்தது. எல்லாரும் ஒரே கவலையில் ஆழ்ந்திருந்த காலத்தில்தான் ஒரு நாள் முன்னிரவில் கிணற்றங்கரையில் விசு விழுந்து கிடந்தான். அவன் அந்த வீட்டுக்கு வந்த பிறகு தனம் சிறிது அபிவிருத்தி அடையத் தொடங்கினாள். உடல் பழையபடி ஆகவில்லைதான். ஆனால் ஒரு சமயம் போயே போய்விடுவாளோயென்றிருந்ததற்கு இப்போது எவ்வளவோ மேல்.

அம்மா கொடுத்த நீர்மோரைத் தனம் குடித்தாள். வீட்டிலேயே இரண்டு பசு மாடுகள் இருந்தன. மாட்டை விற்ற பிறகு காலையிலும் மாலையிலும் இரண்டு படி மூன்றுபடி வாங்கியது. எல்லாம் போய், இப்போது முக்கால்படி ஒரே வேளையாக வாங்குவதில் நின்றிருக்கிறது. இதில் வந்தவர்களுக்கெல்லாம் நீர்மோர் விநியோகம். அநேகமாக இன்று மீண்டும் குடியானவத் தெருவுக்குச் சென்று மோர் வாங்கிவரச் சொல்வாள்.

அம்மா மோர் கொடுத்த பாத்திரத்தைக் கழுவ தனம் கிணற்றங்கரைக்குச் சென்றாள். முற்றத்திலேயே கழுவி இருக்கலாம். அங்கு எப்பொதெல்லாமோ அந்த வீட்டில் வந்து சேர்ந்திருந்த பட்டுப் புடவைகளைக் காற்றாடக் காயப்போட்டிருந்தது. ஒவ்வொன்றிலும் ஏராளமான ஜரிகை. ஒரு சிவப்பு நிறக் காசிப் பட்டுப் புடவையில் உடலெல்லாம் ஜரிகை. அம்மா வெகு தந்திரமாகப் புடவைகளை உலர்த்தியிருந்தாள். தனத்திற்குத் துக்கம் தரக்கூடிய புடவைகளை அடியில் போட்டு அதன் மேல் பிற புடவைகளை உலர்த்தியிருந்தாள்.

கிணற்றங்கரையில் மாட்டுத் தொழுவம் சுத்தமாகக் காலியாக இருந்தது. ஒரே ஒரு மூலையில் மட்டும் உலர்ந்த

தென்னை மட்டைகளையும் சிறிது விறகையும் குவித்து வைத்திருந்தது. ஒரு காலத்தில் வெண்ணீர் அடுப்பு எப்போதும் எரிந்துகொண்டிருக்கும். இப்போது தனத்திற்கு மட்டும் சிறிது வெந்நீர் போட்டுக் குளிக்கத் தருகிறார்கள். வண்டியும் மாடும் மாயவரம் சின்னப் பண்ணையார் கொடுத்தது – அதை விற்பதற்கு முன்னால் தனத்தின் அம்மா பண்ணையாரிடம் கேட்டு வரச் சொன்னாள். பாரிச வாயுவில் படுத்திருந்த அவர் 'உன் இஷ்டம் போலச் செய்துகொள்' என்று சொல்லியனுப்பித்திருந்தார். செய்தி கேட்டு வரச்சொன்ன ஆளிடம் ஒரு கலம் நெல்லும் கொடுத்து அனுப்பியிருந்தார். அது இன்னும் குத்தப்படாதபடி அப்படியே இருக்கிறது.

நிஷ்டூரமாக இருப்பவர்களும் உண்டு. ஆனால் அம்மாவால் யாரிடம் விரோதம் பாராட்ட முடியும்? என்று கோயில் முறை நிறுத்தப்பட்டுவிட்டதோ அன்றே காலொடிந்த மாதிரி தான். கல்யாணம் என்றால் இன்னொரு வீட்டிற்குப் போய் விட வேண்டும் என்ற விவரமே அறியாத நிலையில்தான் சகுந்தலைக்குக் கல்யாணம் யாருமறியாமல் நடக்கிறது. அப்புறம் பல மாதங்கள் கழித்து ஆசிரமம் திரும்பிய கண்வ மகரிஷி அவளைப் புருஷன் வீட்டுக்கு அனுப்ப ஏற்பாடு செய்தபோது தான் சகுந்தலைக்கு அந்த இடத்தைவிட்டுப் போய்விட வேண்டும் என்று புரிகிறது. அப்போது அங்குள்ள ஒவ்வொரு மரமும் செடியும் கொடியும் அவள் பிரிவை இன்னும் வேதனை மிகும் படி செய்கின்றன. சகுந்தலையாவது புருஷன் வீட்டுக்குப் போகத்தான் அவள் பிரியம் செலுத்தியவைகளைப் பிரிந்தாள். தனம் கிணற்றங்கரையைச் சுற்று முற்றும் பார்த்தாள்.

நகைகள் சிலவற்றை விற்கப் பத்தர் தஞ்சாவூர் சென்றிருந் தார். அதில் பாதி நகைகள் அவரே செய்தது. உள்ளூரிலேயே விற்க மனமில்லை. ஒவ்வொரு நகைக்கும் ஒரு கதை இருக்கும். அது நல்ல கதையாக இருக்கும் என்று என்ன நிச்சயம்? ஐம்பது மைல் தள்ளிப் போனால் அதெல்லாம் மறைந்துவிடும். மொத்த நிறை இவ்வளவு பவுன், இதில் இவ்வளவு கல், உருக்கி னால் இவ்வளவு சேதாரம், இறுதியாக இது இவ்வளவு பெறும், இவ்வளவு தருவேன், சம்மதமா? அதோடு முடிந்து போயிற்று.

உள்ளே ஒரு கிழவி சமைத்துக் கொண்டிருந்தாள். அவளும் இன்னும் மூன்று நான்கு பேரும் வீட்டில் இருப்பார்கள். குடித்தனம் நடந்துவரும் பெருங்காயம் வைத்த சொப்பாக.

அவர்கள் வீட்டுக்கு அந்தப் பெயர் வந்து நாளாகிறது. குடும்பத்தில் ஒருத்தி நாடகக்காரியாகப் போய்விட்டாள். இன்னொருத்தி ஒருவரை நம்பி அயல் தேசமே போய்விட்டாள்.

மலை போல இருந்த பெரிய மாமா – அந்த வட்டாரத்திலேயே தோடி ராகத்தில் மன்னன் என்ற பெயர் பெற்றவர்; மன்னாதி மன்னர்கள் அழைப்பு விடுத்துப் பொன்னும் பொருளுமாக வீட்டில் கொண்டுவந்து சேர்ப்பவர்; கிராம போன் தட்டுகள் நான்கில் பாட்டுப் பதித்து இரண்டாயிரம் ரூபாய் சம்பாதித்துக் கொண்டு வந்தவர் – அவர் திடீரென்று ஒரு நாள் ஒரு கல்யாணக் கச்சேரி முடித்து இரயிலில் திரும்பி வரும்போது மாரடைத்துப் போய்விட்டார். தனம் அனுமன் வராத அசோகவனத்துச் சீதையாகிவிட்டாள். பெருங்காயம் வைத்த சொப்பாவது இன்னும் இருக்கிறதே என்று ஆறுதல் பட்டுக்கொள்ள வேண்டும்.

வெகுவாக அலைந்த களைப்புத் தெரிய தனத்தின் பெரிய மாமா உள்ளே வந்தார். "என்னப்பா போன காரியம் என்னாச்சு?" என்று கேட்டு தனத்தின் அம்மா அவருக்குச் சொம்பு நிறையத் தண்ணீர் கொண்டுவந்து கொடுத்தாள்.

"கணக்குப் பிள்ளைகிட்டேயும் சொல்லியிருக்கேன். கணபதி ஐயர்கிட்டேயும் சொல்லியிருக்கேன். குத்தகைக்காரனைப் பாத்து வருஷத்துக்கு இருநூறு ரூபாயாவது அனுப்பற மாதிரிப் பாத்துக்க றேன்னு சொல்லியிருக்காங்க. தபாலய்யரையும் பாத்திட்டு வந்துட்டேன். கிராமப் போன் கம்பெனிக்காரங்களுக்கு நாம போட்ட பதில் போய்ச் சேந்திருக்கும்னு சொன்னாரு. கடவுள் மேலே பாரத்தைப் போட்டுட்டுக் கிளம்பவேண்டியதுதான்."

அவர் செம்போடு தண்ணீரை எடுத்து வாயில் ஊற்றிக் கொண்டார். சட்டென்று ஏதோ நினைவுக்கு வந்தது போல, "உன் பொண்ணு மறுபடியும் கிழவூர் மைனர் வீட்டுக்குப் போயிட்டுக்கீய்ட்டு வந்ததா?" என்று குரலைத் தழைத்துக் கேட்டார்.

"இல்லையே! வண்டி மாடு போனப்புறம் இது வீட்டை வீட்டுக் கிளம்பவேயில்லையே," என்று தனத்தின் அம்மா பதில் சொன்னாள்.

"பின்னே நீ ஏதாவது அந்தப் பக்கத்துக்காரங்க கிட்டே நாம ஊரை விட்டுப் போறோம்னு பேச்செடுத்தயா?"

"இல்லையேப்பா. நான் யார் கிட்டேயும் வாயைத் திறக்கலையே. ஏன் கேக்கறே?"

அவன் சிறிது நேரம் வெறுமனே இருந்தான். பிறகு சொன்னான், "தங்கச்சி, எனக்குக்கூட இந்த விஷயத்திலே நாம செய்யறது சரியா தப்பான்னு தெரியாமக் கலக்கமா இருக்க."

“நீ எதைச் சொல்லறே?”

“புருஷன் பொண்சாதியைப் பிரிச்ச பாவம் நம்பளுக்குக் கிடையாதோ என்னமோ, ஆனால் இவுங்களைப் பிரிக்கப் போற பாவத்துக்கு யார் கிட்டே பதில் சொல்லறது?”

“இவுங்களைன்னா?”

“தனத்தையும் அந்தப் பையனையும்தான்.”

“விசுவநாதனையா?”

“ஆமாம். சைகிள்ளே தபால் போட்டுப் போறவன் தபாலய்யர் கிட்டே சொன்னான். அந்தப் பையன் ஆத்தை நீந்திக் கடந்து இந்தப் பக்கம் வந்துண்டிருக்கானாம்.”

வைதீசுவரன் கோயில் இரயில் நிலையத்தில் சவுத் இண்டியன் இரயில்வேயின் பெருமைக்குரிய போட்மெயில் நிற்காது. அதில் ஏறிச் சென்னைக்குப் போக மாயவரம் சென்று இரயிலேற வேண்டும், டிக்கெட் கட்டணமும் அதிகம். கட்டண விகிதமும் அதிகம். செங்கோட்டையிலிருந்து வரும் பாஸஞ்சர் வண்டியில் வைதீசுவரன் கோயிலிலேயே ஏறிக்கொள்ளலாம். மூன்று பேர் பத்து ரூபாய்க்குள் பட்டணம் போய்ச் சேர்ந்துவிடலாம்.

செவ்வாய், புதன் வடக்கே சூலம். வெள்ளிக்கிழமை கலக நாள். பிரதமை, பரணி, கார்த்திகை, அஷ்டமி எல்லாம் விலக்கிப் பார்த்துச் சனிக்கிழமை நல்ல நாள் என்று வைத்தியநாத சாஸ்திரிகள் கூறியிருந்தார். “சனிக்கிழமையா?” என்று தனத்தின் அம்மா கேட்டாள்.

“ஏன், தமயந்தி?” என்று அவர் கேட்டார்.

“வேறே நாள் பாருங்களேன், சாமி.”

“இன்னும் பதினஞ்சு நாளைக்கு நாள் சரியா இல்லே. கிருஷ்ணபக்ஷம் வேறே வந்துடறது. சனிக்கிழமை நல்ல நாள்தாம்மா. ஸ்திர வாரம், குழந்தை தனத்துக்கு சுபமான நாள்.”

“இல்லே. சனிக்கிழமையா இருக்கேன்னு பாத்தேன், சாமி.”

8

“உனக்கு ஒரு கஷ்டம் வர மாதிரி நாளை நான் பொறுக்கிப் பார்த்துத் தருவேனாம்மா? ஒரு குறையும் வராது. சஞ்சலமே இல்லாதபடி கிளம்பிப் போயிட்டு வா. ஈசுவரன் உனக்கு ஒரு குறையும் வைக்க மாட்டார்.”

“கடவுள் மேலே பாரத்தைப் போட்டுத்தான் சாமி, நான் ஊரை விட்டுப் போறேன்.”

“அப்படிச் சொல்லாதேம்மா. சீரும் சிறப்புமா நீ நல்லபடிக்கு இங்கே திரும்பி வரணும். இன்னிக்கும் ஒங்கண்ணாவை நினைச்சுண்டாலே கண்லேந்து ஜலம் விட்டு அழத் தோணறது. என்ன மாதிரி மேதை, என்ன வித்வத், என்ன கல்பனை? எவ்வளவு நல்ல சுபாவம்? அவனும் இருக்கக் கொடுத்து வைக்காம நீங்களும் அவன் இருக்கக் கொடுத்து வைக்காமல் போயிட்டேளே?”

வீட்டிலிருந்த இரு வாழைப்பழங்களைத் தனத்தின் அம்மா சாஸ்திரிகள் முன்பு வைத்தாள். அவற்றை எடுத்துக்கொண்டு அவர் கிளம்பிப் போனார்.

சனிக்கிழமையும் வந்தது. அன்று தனத்தின் அம்மாவே சமைத்தாள். சாத வெங்கலப்பானையைச் சுவாமி பிறைக்கு முன்னால் வைத்து வடக்குத் திசை நோக்கி நமஸ்கரித்தாள். வீட்டு வாசல்படிக்குச் சென்று கோபுர தரிசனம் செய்து வானத்தைப் பார்த்தாள். அது நிர்மலமாக இருந்தது. வெயிலின் கடுமையால் பறவைகள் ஏதும் கண்ணில் படவில்லை. ஒரு பெருமூச்சு விட்டுவிட்டு உள்ளே வந்தாள்.

வீட்டில் இன்னும் இரண்டு மூன்று உறவுக்காரர்களும் வந்திருந்தார்கள். பாவாடை சட்டை அணிந்த ஒரு பெண் முற்றத்தில் பாண்டி விளையாடிக் கொண்டிருந்தாள். அதைப் பார்த்தபடி தனம் தாழ்வாரத்தில் நின்றுகொண்டிருந்தாள்.

பாண்டி விளையாடும் பெண் ஒரு கணம் தனத்தின் அம்மாவுக்காகத் தன் ஆட்டத்தை நிறுத்தினாள். தனத்தின் அம்மா அப்பெண் ஆடுவதைப் பொருட்படுத்தியதாகத் தெரிய வில்லை. அவள் மீண்டும் ஆட ஆரம்பித்தாள். ஒற்றைக்காலில் நின்றபடி தனத்தைப் பார்த்து, “நீயும் வரயா, அக்கா?” என்று கேட்டாள்.

சற்றும் எதிர்பாராத இந்த அழைப்பால் தனம் ஒரு கணம் திகைத்து நின்றாள். மிகவும் இலேசாகப் புன்னகை புரிந்து முற்றத்தில் இறங்கினாள். அந்தப் பெண் மாக்கல்லினால் முற்றத்தில் மிகச் சிறிய கட்டங்களாகக் கோடு கிழித்திருந்தாள். ஒரு பழைய மரச் சீப்புதான் சில்லாகச் செயல்பட்டது. தனம் முதல் கட்டத்தில் அதை வைத்து அதைத் தாண்டி ஒவ்வொரு கட்டமாக நொண்டித் தொடக்கவிடத்திற்கு வந்தாள். இரண்டாம் கட்டமும் எளிதில் முடிந்துவிட்டது. மூன்றாவது கட்டத்தில் சில்லை எறியப் பார்த்தபோது அது கோட்டைத் தொட்டு

விட்டது. பாவாடைசட்டைப் பெண் சில்லை எடுத்துக் கொண்டாள்.

ஒன்று, இரண்டு, மூன்று, நான்கு, ஐந்தாம் கட்டத்திற்குச் சில்லை வீசியபோது அவளுக்கும் அது கோட்டைத் தொட்டு விட்டது. "நீ, ஆடு அக்கா." என்று சீப்பைத் தனத்திடம் கொடுத்தாள்.

தனம் அதை அப்பெண்ணிடமே திருப்பிக் கொடுத்து விட்டாள். ஒன்றும் பேசாமல் முன்னறை ஜன்னல் விளிம்பில் போய் உட்கார்ந்து கொண்டாள்.

உச்சி காலப் பூஜைக்குக் கோயிலில் மணி அடிப்பது கேட்டது. தனத்தின் அம்மா தனத்திடம் சென்று, "குளிச்சுட்டு வாயேன்." என்றாள். தனம் கொல்லைப்புறத்துக் கதவைத் தாளிட்டுவிட்டுக் கிணற்றங்கரையருகே சென்றாள்.

நீளமான மூங்கிலில் ஒரு நுனியில் ஒரு மரக்காலையும் இன்னொரு நுனியை ஏற்றத்திலும் கட்டித் தண்ணீர் எடுக்க ஏற்பாடு செய்யப்பட்ட கிணறு அது. மூங்கிலைப் பிடித்துக் கிணற்றினுள் இறக்கி மரக்காலைத் தண்ணீர் மொள்ளச் செய்ய வேண்டும். ஏற்றம் தானாகவே சாய்ந்து மரக்காலை மேலுக்குக் கொண்டு வந்துவிடும். மிக வேகமாக வந்து இடித்துவிடாமல் மட்டும் மூங்கிலைப் பிடித்துக்கொள்ள வேண்டும். மூங்கிலைச் சீராக இறக்கவும் மேலே கொண்டு வரவும் ஒரு அகலமான கல்லைப் படியாக வைத்திருந்தது. தனம் அந்தப் படியில் காலை வைத்துக் கிணற்றினுள் எட்டிப் பார்த்தாள். உச்சி வெயிலென்றாலும் தண்ணீர்ப் பரப்பில் பெரும் பகுதி கிணற்று நிழலால் கறுப்பாக இருந்தது. அந்தக் கறுப்பில் அவள் முகம் கண்ணாடியில் தெரிவது போலத் தெரிந்தது. ஓரிரண்டு வண்ணத்துப் பூச்சிகள் உள்ளே விளையாடிக் கொண்டிருந்தன. எப்படியோ ஆழத்தில் கிணற்றுப் பக்கத்துச் சுவரில் ஒரு சிறு செடி முளைத்திருந்தது.

தனம் குளிக்க மனமில்லாமல் துணி தோய்க்கும் கல் மீது உட்கார்ந்து கொண்டாள். முதன் முதலாக அந்த இடத்தில் தான் விசு சுருண்டு படுத்திருந்தான். தன் பெயரை ஒழுங்காகச் சொல்லத் தெரியாத அந்தப் பையன் மைல் கணக்கில் நடந்து இரண்டு மூன்று முறை ஆற்றைக் கடந்து எப்படி அவள் வீட்டுக்கு வந்து சேர்ந்தான்?

அவன் யார், என்ன என்று தெரிவதற்கு முன்பே அவளுடைய மனது படபடத்துக் கொண்டிருந்தது. அவன் வெங்கடாசலத்தின் மகன் என்று தெரிந்தபோது எவ்வளவோ நாட்கள் ஜடமாக இருந்த அவள் பாகாக உருகிப் போய்விட்டாள்.

அகலிகை, கல்லாக இருந்தவள், இராமன் வந்த பிறகு உயிர் பெற்றாள். கல்லாக இருந்த தனமும் ஒரு பாலகனால்தான் உயிர் தரித்திருக்க முடிந்தது. அந்தக் கல்லைத்தான் துணியால் அடித்து அடித்து எவ்வளவு துன்புறுத்தியிருப்பார்கள்? அது இன்னும் எவ்வளவோ ஆண்டுகளுக்குத் துணி தோய்க்கும் கல்லாகத்தான் இருந்தாக வேண்டும். எவ்வளவோ ஆயிரமாயிரம் ஈரத்துணிகள் அதன்மேல் வீசி விளாசப்படும். ஆனால் அப்படிச் செய்பவர்களில் ஒருத்தியாகத் தனம் இருக்கமாட்டாள். இனிமேல் அந்தக் கல்லை எப்போது மீண்டும் பார்க்க முடியும்?

"தனம்! தனம்!" என்று யாரோ கொல்லைப்புறக் கதவுக் கருகில் அவளைக் கூப்பிட்டுக் கொண்டிருந்தார்கள். தனத்திற்கு அப்படியே கொல்லை வழியாக எங்காவது போய்விடலாமா என்று இருந்தது. எங்கு போவது? மொட்டச்சிக்குப் போக்கிடம் முற்றத்தின் மூலை என்பது போல அம்மாவின் முந்தானையை விட்டால் அவளுக்கு வழியேது?

தனம் கதவுத் தாளை விலக்கினாள். சின்னப் பெண்ணும் பெரிய மாமாவும் நின்றுகொண்டிருந்தார்கள். மாமா கேட்டார், "என்ன பண்ணிண்டிருந்தே?"

"குளிக்கணும்."

"அரை மணியாவா?"

"நான் குளிக்கலை."

"கோச்சுக்கோதேம்மா. ரொம்ப நேரமாச்சேன்னு கேட்டேன்."

"எனக்குக் குளிக்க வேண்டாம்". தனம் அவர்களைத் தாண்டி உள்ளே சென்றாள்.

அவர் காதில் அது விழவில்லை. அவரும் உள்ளே போனார். தனத்தின் அம்மா அவரை, "எப்போ வண்டி கொண்டுவரச் சொன்னீங்க? சுப்ரமணியன் இப்பவே வந்திருக்கானே?" என்று கேட்டாள்.

"மூணு மணிக்கு மேலே கொண்டு வந்தால் போறும்னு சொன்னேனே? எங்கே இருக்கான் அவன்?"

சுப்ரமணியன் வண்டியிலிருந்து மாடுகளை விடுவித்துக் கொண்டிருந்தான். "நீ வந்தாச்சா? ரொம்ப நல்லதாப் போச்சு. பொழுது சாயத்தான் வண்டி திரும்பி வரும்னு அய்யாவுக்குத் தெரியுமில்லே?" என்று அவர் சுப்பிரமணியனைக் கேட்டார்.

"ஆமாங்க; மாட்டுக்கு இங்கே நிழலில்லையே? கொல்லை பக்கம் எடுத்துப் போகட்டுமா?"

"கொண்டு போய்க் கட்டிப் போடு."

"சரிங்க."

அவன் இரு மாடுகளையும் உள்ளே ஓட்டிப் போனான். மாடுகள் கவனமாக வாசல்படியைக் கடந்து முற்றத்தில் இறங்கி ஏறிக் கிணற்றுப் பக்கம் போயின. பாவாடை சட்டைப் பெண் அலறிப் புடைத்துக்கொண்டு துணியைப் போர்த்திக்கொண்டு உள்ளே வந்தாள்.

தனத்தின் அம்மாவே அன்று எல்லாரையும் உட்கார வைத்துப் பரிமாறினாள். தனக்கு ஒரு சிறு கரண்டி மட்டும் வைத்துக்கொண்டு, இருந்த பருப்புப் பாயசத்தை எல்லாருக்கும் பகிர்ந்து கொடுத்தாள். விருந்து மௌனமாக நடந்தது. பாவாடை சட்டைப் பெண் இலைகளை எடுத்துத் தரையைச் சுத்தம் செய்தாள்.

வண்டி கொண்டுவந்த சுப்பிரமணியனுக்கும் சோறு வைத்து விட்டுத் தனத்தின் அம்மா தன் சாப்பாட்டையும் முடித்துக் கொண்டு சமையலறையிலிருந்து சில பெரிய பாத்திரங்களை இரும்புப் பெட்டி அறைக்கு எடுத்துச் சென்றார். தனமும் அவள் மாமாவையும் தவிர மற்றவர்கள் இதைக் கவனமாகப் பார்த்த வண்ணமிருந்தார்கள். தனத்தின் அம்மா ஒரு தவலையை, அதிலிருந்த தண்ணீரைக் கீழே கொட்டிக் கவிழ்த்து உட்புறத்தை ஒரு துணியால் துடைக்கும்போது ஒரு கிழவி பொறுக்க மாட்டா மல், "அதையும் ஏன் உள்ளேவைச்சுப் பூட்டறே? நாங்க இருக்க வேண்டாமா?" என்று கேட்டாள்.

"உள்ளே இன்னொண்ணு, இருக்கு, பெரியம்மா." என்று தனத்தின் அம்மா பதில் சொன்னாள்... சிறிது பொறுத்து மீண்டும் சொன்னாள், "இது நம்பளதுகூட இல்லை. யாரோ எப்பவோ இதை அடகு வைச்சது. மீட்டுட்டுப் போக வந்தாக்க பொருளைத் திருப்பித் தரணும் இல்லையா?"

கிழவி சூள் கொட்டினாள். தனத்தின் அம்மா தவலை யுடன் இன்னும் சில பொருள்களையும் இரும்புப் பெட்டி அறையில் வைத்துவிட்டு வந்தாள். தனத்தைப் பார்த்து "சாப்பிட்ட வுடனே தலையைவாரிப் பின்னிக்கறதுதானே, இதைக்கூட நான் சொல்லணுமா?" என்று கேட்டாள்.

தனம் வேண்டா வெறுப்பாக அங்கிருந்து நகர்ந்தாள். தனம் கண்ணிலிருந்து மறைந்தவுடன் தனத்தின் அம்மா தன் பெரியம்மாவிடம் சென்றாள். கீழே உட்கார்ந்து கொண்டு, தழைந்த குரலில், "நீங்கள்ளாம் இருக்கிற நம்பிக்கையிலேயும் தைரியத்திலேயுந்தான் பெரியம்மா, நாங்க பட்டணத்துக்குப்

போறோம். பதினைந்து நாளுக்கொருதரம் இருபது நாளுக்கொரு தரம் என்னாலே முடிஞ்சு பணம் இருபதோ முப்பதோ அனுப்ப றேன். தபாலய்யர் கிட்டே நானே போய்ச் சொல்லியிருக்கேன். அவர் வீட்டுக்கு வந்து கொடுப்பாரு. நீங்க சந்தோஷமா எங்களைப் போயிட்டு வாங்கன்னு சொல்லலேன்னா என் மனசு கிடந்து தவிக்கும், பெரியம்மா," என்றாள். கிழவியின் காலைத் தொட்டாள். உடனே எழுந்து தனம் இருந்த அறைக்குச் சென்றாள்.

பாதித் தெருவை அடைத்துக் கொண்டிருந்தாலும் சுப்ரமணியன் வண்டி பூட்டி அதை கிழக்கு நோக்கி நிற்க வைத்திருந்தான். இரு பக்கமும் சகுனம் பார்த்துத் தனத்தின் அம்மா முதல் பெட்டியை அவளே எடுத்து வந்து வண்டியில் வைத்தாள். இன்னும் இரு பெட்டிகளும் ஒரு படுக்கை மூட்டை யும் வண்டியில் ஏற்றப்பட்டன. சோற்று மூட்டை, ஒரு கூஜா, ஒரு கூடை மட்டும் வாசல் படியருகில் இருந்தன. தெரு வீட்டுத் திண்ணை ஒவ்வொன்றிலும் மனிதர்கள் கூடிவிட்டார்கள்.

தனம் இன்னமும் உள்ளே தாழ்வாரத்தில்தான் உட்கார்ந் திருந்தாள். தனத்தின் அம்மா, "எழுந்திரு," என்றாள். தனம் எழுந்து நின்றாள். எவ்வளவோ நாட்களுக்குப் பிறகு ஒழுங்காகத் தலைவாரிப் பின்னிக் கறுப்புப் பட்டுப் புடவையில் மிகவும் அழகாக இருந்தாள். நெற்றியில்தான் பொட்டு இட்டுக்கொள்ள வில்லை.

தனத்தின் அம்மா இரும்புப்பெட்டி அறையின் பூட்டை ஒருமுறை இழுத்துப் பார்த்தாள். சமையலறையை எட்டிப் பார்த்தாள். எங்கோ ஒரு குமிழியில் கையை விட்டு வெளியே எடுத்தாள். அதே கை வீச்சில் தன் கையைத் தனத்தின் நெற்றியருகில் கொண்டுவந்து தனத்திற்குப் பொட்டிட்டாள், "வா," என்றாள். தனம் அவளைப் பின்தொடர்ந்தாள்.

தனம்தான் முதலில் வண்டியில் ஏறவேண்டியிருந்தது. அவள் கையில் கூடை கொடுக்கப்பட்டது. அடுத்து தனத்தின் அம்மா சோற்று மூட்டையுடன் ஏறினாள். தனத்தைப் பார்த்த படி மாறி உட்கார்ந்தாள். கடைசியாக பெரிய மாமா ஏறினார். அவர் ஒருவரிடம்தான் செருப்பு இருந்தது, அதை வண்டியில் ஒரு ஓரமாச் சொருகி வைத்தார். கூஜா அவரிடம் கொடுக்கப் பட்டது.

சுப்ரமணியன் முன்னால் ஏறி ஒரு பக்கமாக உட்கார்ந் தான். வண்டி இருந்த இடத்திலேயே அசைந்தது. தனத்தின் அம்மா அவளால் இயன்றவரை கழுத்தை நீட்டித் தெருவில் யார் வருகிறார்கள் என்று பார்த்தாள். தன் வீட்டு வாசலில்

நின்ற உறவினர்களைப் பார்த்தாள். "நான் போயிட்டு வரேன். வீட்டைப் பாத்துக்குங்க பெரியம்மா, போயிட்டு வரேன்." இதைச் சொல்லிக்கொண்டே தெருவையும் பார்த்தாள்.

பெரிய மாமா தனத்தின் அம்மாவிடம் சொன்னார். "கிளம்பலாம்மா, தெருவெல்லாம் கூடி வேடிக்கை பாக்கறது."

ஆனால் தனத்தின் அம்மா இன்னும் தெருவைப் பார்த்துக் கொண்டிருந்தாள். அந்த வேளையில் தெருவில் வருவோர் போவோர் யாரும் இல்லை.

சுப்ரமணியன் வண்டியினுள் திரும்பிப் பார்த்தான்.

தனத்தின் அம்மா அரை மனதுடன், "சரி, ஓட்டு" என்றாள். வண்டியும் அரை மனதுடன் கிளம்புவதுபோல் அசைந்து திரும்பியது.

தெருக்கோடி போன பிறகு இரயில் நிலையத்திற்கு இடது புறம் திரும்பவேண்டும். வண்டி திரும்பியது. திடீர் என்று தனம், "நிறுத்து! நிறுத்து!" என்றாள்.

சுப்ரமணியனுக்கு வண்டியை நிறுத்த விசேஷயத்தனங்கள் தேவைப்படவில்லை. தனம் தன் அம்மாவை நெருக்கிப் பிடித்து மாமாவிடம் வந்தாள். அவரையும் நெருக்கித் தள்ளி வண்டிக் குறுக்குக் கம்பியை எடுக்க முயன்றாள். கம்பி கெட்டியாக வளையத்தில் பொருத்தப்பட்டிருந்தது. தனத்தின் வேகத்தில் மாமாவே அவரையறியாமல் கம்பியைத் தளர்த்தித் தள்ளினார். தனம் வண்டியிலிருந்து குதித்தாள். வண்டி நின்ற எதிர்ப்புறத்தில் ஓடினாள்.

"அண்ணாச்சி, அவளைப் பிடிங்க," என்று தனத்தின் அம்மா கத்தினாள். மாமாவும் வண்டியிலிருந்து குதித்தார். அவர் குதித்த வேகத்தில் கூடையும் கூஜாவும் வண்டியிலிருந்து கீழே விழுந்து உருண்டன. சுப்ரமணியனும் வண்டியிலிருந்து குதித்தான்.

9

தனம் ஓடினாள். அவளைத் துரத்திக்கொண்டு மாமாவும் அதற்குப் பின்னால் தனத்தின் அம்மாவும் வேகமாகப் போனார்கள். அது இருபுறமும் சிறு மரங்களும் புதர்களும் மண்டிக் கிடந்த வண்டிப் பாதை. செருப்பை வண்டியிலேயே விட்டு வந்த மாமாவுக்குத் தனத்தை நிறுத்திவிட வேண்டும் என்ற வேகத்திலும் தன் பாதங்கள் அவதிப்படுவதை உணர முடியாமல் இருக்க முடியவில்லை. ஆனால் தனம் காலே தரையில் படாதது

போல ஓடிக் கொண்டிருந்தாள். வெட்ட வெளிக்கு வந்த பிறகு, புதர்களையும் மரங்களையும் தாண்டி வந்த பிறகுதான், அவள் ஓடிய காரணம் புலப்பட்டது.

தூரத்தில் ஒரு கரிய உருவம் நடந்து வருவது தெரிந்தது. தனம் கண்ணுக்குத் தெரிந்தவுடன் அந்த உருவமும் நடையைத் துரிதப்படுத்தியது. ஒரு கணத்திற்குப் பிறகு ஓடி வர ஆரம்பித்தது.

கறுப்புப் புடவை கட்டிய தனம் அரையில் வேட்டி மட்டுமே உடையாகத் தரித்த விசுவும் கட்டிக் கொண்டார்கள். தனத்தின் மாமாவும், சற்றே கழித்துத் தனத்தின் அம்மாவும் அவர்களை அடைந்தபோது தனம் விசுவைக் கட்டிக்கொண்டு விம்மி விம்மி அழுதுகொண்டிருந்தாள்.

மாமா தனத்தை மிகுந்த மென்மையுடன் விசுவிடமிருந்து விலக்கினார். விசுவை உற்று நோக்கினார். விசுவும் அவர் கண்களை யாதொரு தயக்கமுமின்றி சந்தித்தான்.

தனத்தின் அம்மா விசுவிடம் சொன்னாள்: “நாங்க போயிட்டு வரோம் தம்பி, நீ இனிமே எந்தக் கவலையும் இல்லாமே உன் வீட்டோட இருக்கணும். தங்கச்சியை இப்படி விட்டுட்டு வந்துட்டியே? யார் பாத்துப்பாங்க? போ தம்பி, தனம் பட்டணம் போறா. நீயும் பெரியவனாயிப் பட்டணம் வந்தா எங்களை வந்து பார்க்கலாம். இல்லே, நாங்களே இங்கே வந்தாச் சொல்லியனுப்பறேன். நீ போ, தம்பி. நீ போயிட்டு வான்னு சொன்னாத்தான் தனம் எங்களோட வருவா. போயிட்டு வான்னு சொல்லு.”

விசு தனத்தைப் பார்த்தான். “நீ போயிட்டு வாம்மா.” என்றான்.

தனம் மறுபடியும் அவனைக் கட்டிக்கொண்டாள்.

விசு மீண்டும், “நீ போயிட்டு வாம்மா. அதைச் சொல்லறதுக்குத் தான் நான் வந்தேன்.”

தனத்தின் அம்மா தனத்தைத் தன்னிடம் இழுத்துக் கொண்டாள். தனம் முதன் முறையாகப் பேசினாள். “விசு, நான் செத்துப் போறதுக்கு முன்னாலே என்னை வந்து பாப்பியா?”

“பாக்கிறேம்மா.”

“என்னை ரொம்ப தூரம் அழைச்சிண்டு போயிடறாங்களே, விசு.”

“எவ்வளவு தூரமானாலும் நான் வந்துடுறேம்மா.”

"விசு."

"அம்மா."

"நான் எங்கே இருந்தாலும் நீ வந்து பார்ப்பே, இல்லையா?"

"ஆமாம்மா."

"என்னைப் பாக்கலேன்னாலும் எனக்குக் கொள்ளி போட வருவே இல்லையா?"

"வருவேம்மா."

தனத்தை அவளுடைய அம்மா கையைப் பிடித்து அழைத்தாள். தனமும் விசுவை ஒரு முறை பார்த்துவிட்டுத் தன் அம்மாவோடு நடந்தாள். பத்தடி சென்று திரும்பிப் பார்த்தாள்.

"நான் வருவேம்மா!" என்று விசு உரக்கக் கூறினான். யாரிடமிருந்தும் எந்தப் பதிலும் எதிர்பாராமல் திரும்பி விடுவிடு வென்று நடந்து போனான்.

சுப்ரமணியன் வண்டியை இரயிலடியில் கொண்டு நிறுத்திய போது அங்கு இன்னொரு தாயும் மகளும்தான் இரயிலுக்குக் காத்திருந்தார்கள். மகள் தோளில் ஒரு சிறு குழந்தை அன்றே முடியிறக்கப்பட்டுத் தூங்கி கொண்டிருந்தது.

10

தொங்கிக் கொண்டிருந்த தண்டவாளத் துண்டை இன்னொரு சிறு இரும்புத்துண்டு கொண்டு மணியடித்துவிட்டு வைதீசுவரன் கோயில் ஸ்டேஷன் மாஸ்டர் தொளதொளவென்றிருந்த ஒரு வெள்ளைச் சட்டையை மாட்டிக் கொண்டார். அதன் பிறகு பிளாட்பாரத்தில் உட்கார்ந்திருந்தவர்களைக் கூப்பிட்டு டிக்கெட் வழங்கினார். சிதம்பரத்துக்கு இரண்டு டிக்கெட்டும் சென்னை எழும்பூருக்கு மூன்று டிக்கெட்டுகளும். தனத்தின் சின்ன மாமா வும் சோழவந்தான் பையனும் நடந்து இரயில் நிலையத்திற்கு வந்திருந்தார்கள். பெண்டுகள், பெட்டி படுக்கை என்றதனாலேயே மாட்டு வண்டி தேவைப்பட்டது. அரை பர்லாங்கு நீளமிருந்த பிளாட்பாரத்தில் இரயில் நிலையம் ஒரு சிறு குடிசையளவு தான் இருந்தது. பிளாட்பாரத்தின் விளிம்புக்கு மட்டும் கற்கள் வைக்கப்பட்டிருந்தன. மற்றபடி மண் தரைதான். நீலச்சட்டை அணிந்த ஒருவன் குடிசை போலிருந்த அந்த இரயில் நிலைய அறையில் இரயில்வே விளக்குகளைத் துடைத்து எண்ணெய் விட்டுக் கொண்டிருந்தான்.

தனம் ஒரு டிரங்குப் பெட்டிமீது உட்கார்ந்திருந்து அடி வானத்தைப் பார்த்தபடி இருந்தாள். மாலை வேளையில் திறந்த வெளியில் உட்கார்ந்திருந்தது மனதுக்கு ஆறுதலாக இருந்தது. வீட்டுக்குள் உட்கார்ந்திருந்து வானத்தைப் பார்ப்பதற்கும் வெட்ட வெளியில் உட்கார்ந்து பார்ப்பதற்கும் நிறைய வித்தியாசம் இருந்தது.

சற்றுத் தள்ளி மண் தரையில் தனத்தின் அம்மாவும் அவள் தம்பியும் சோழவந்தான் பையனும் உட்கார்ந்திருந்தார்கள். யாருக்கும் பேசுவதற்கு விஷயமில்லாமல் மௌனமாக உட்கார்ந்திருந்தார்கள். அவர்களுக்கும் இரயில் வருவதற்கும் ஓர் யுகம் ஆவது போலத்தான் இருக்கவேண்டும்.

பெரிய மாமா ஒருவர்தான் சூழ்நிலையால் மாற்றமடையாதவராக இருந்தார். ஒருமுறை ஒரு மரத்தின் பின்னால் சென்று விட்டு வந்தார். தனத்தின் அம்மாவைக் கேட்டு கூஜா நீரில் சிறிது வாயில் விட்டு கொண்டார். கோயில் மணியடித்தபோது கோவிலிருந்த திசையை நோக்கிக் கும்பிட்டார். ஸ்டேஷன் மாஸ்டருடன் அவர் அறைக்குச் சென்று நாதஸ்வரத்திற்கு மோர்சிங் ஏற்ற பக்கவாத்தியமில்லை என்று விவாதித்தார். ரயில் கண்ணில் பட்டுவிட்டது என்றவுடன் ஒரேயடியாகப் பரபரக்கத் தொடங்கினார்.

அணை திறந்து புதுத் தண்ணீர் வருவது போல பாஸஞ்சர் வண்டி மிக மெதுவாக இரயில் நிலையம் வந்து நின்றது. அது நின்ற தோரணையில் அது மீண்டும் அங்கிருந்து கிளம்பிப் போகும் எண்ணமில்லை போலத் தோன்றியது. ஏழு பெட்டிகளும் நான்கு சக்கரங்களும் கொண்ட சிறிய பெட்டிகள். முதல் வகுப்பு, இரண்டாம் வகுப்பு, மூன்றாம் வகுப்பு என்று ரகத்திற்கு இரு பெட்டிகள். மூன்றாம் வகுப்புப் பெட்டி ஒன்றில் ஒரு பகுதி ஸ்பென்சர் சோடா வண்டி. எல்லாப் பெட்டிகளின் கதவுகளும் வெளிப்பக்கமே திறக்கும்.

பிளாட்பாரம் இருந்தாலும் இரண்டு படி ஏறித்தான் பெட்டியுள் நுழைய முடிந்தது. பெட்டி படுக்கை உள்ளே ஏற்றப்படுவதைக் கண்டு அந்த மூன்றாம் வகுப்புப் பெட்டியில் இருந்த ஐந்தாறு பேரும் அப்படியே காலை நீட்டிப் படுத்தார்கள். மாமா முதலில் ஏறி, அதன் பின் தனம் ஏறி, கடைசியாகத் தனத்தின் அம்மா ஏறினாள்.

தனத்தின் அம்மா தன் தம்பியிடம், "ஜாக்கிரதையாக வீட்டுக்குப் போப்பா" என்றாள். மாமா பெஞ்சியில் படுத்திருந்த ஒருவரைத் தட்டி எழுப்பிப் பெட்டி படுக்கைகளைப் பெஞ்ச் மீதே அடுக்கி வைத்தார்.

வண்டியில் மொத்தமே பத்துப் பேர் மட்டும் இருந்தாலும் ஒரே புழுக்கமாக இருந்தது. இரயில் கிளம்புவதற்கான அறிகுறி களே தென்படவில்லை. தனம் ஒரு ஜன்னலருகில் உட்கார்ந்து கொண்டு வெளியே பார்த்தாள். பெட்டியில் பெஞ்சுகள் நான்கு வரிசைகள் நீள வாட்டில் எதிரும் புதிருமாகக அமைக்கப்பட் டிருந்தன. தனம் ஜன்னல் வழியே வெளியே பார்க்கத் தன் கால்களை நன்கு மடக்கித் திரும்பி உட்கார வேண்டியிருந்தது.

இருட்டத் தொடங்கியது. முதலில் மெதுவாகவும் அப்புறம் விரைவாகவும் இருட்டத் தொடங்கியது. பெட்டியின் கூரையில் இரு விளக்குகள்தான் இருந்தன. அவை ஏற்றப்படவில்லை.

மாமா பொறுமையிழந்து பெட்டியின் கதவைத் திறந்து வெளியே எட்டிப் பார்த்தார். கதவும் வெளிப்புறம் திறப்பதாக இருந்ததால் எட்டிப் பார்ப்பதற்கு அதிகம் வசதியில்லை.

“இறங்கிடாதே அண்ணாச்சி,” என்று தனத்தின் அம்மா சொன்னாள். ஆனால் அவர் கீழே இறங்கத் தொடங்கிவிட்டார். வண்டியில் படுத்திருந்தவர்களில் ஒருவர் எழுந்து உட்கார்ந்தார்.

இரயில் நிலைய அறைக்குள் இருந்த விளக்கும் வெளியே இருந்த ஒரே ஒரு எண்ணெய் விளக்குக் கம்பமும் அதிக வெளிச்சம் தரவில்லை. இரயிலின் எல்லாப் பெட்டிகளுமே இருட்டாகத்தான் இருந்தன.

இரயில் நிலையத்துக்கு வெளியே ஜல்ஜல் என்ற ஒலியுடன் ஒரு வில் வண்டி வந்து நின்றது. சொல்லிவைத்தாற்போல் ரயில் பெட்டிகளின் விளக்குகள் எரியத் தொடங்கின.

வில் வண்டியிலிருந்து இருவர் இறங்கினர். அதில் ஒருவர் கோட்டு அணிந்து தலையில் தலைப்பாகையும் அணிந்திருந்தது அந்த அரை இருட்டில் தெரிந்தது. ஸ்டேஷன் மாஸ்டர் தலைப்பாகைக்காரரை உடல் கூனிக் குறுகி வரவேற்றார். அவரை நேராக ஒரு முதல் வகுப்புப் பெட்டிக்கு அழைத்துச் சென்றார். ஒரு பெரிய பெட்டி, ஒரு பெரிய படுக்கை மூட்டை, ஒரு பிரம்புப் பெட்டி, பிடி வைத்து மரச்சட்டத்தினுள் பொருத்தப் பட்ட மண் கூஜா இவை யாவும் அந்த இன்னொரு மனிதனும் வண்டிக்காரனும் எடுத்து வந்து தலைப்பாகைக்காரர் ஏறிய முதல் வகுப்புப் பெட்டியில் ஏற்றினார்கள். ஸ்டேஷன் மாஸ்டர் தலைப்பாகைக்காரருக்கு சலாம் செய்துவிட்டு வண்டியோரமாக நடந்து போனார். வெளியே நின்றுகொண்டிருந்த தனத்தின் மாமாவைப் பார்த்து, “வண்டியிலே ஏறுய்யா” என்றார். அவர் இரயிலின் கோடியை அடைந்து அங்கு யாரிடமோ பேசிய பிறகு ஒரு சீட்டிச் சத்தம் கேட்டது. இரயில் சாவகாசமாக நகரத் தொடங்கியது.

மாமா தனத்தின் பக்கத்தில் அமர்ந்துகொண்டு ஒரு முறை வெற்றிலைப் போட்டுக் கொண்டார்.

தனத்தின் அம்மாவும் ஜன்னல் வழியாக வெளியே பார்த்துக்கொண்டிருந்தாள். இனி வைதீசுவரன் கோயிலின் எந்தப் பகுதியும் கண்ணில் தெரியாது என்றானவுடன் ஒரு பெருமூச்சு விட்டாள்.

இரயில் நிறையப் புகைவிட்டுக் கொண்டு பலவிதமான உலோக ஒலிகளைக் கிளப்பிக் கொண்டு மிகவும் நிதானமாக முன்னேறியது. இரவு பூரணமாக வந்துவிட்டதாலும் அமாவாசை கழிந்து மூன்று நாட்களே ஆகியிருந்த படியாலும் வெளியே நல்ல இருட்டு. அந்த இருட்டில் இரயில் பெட்டிகளின் மங்கலான விளக்குகள் ஜன்னல் வழியாக வரிசையாகச் சதுரங்களை இரயிலின் இரு புறமும் உண்டு பண்ணின. அந்த ஒளிச் சதுரங்கள் தரையின் மேடு பள்ளங்களையும் அங்கு முளைத் திருந்த சப்பாத்தி மற்றும் முட்புதர்களையும் ஒரு நொடிப் போது பார்வைக்குக் காட்டிக் கொடுத்து விரைந்தன.

தனம் ஜன்னல் வெளியில் வீசிய சதுரத்தில் அவளுடைய தலையின் நிழல் தெரிவதைக் கவனித்தாள். அது மேடு பள்ளம் செடி கொடி எல்லாவற்றின் மீதும் அனாயாசமாக ஓடி வந்துகொண்டிருந்தது.

இரயில் ஒவ்வொரு இரயில் நிலையத்திலும் நின்று நிதான மாகக் கிளம்பி நகர்ந்து கொண்டிருந்தது. சில சந்தர்ப்பங்களில் இரயில் நிலையமே கண்ணுக்குத் தெரியவில்லை.

"சோத்தைச் சாப்பிட்டுடறீங்களா?" என்று தனத்தின் அம்மா கேட்டாள். அவர்கள் பெட்டியில் எந்த இடத்திலும் ஏறுபவர்கள் இருப்பதாகத் தெரியவில்லை. இருவர் தான் எங்கோ இறங்கினார்கள். மிகுதியிருந்த ஏழெட்டுப் பேர் சுகமாகத் தூங்கிக்கொண்டிருந்தார்கள்.

தனத்தின் அம்மா மீண்டும் சோறு உண்பது பற்றிக் கேட்டாள். யார் பதிலுக்கும் காத்திராமல் சோற்று மூட்டையை அவிழ்த்தாள்.

ஓர் இலைக் கிழிசலில் அம்மா கொடுத்த தயிர் சாதத்தைத் தனம் மறுபேச்சுப் பேசாமல் வாங்கிக்கொண்டாள். அம்மா எப்படியோ பிரயாணத்திற்காகத் தயிர் சேமித்து வைத்திருக்க வேண்டும். அதனால்தான் பகல் சாப்பாட்டின்போது ஊற்றிய மோர் வழக்கத்தைவிட நீர்த்து இருந்திருக்கிறது.

மாமா சாப்பிடச் சாப்பிட அம்மா தயிர்சாதம் எடுத்துப் போட்டவண்ணமே இருந்தாள். அது வெறும் ஓரிரவுக்கான சாப்பாடாகத் தெரியவில்லை.

அம்மா, தனம் படுப்பதற்கு பெஞ்சியில் இடம் ஒழித்துத் தந்தாள். தனம் கால்களை நன்கு மடக்கிப் படுத்துக்கொள்ள அம்மா காலடியில் உட்கார்ந்து கொண்டாள்.

ஒரு காதை பெஞ்சுப் பலகையில் அழுந்த வைத்துப் படுத்தபோது இரயில் எழுப்பிய ஒலிகள் மிகத் தெளிவாகக் கேட்டன. தடினமான இரும்புப் பட்டைகளும் சங்கிலிகளும் ஒன்றையொன்று இடித்துக்கொண்டன. உரசிக் கொண்டன. இது தவிரத் தண்டாவளத்தின் மீது இரும்புச் சக்கரங்கள் உருண்டு கொண்டு செல்வது ஏதோ ஒரு பெரிய தாள வாத்திய மாகச் சப்தம் எழுப்பியது.

பட்டுப் புடவையையும் மீறித் தனத்திற்குக் குளிர் தெரிய ஆரம்பித்தது. அசையாத காற்றுக்கூடத் திறந்த ஜன்னல் வழியாக ஒருவரைத் தொட்டபோது இயல்புக்கு அதிகமான குளிர் கொண்டதாக இருந்தது. இரயில் நின்றபோது இந்தக் குளிரும் மறையவேண்டும். ஆனால் ஒரு முறை உடல் குளிரை உணரத் தொடங்கிய பிறகு இரயில் ஓடினாலும் நின்றாலும் குளிர்வது நிற்கவில்லை.

அந்தக் குளிரும் இரயில் எழுப்பிய ஒலிகளும் தனத்தை எங்கோ முடிவில்லாத குகைக்குள் இழுத்துச் செல்வது போல இருந்தது. அவளாக அவளுடைய வாழ்நாளில் யாரோ சொல்லக் கேட்டதுதான். அவர்கள் வீட்டுக்கு வந்து போய்க்கொண்டிருந்த ஒருவர் அந்தச் சொல்லை வெட்கப்படும்படியான பொருளில் தான் கூறுவார். ஆனால் இந்தப் பூமியில் எங்கோ மலைகள் இருக்க வேண்டும். அந்த மலைகளில் குகைகள் இருக்க வேண்டும். கிணறுகள் நிமிர்த்திவைக்கப்பட்ட குகைகள். அவற்றையே படுக்க வைத்துவிட்டால் குகைகள்தான்.

தனத்திற்கு குகை முதலில் ஒரேயிருட்டாக, ஒன்றுமே புலப்படாததாகத்தான் இருந்தது. ஆனால் ஒளியையே பார்த்துப் பழகிய கண்கள் இருட்டையும் பார்க்கப் பழகிக் கொண்டன. இருட்டிலும் பார்வை செயல்பட்டது.

குகையின் உட்புறம் எல்லாப் பக்கத்திலும் கரடு முரடாகத் தான் இருந்தது. தரையும் மேடு பள்ளமாகத்தான் இருந்தது.

திடீரென்று குகை அவ்வளவு ஒன்றும் நீண்டதில்லை போலத் தோன்றியது. குகைக்குள் நன்றாகப் பார்க்க முடிந்தது. குகையின் கோடியில் ஒரு கல்லை நிறுத்தி வைத்திருக்கிறார்கள்.

இந்தக் குகையிலும் யாரோ மனிதர்கள் வந்து ஒரு கல்லைப் பிரதிஷ்டை செய்திருக்கிறார்கள்.

தனம் அந்தக் கல்லை நெருங்கினாள். நெருங்குவது என்ன, அந்தக் கல்லே அவள் முன்புதான் இருந்தது. தனம் அந்தக் கல்லைத் தொட்டாள்.

கல் மிருதுவாக இருந்தது. தனம் கல்லைத் தடவிப் பார்த்தாள். அது கல் இல்லை. ஒரு துணி மூட்டை. இல்லை துணி மூட்டையும் இல்லை. அது ஒரு மனிதன். ஐயோ எவனையோ தொட்டு விட்டோமே!

ஆனால் அவன் அசையாமல் இருந்தான். பிணமோ? அவள் கண்ணில் காட்டாமல் கொண்டுபோய் புதைத்துவிட்டு வந்தார்களே அவளுடைய குழந்தையை, அது இப்படித்தான் இருந்திருக்குமோ? மிருதுவாக, வழவழப்பாக, ஆனால் உயிரற்று . . .

தனம் உட்கார்த்தி வைக்கப்பட்ட பிணத்தைத் தவிர்க்க முடியாத அருவருப்பும் ஆவலும் அவளைத் தூண்ட, மீண்டும் இரு கைகளால் தடவிப் பார்த்தாள். தலை. சிறிதே முடி. பெரிய காதுகள். கன்னம், பெண்ணுடையதாகவும் இருக்கலாம். ஆனால் தலைமுடி ஆணுடையது போலத்தான் இருந்தது. கண்கள் மூடி இருந்தன. விசாலமான கண்கள். இமைகளுக்கு அடியில் விழிகள் அசைவற்று அமைதியாயிருந்தன. மூக்கு, பெரிய மூக்கு. ஒரு மூக்கில் மட்டும் சிறிது சூடு இருந்தது. அந்த மூக்கிலிருந்து மெதுவாக மூச்சு வந்துகொண்டிருந்தது. உதடுகள். முகவாய்க்கட்டை. இதென்ன? எல்லாம் நன்கு பழக்கப்பட்டதாகத் தோன்றுகிறதே! யார் இது? யார் இது?

“விசு!” என்று தனம் பதறி எழுந்தாள். பாஸஞ்சர் இரயில் இடைவிடாமல் எழுப்பிய ஒலிகளில் தனத்தின் அலறல் அந்தப் பெட்டியில் தூங்கிக்கொண்டிருந்தவர்கள் காதில் விழவில்லை.

11

இரயில் செங்கல்பட்டை அடைந்தபோதே பொழுது விடிந்து விட்டது. காலைக் கடன்கள் கழிக்க அந்தப் பெட்டியில் ஒரு மூலையில் சிறு அறை இருந்தது. கணுக்காலருகில் தாழ்வாக ஒரு குழாய் இருந்தது. ஆனால், தண்ணீர் கிடையாது. மாமா தனத்தின் அம்மாவுக்குச் சொல்லி, அம்மா தனத்திடம் சொல்லி, தனம் ஒரு முறை அந்த அறைக்குப் போய் வந்தாள். ஆனால் உள்ளே நுழைந்ததுமே அவளுடைய உடலெல்லாம் குறுகிக் கொண்டு விட்டது. இரவில் நேர்ந்த கனவுக்குப் பிறகு அந்த உடலில் சுவாசம் இயங்குவதே பெரிதென்று தோன்றியது.

தனம் ஜன்னல் வழியாக வேடிக்கை பார்த்து வந்தாள், இங்கே பூமி வேறு மாதிரி இருந்தது. காற்றும் மணமும் அவளுக்குப் பழக்கப்பட்ட மாதிரி இல்லை. நுனி நாக்கில் உப்புக் கரித்தது.

இரயில் இன்னும் ஏதோ ஒரு இடத்தில் நின்றபோது மாமா சாவகாசமாகக் கீழேயிறங்கி, கண்ணிலிருந்து மறைந்து, சாவகாசமாகத் தோன்றி இரயிலில் ஏறிக்கொண்டார். பக்கத்திலிருந்த இருப்புப் பாதையில் இன்னொரு இரயில் முந்திக் கொண்டு விரைந்தது. அந்த இரயில் சென்று சில நிமிடங்களுக்குப் பிறகு இந்த இரயில் நகர்ந்தது.

தனத்தின் அம்மா சிறு டிரங்குப் பெட்டியைத் திறந்து சீப்புக் கண்ணாடி வெளியிலெடுத்துத் தலைவாரிப் பொட்டிட்டுக் கொண்டாள். தனம் எந்த அக்கறையும் இல்லாமல் ஜன்னல் வழியே பார்த்துக்கொண்டிருப்பதைப் பார்த்து அவளே தனத்தின் முன் தலையை வாரி முகத்தைத் துடைத்துவிட்டாள். முகம் துடைத்த துணி கரி அழுக்காக மாறியது. எல்லாருடைய உடை மீதும் கரித்தூள் நிறையவே இருந்தது. கட்டை வண்டி வேகத்தில் அந்த இரயில் நகர்ந்தாலும் புகை மட்டும் ஏராளமாக வெளியேறிக் கொண்டிருந்தது.

ஒரு வழியாக இரயில் சென்னை எழும்பூரை அடைந்தது. கூடையும் கூஜாவையும் எடுத்துக்கொண்டு தனத்தின் அம்மா முதலில் இறங்கினாள். மாமா ஒவ்வொரு டிரங்குப் பெட்டியாகக் கதவருகில் கொண்டுவந்தார். படுக்கை சரியாகக் கட்டப்படாததால் அளவில் பெருத்திருந்தது. “தனம், நீ இறங்கு,” என்றார். தனம் மெதுவாக இறங்கினாள். அவளுக்குப் பின்னால் அப் பெட்டியில் பிரயாணம் செய்த மற்றவர்கள் இறங்கினார்கள். மாமா இறங்குவதற்குள் ஒரு ஆள் வந்தான். தனத்தின் அம்மாவிடம், “கூலி வேணுங்களா?” என்று கேட்டான். அவன் பதில் சொல்வதற்குள் மாமா முந்திக்கொண்டு, “வேண்டாம்பா,” என்றார்.

ஆனால் உதவி வேண்டித்தான் இருந்தது. அவன் சாமான்களை ஸ்டேஷன் வெளியே எடுத்து வந்து வண்டி பார்த்துப் பேசித் தர நான்கரையணா கேட்டான். மாமா ஓரணா, ஒன்றரையணா என்று கடைசியில் இரண்டரையணாவுக்கு ஒத்துக்கொண்டார். அவன் இரண்டு பெட்டிகளையும் தலை மீது ஏற்றிக்கொண்டு கைகளில் படுக்கையையும் கூடையையும் தூக்கிக்கொண்டு நடந்தான். தனத்தின் அம்மா, மாமா, தனம் மூவரும் அவனைப் பின்தொடர்ந்தார்கள்.

தனத்திற்கும் அந்த இடம் வியப்பாக இருந்தது. பெரிய பெரிய இரும்புத் தூண்களை எப்படியெல்லாமோ வைத்து ஸ்டேஷனை மிகப் பெரிய கொட்டகையாகக் கட்டியிருந்தார்கள். கோட்டைச் சுவர்கள் மாதிரிச் சுவர்கள். எங்கு பார்த்தாலும் சிவப்பு வர்ணம். எங்கு பார்த்தாலும் மனிதர்கள். நிறையப் பேர் தலைப்பாகையும் தொப்பியும் அணிந்திருந்தார்கள். மனிதர் களிலேயே புது மாதிரியானவர்கள் – இவர்கள்தான் வெள்ளைக் காரர்களோ? எப்படி விதவிதமான உடைகள்? இவர்களை ஆண்கள் பெண்கள் என்று எப்படி வித்தியாசம் கூறுவது? எவருமே உலகத்தில் எந்தக் கவலையுமே இல்லாதது போல இருந்தார்கள்.

அப்போதுதான் படி வைத்து மேம்பாலம் கட்டியிருந்தார் கள். ஆனால் அந்தக் கூலியாள் எல்லாரையும் ஒவ்வொரு இருப்புப் பாதையைக் கடக்க வைத்து ஸ்டேஷன் வெளியே அழைத்து வந்தான். வெளியே டஜன் கணக்கில் ஜட்கா வண்டி கள். வண்டிக்காரர்கள் ஸ்டேஷனிலிருந்து வெளியே வரும் ஒவ்வொருவரையும் மொய்த்துக் கொண்டிருந்தார்கள். கையிலிருக் கும் சாமானைப் பிடுங்கிக் கொண்டுபோய் ஒரு வண்டியில் வைத்து விடுவார்கள். ஒரே நபரின் இரு சாமான்கள் இரு வெவ்வேறு வண்டிகளில் எற்றப்படும் நிகழ்ச்சி பல நடந்தன. பெட்டி படுக்கை தூக்கிப் போன ஆள் ஒரு ஜட்காவிடம் போக, தனத்தின் அம்மாவை இன்னொரு வண்டிக்காரன் தன் வண்டிக்கு அழைத்துப்போய் விட்டான். ஸ்டேஷன் எதிரே நிறைய வண்டிகள் ஒரு கொத்தாக இருந்ததால் யார் எவ்விடம் போனார்கள் என்று தெரிந்து கொள்வது சிரமமாக இருந்தது. தனமும் சிறிது கலக்கம் கொண்டு விட்டாள். மனிதர் கள், கட்டிடங்கள், குதிரைகள், அங்கு வீசிய நெடி எல்லாமே அச்சுறுத்துவதாக இருந்தன. மாமா, அம்மா இருவரும் ஒரு கணம் கண்ணிலே படாமல் போனபோது தனம் அவள் குழந்தை யாக இருந்தபோது மட்டுமே அனுபவித்திருந்த திகிலைத் திரும்ப அனுபவித்தாள். அவளுடைய சோகம், ஏக்கம், எதிர் பார்ப்புகளற்ற வறண்ட மனநிலை எல்லாம் போய் வெறும் திகில் மட்டுமே உடல் பூராவும் நிறைந்தது. ஒரு கணம், ஒரே ஒரு கணம். உடனே ஒரு வெட்க உணர்ச்சியும் கிளம்பியது.

ஏழெட்டு வண்டிக்காரர்கள் மூலைக்கொருவராக இழுத்தாலும் பெட்டி படுக்கைகளைத் தூக்கி வந்த ஆளின் உறுதிக்கு முன்னால் அவை சரிப்படவில்லை. அவன் தேர்ந் தெடுத்த ஜட்கா வண்டியில்தான் சாமான்கள் எல்லாம் ஏற்றப் பட்டன. “எங்கே போகணுங்க?” என்று ஜட்கா வண்டிக்காரன் கேட்டான்.

மாமா சொன்ன முகவரி யாருக்கும் புரியவில்லை. மாமா சொன்னார், "நான் போயிருக்கேம்ப்பா. இரயில் கேட் தாண்டி நேரே போய் இடதுபக்கம் திரும்பினால் குளம் வந்துடுமே? அந்த இடந்தான்."

"புரசவாக்கமா?"

"அதுதான், அதுதான்."

"புரசவாக்கத்லே எங்கேங்க? குளத்துக்கிட்டேயேவா?"

மாமாவால் சொல்ல முடிந்த அடையாளங்களை வண்டிக் காரன் புரிந்துகொண்டதாக நம்பிக்கை ஏற்படவில்லை. "ஏறுங்க, தேடிக் கண்டுபிடிச்சுடலாம்" என்றான்.

ஸ்டேஷனிலிருந்து பெட்டி படுக்கையைத் தூக்கி வந்தவன், "என்னைப் போகச் சொல்றீங்களா, சாமி!" என்றான்.

மாமா இடுப்பிலிருந்த பொடி மட்டையை எடுத்து அதிலிருந்து ஒரு இரண்டணா நாணயமும் ஒரு ஓரணா நாணயமும் எடுத்துத் தந்தார். அவன் இரு காலணா நாணயங் களைத் திரும்பித் தந்தான்.

நல்ல வெயிலேறியிருந்தாலும் அந்த இடத்திலிருந்த பிரம்மாண்டமான மரங்கள் புள்ளியளவு வெயில் கீழே விழ முடியாமல் நிழல் தந்தன. "தனம், நீ முதல்லே ஏறு," என்று மாமா சொன்னார். உடனே வண்டிக்காரன் கேட்டான், "தனத்தம்மா வீட்டுங்கிட்டேயோ?"

"ஆமாம், ஆமாம். அதுக்குப் பக்கத்துத் தெரு."

"முன்னாலியே சொல்றதுக்கு என்ன, சாமி? இப்போகூட அவுங்க ஊருக்குப் போயிருக்காங்க. அவுங்க சௌக்யங்ளா? அவுங்க வந்தா நான்தான் கொண்டுபோய் விடுவேன், சாமி நீங்க அப்பவே சொல்றதுக்கு என்ன சாமி. பயாஸ்கோப்பைத் தாண்டி இடதுபக்கம் இரண்டாவது தெரு. ஏறுங்க, ஏறுங்க. இனிமே என்ன ஒரு நிமிட்லே போயிடலாம்," என்றான்.

எல்லாருடைய முகத்திலும் மலர்ச்சி ஏற்பட்டது. தனம் வண்டியில் ஏறப்போனபோது ஜட்கா வண்டிக்காரன், "அம்மாவை ஏறச் சொல்லுங்க. பாப்பா அப்புறம் ஏறட்டும்." என்றான்.

தனத்தின் அம்மா வண்டியில் ஏறி உட்கார்ந்தாள். மாமா வண்டிக்காரனின் சொல்லுக்காகக் காத்திருந்தார். அவன், "இப்போ பாப்பாவை ஏறச் சொல்லுங்க," என்றான். அவள் ஏறிக்கொண்டிருக்கும்போது, "இப்ப நீங்க ஏறிக் காலைத் தொங்கப்

போட்டுக்குங்க," என்றான். மாமா ஏறியபோது குதிரை வண்டி பின்னால் சாய்ந்துவிடும் போலிருந்தது. ஆனால் அவன் உடனே முன்னால் சென்று அவனிடத்தில் உட்கார்ந்து கொண்டான். வண்டி சமநிலையடைந்தது.

வெளியே பார்ப்பதற்குச் சௌகரியமான இடமாகக் கிடைக்காது போனாலும் தனம் குழந்தை போல வேடிக்கை பார்த்து வந்தாள். தேவைக்கதிகமாகவே தெருக்கள் அகலமாக இருந்தன. சில இடங்களில் வீடுகள் நெருக்கமாக இருந்தன. சில இடங்களில் வீடுகளே கிடையாது. ஆளிழுத்துப் போகும் ரிக்ஷாக்கள் அவள் முதன் முறையாகப் பார்க்கக் கிடைத்தன. அங்கொன்றும் இங்கொன்றுமாக மோட்டார் கார்கள். இரண்டு சக்கரச் சைக்கிள்கள். சைக்கிள்கள் மணியடித்தன. மோட்டார் காரர்கள் 'பாம் பாம்' என்று ஒலியெழுப்பினார்கள். ஜட்கா வண்டிக்காரன் அவனாக நினைத்துக்கொண்டு அவன் கையில் வைத்திருந்த மெல்லிய மூங்கில் கழியை வண்டிச் சக்கரத்தருகில் நீட்ட அது கடகடவென்று சப்தமிட்டது. தெருவின் முழு அகலத்திற்கும் நிழல் தரும்படியான பெரிய பெரிய மரங்கள். வண்டிக்காரன் அவனுடைய குதிரையோடு ஏதோ பேசிக் கொண்டேயிருந்தான். சில சமயம் வைவதுபோல இருந்தது. சில தருணங்களில் கொஞ்சுவது போல இருந்தது. இரயில் கேட்டருகில் அவன் குதிரையை மிகவும் கவனமாக நடத்தினான். குதிரையும் ஒரு குழந்தை போல அவனுடைய சொல்லுக்குக் கட்டுப்பட்டது.

தனத்தின் அம்மா தனத்திடம் சொன்னாள், "நீ குழந்தையாயிருந்தப்போ உன்னை எடுத்துண்டு இங்கெல்லாம் வந்திருக்கேன். இப்பதான் ஊரு எவ்வளவு பெரிசாப் போயிடுத்து! எவ்வளவு வண்டிங்க? மைலாப்பூர் வக்கீல், மோட்டார் கார் ஒண்ணு அனுப்பிச்சிருந்தாரு. கல்யாணம் என்னமாப் பண்ணினாரு? ஊரையே வளைச்சுப் பந்தல் போட்டு அங்கே சுத்து வட்டாரத்திலே ஒரு வீட்டிலே அடுப்பு மூட்ட வைக்கலியே மனுஷன்! உங்க மாமாதான் என்னமா வாசிச்சாரு! மகா மகா வித்துவான்கள் கூடற இடம். இவரைத் தவிர இன்னொரு செட்டும் பாண்டும் ஏற்பாடு பண்ணியிருந்தாங்க. ஆனா அந்த இன்னொருத்தரு உங்க மாமாவுக்கு நமஸ்காரம் பண்ணி உங்க முன்னாலே நான் ஒத்து ஊதறதுக்குக்கூடத் தகுதி இல்லேன்னு வாசிக்கவேயில்லை. அவ்வளவுக்கும் அவர் உங்க மாமாவை விட வயசிலே பெரியவரு. நாங்க காரிலேயே பீச்சு, சைனா பஜார் எல்லாம் பாத்தோம். நாலு நாள் கல்யாணம். அத்தனைக்கும் அப்போ சண்டை நடந்திண்டிருந்தது."

தனத்தின் மனம் அம்மா சொன்னதை நினைத்துப் பார்த்தது. எவ்வளோ நாட்களுக்குப் பிறகு அம்மாவும் இப்படிப் பேசுகிறாள், அவளும் காது கொடுத்துக் கேட்கிறாள். இரயிலேறிப் பட்டணம் வந்ததும் மனது மாறத்தான் செய்கிறது.

வண்டி மறுபடியும் ஒரு பெரிய சாலையை அடைந்து திரும்பியது. தனம் வண்டிக்காரன் முகத்தைப் பார்த்தாள். அவள் அப்படி ஆண்கள் முகத்தைப் பார்த்தும் எவ்வளவோ நாட்களாகியிருந்தன. புதுமுகம் என்றாலும் அது வித்தியாசமாகப் பட்டது. சாலையில் ஓரிடத்தில் ஒரு சிறு கூட்டம் இருந்தது. அங்கே மரத்தடியில் நீள அங்கி அணிந்திருந்த ஒருவர் பிரசங்கம் செய்துகொண்டிருந்தார். தமிழ்தான் பேசினார் என்றாலும் சற்று வேறு மாதிரிப் பேசினார். அவரை வண்டி கடக்க வேண்டியிருந்த போது வண்டிக்காரன் குதிரையைச் சற்று இழுத்துப் பிடித்த மாதிரி இருந்தது. அந்தச் சில விநாடிகளுக் குள் அவர் இரண்டு மூன்று முறை பாவிகளே என்ற சொல்லைச் சொன்னார். வண்டியை ஓட்டியபடியே வண்டிக்காரன் அவர் பேச்சையும் கவனித்த மாதிரித் தோன்றியது. தனத்துக்குப் புரிந்துவிட்டது போலத் தோன்றியது. வண்டிக்காரன் வேறு மதத்தைச் சேர்ந்தவன். கிறிஸ்து மதத்தைச் சேர்ந்தவன்.

எப்போதோ அவள் அந்த மதத்தைப் பற்றிக் கேள்விப் பட்டது நினைவுக்கு வந்தது. இரயில் பயணம் வெளி உலகத்தைக் கவனித்துப் பார்க்க மட்டும் அவளைத் தூண்டவில்லை. அவளுக்குச் சம்பந்தமில்லை என்று மனதிலிருந்து விலக்கிவிட்ட சில விஷயங்களையும் திரும்ப நினைவுக்குக் கொண்டு வந்தது. ‘கிறிஸ்து மதக்காரர்கள் இறந்தவர்களை எரித்து விடுவதில்லை. குழி தோண்டிப் புதைப்பார்கள். மற்றவர்களைப் போல நகை களையும் பிற அணிகலன்களையும் உருவி விட்டு மண்ணோடு மண்ணாக ஒழித்து விடுவதில்லை. காரணம், இறந்த பிறகும் உடலை அப்படியே தக்க வைத்துக்கொள்வார்கள். அவர்கள் அப்படியே இருப்பார்கள். அந்த உடல் போன்ற அதே மனதுடன் வானுலகத்துக்குப் போவார்கள். அவர்களுக்கு முன்னால் இந்த உலகத்தை விட்டுப் போனவர்களைச் சந்திப்பார்கள். இறந்தவர்கள் எல்லாருக்கும் அந்த உலகத்தில் இடம் உண்டு. மற்றவர்களைப் போல உடனே உருமாறி வேறு ஜன்மம் எடுத்து இன்னொரு அப்பா அம்மாவுக்குக் குழந்தையாகி வளர மாட்டார்கள். மற்றவர்களைப் போல மனிதர்களாக என்ன, மரம், மட்டை, பூச்சி புழுவாக மறு ஜன்மம் எடுக்க மாட்டார்கள்.’

தனம் அவளால் இயன்றவரை கழுத்தைத் திருப்பி பிரசார கரைப் பார்த்த வண்ணம் இருந்தாள். அந்த மனிதர் மீண்டும்

மீண்டும் பாவிகளே பாவிகளே என்றுதான் கூறிக்கொண்டிருப் பார். பாவியாக இருந்தால் என்ன, ஒரு நாள் எங்கோ ஓரிடத்தில் எப்போதோ மடிந்து போனவர்கள் எல்லாம் மீண்டும் பார்க்க லாம், மீண்டும் சந்திக்கலாம், பேசலாம், ஆனந்தக்கண்ணீர் விடலாம். பேயாகவும் பிசாசாகவும் புளிய மரத்தையும் முருங்கை மரத்தையும் சுற்றிச் சுற்றி வராமல் இதே உருவுடன் அன்புக் குரியவர்களை மீண்டும் அடையலாம்.

சாலையிலிருந்து ஒரு சிறு சந்துக்குள் வண்டி திரும்பியது. தனத்தின் உடலில் ஒரு படபடப்பு ஏற்பட்டது. இதெல்லாம் நிஜம்தானா? நிஜமாகவே நாம் அப்படியே இன்னொரு உலகத் துக்குப் போக முடியுமா? நமக்கு முன்னால் செத்துப் போனவர் கள் எல்லாரையும் அங்கு மீண்டும் காண முடியுமா? அது மிகப்பெரிய உலகமாயிருக்க வேண்டும். ஒவ்வொரு நாளும் எவ்வளவு பேர் செத்துக் கொண்டிருக்கிறார்கள்! இரயிலில் வரும்போதே வழியில் எவ்வளவு சுடுகாடுகளில் எவ்வளவு பிணங்கள் எரிவதை அவள் பார்க்க நேர்ந்தது!

அவர்கள் யார் என்று அவளுக்குத் தெரியாது. ஆணாக இருக்கலாம், பெண்ணாக இருக்கலாம், குழந்தையாக இருக்க லாம். அவளுடைய குழந்தைக்கு இப்படிக்கூட ஒரு முறையான முடிவு கிடைக்கவில்லை. பழந்துணிகளுடன் மூட்டை கட்டி எங்கோ எறிந்துவிட்டிருப்பார்கள். அதுகூட அந்த இன்னொரு உலகத்தில் காத்திருக்கும்.

“இந்தத் தெருதான். இதுலேதான்,” என்று மாமா பொதுவாகச் சொன்னார்.

வண்டிக்காரன், “எனக்குத்தான் தெரியும்னு சொன்னேனே, சாமி,” என்றான்.

தனம் தெருவைப் பார்த்தாள். சில வீடுகள் கிராமத்து வீடுகள் மாதிரி இருந்தன. திண்ணை, மரத்தூண், வாசல் படிக்குப் பக்கத்தில் விளக்குப் பிறை. சில அப்படி இல்லை. வீடே தெருவுக்கு வந்த மாதிரி இருந்தது. பல வீடுகள் முன்னால் கோலம் போட்டிருந்தது அழியாமல் இருந்தது. அவளறிந்து வைதீசுவரன் கோயிலில் பறவைகள், கோலமிடப்படும் அரிசி மாவைக் கொத்திப் போகக் காத்திருக்கும். விடிந்து சிறிது நேரத்திற்குக் கோலமிட்ட இடம் தெரியும். ஆனால் பெரும் பகுதி மறைந்திருக்கும். விசேஷ நாட்களில் கல்லுரலில் மாவரைத்துச் செம்மண் இட்டுப் போடும் கோலங்கள்தான் நீடித்து இருக்கும். இந்த இரு வேறு கோலங்களைப் போலத் தான் மனித உடலோ? ஒன்று மறைந்து அழிந்து விடுகிறது. இன்னொன்று நிலைத்து இருக்கிறது. அவர்கள் வீட்டிலேயே

இசைப் பயிற்சி நடக்கும்போது, அதுவும் அவள் பாட்டி இருந்தபோது அவள் அடிக்கடி கத்துவாள். "சுருதியை விடாதேடீ! சுருதியை விடாதேடீ!" பாட்டுப் பாடுபவர்கள் சிறியவர்களா யிருந்தாலும், பெரியவர்களாயிருந்தாலும் காது கூசும்படி வைவாள். கைக்கருகில் இருந்தால் அடித்தும் விடுவாள்.

அவள் சுமுகமாக இருந்தபோது ஒரு சமயம் தனம் அவளுடைய மடியில் உட்கார்ந்து கொண்டு, "சுருதி விட்டால் என்னாகும், பாட்டி?" என்று கேட்டாள். அப்போது தனத்துக்கே சுருதி என்றால் என்ன என்று சரியாகப் பிடிபடாத வயது. பாட்டி தனத்தின் தலையைத் தடவிக் கொடுத்தாள். பாக்கை மென்று கொண்டிருப்பது போல வெகுநேரம் மௌனமாக இருந்தாள். தனம் மீண்டும் கேட்டாள். ஒரு மாபெரும் இரகசியத் தைத் தெரியப்படுத்துவது போலப் பாட்டி தனத்தின் காதில் சொன்னாள்: "சுருதியை விட்டுப் பாடினா நீ கழுதையாப் பொறப்பே." அவள் சொன்ன மாதிரியிலிருந்து அது மிகப் பெரிய விஷயம் என்று மட்டும் தனத்தால் புரிந்துகொள்ள முடிந்தது. அந்த வயதில் கழுதையைப் பற்றி அதிகம் தெரிந்து கொள்ள அவளுக்கு வாய்ப்பு இருக்கவில்லை. வெகு நாட்கள் கழித்து அவர்கள் எல்லாருமாகச் சீர்காழிக்குப் போனார்கள். அங்குதான் முதலில் அவள் ஒரு கழுதையைக் கவனித்துப் பார்த்தாள். அப்புறம் வெகு நாட்கள் கழித்துத்தான் கழுதை கத்தி அவள் கேட்டாள். அப்போது சுருதி அவளுக்குத் தெரிந்து இருந்தது. பாட்டி கழுதையைப் பற்றிச் சொன்னதின் முக்கியத்துவ மும் தெரிந்தது. சாதாரணமாகப் பேசும்போதோ குரல் கம்மிப் போனாலோ மூச்சு இழுத்துக் கொண்டாலோ கர்ண கடூரமாக இருக்கும். பாடுபவர்களுக்குச் சுருதி தவறினால் அது எவ்வளவு பெரிய விபரீதம்? அவர்கள் குடும்பத்திலேயே எல்லாருக்கும் அபாரமாகப் பாட வந்தது என்று சொல்ல முடியாது. அம்மாவே சுமாராகத்தான் பாடுவாள். ஆனால் யாருக்கும் சுருதி இம்மியளவு விலகிப் போகாது. காரணம் பாட்டி. அடுத்த ஜன்மம் கழுதை யாகப் பிறக்க வேண்டியிருக்கும் என்ற பயம். ஆனால் இன்னொரு ஜன்மம் என்று இருந்தால்தானே? இப்படியே இதே உருவோடு இன்னொரு உலகத்துக்குப் போய்விட முடிந்தால்?

"வா, அக்கா. எங்கே சிங்காரம், உங்களை டேஷன்லே பாக்கலியா?" என்று அவர்களின் உறவுப் பெண்மணி அந்த வீட்டு வாசல்படியிலிருந்து கேட்டாள். குதிரை வண்டி நின்றது.

மாமா வண்டியிலிருந்து குதித்தார். "சௌக்யமா, பாக்யம்? சிங்காரத்தை இரயிலடிக்கு அனுப்சிருந்தயா? கண்ணிலே படலியே? பாவம், எங்கே தேடிண்டிருக்கானோ?" என்றார்.

வண்டிக்காரன் கீழேயிறங்கி வண்டியைப் பிடித்துக் கொண்டான். தனமும் அவள் அம்மாவும் இறங்கிய பிறகு வண்டிக்காரன் பெட்டி படுக்கைகளை இறக்கி வீட்டினுள் கொண்டு வைத்தான்.

"அப்பாடா, ஒரு வழியா நீங்க பட்டணம் வந்து சேர்ந்தீங்க! வாடி தனம். ஆமாம், என்ன இப்படி ஒரேடியாக சோகயடிக்க விட்டுட்டே உம்பெண்ணை? குளிச்சிட்டுச் சாப்பிட்டுட்டுப் படுத்துக்குங்க கொஞ்ச நேரம். மத்தியானத்துக்கு மேலே போகலாம். இங்கே பக்கத்திலேயே நாராயணசாமி ஐயர்னு ஒரு டாக்டர் இருக்காரு. இங்கிலிசு படிச்ச டாக்டர்னாலும் நமக்குத் தெரிஞ்சு மருந்தாத்தான் தராரு. பத்தியம் எல்லாம் சொல்றாரு. தனத்தைக் கொண்டுபோய்க் காட்டுவோம். வாங்கண்ணா, போன மாசம் வந்ததுக்கு இளைச்சிருக்கீங்க."

மாமா சாமானை எண்ணிப் பார்த்துவிட்டு வண்டிச் சத்தம் கொடுத்தார். "எவ்வளவு கொடுத்தீங்க?" என்று பாக்கியம் கேட்டாள்.

"ஆறணா, சரிதானே?"

"சரிதான். இந்த ஆளு அப்படியெல்லாம் அடாவடியாக் கேக்கமாட்டான். இந்த ஊர்லே வண்டிக்காரங்க தயவு வேணும்ப்பா."

தனம் களைப்புற்றவளாகச் சுவரோரமாக நகர்ந்தாள். ஒரு வீட்டை இரண்டாக வெட்டியபடி அரை முற்றத்திலேயே பக்கத்து வீட்டின் சுவர் உயர்ந்து இருந்தது. அந்தச் சிறு முற்றத் துக்குப் பலமான கம்பி போட்டிருந்தது. சம்பிரதாயமான வீடுதான். புதிதாக வெள்ளையடித்திருந்தது. இருந்த ஒரு முழத் தாழ்வாரத்தில் ஒரு சிறு ஊஞ்சல் தொங்கிக் கொண்டிருந்தது. ஒரு பக்கத்திலிருந்த ஊஞ்சல் கம்பிகளில் ஓர் ஈரத்துணியை உலர்த்துவதற்காகக் கட்டியிருந்தது.

பாக்கியம் சொன்னாள்: "முதல்லே எல்லாரும் பல் விளக்கிட்டு வாருங்க. ஒரு வாய்க் காபித் தண்ணி தரேன். அப்புறம் எல்லாம் பாத்துக்கலாம்."

தனம் ஊஞ்சலில் சென்று உட்கார்ந்தாள்.

12

தனத்தின் அம்மா இரகசியமாகப் பயப்பட்டது போல ஒன்றும் நடக்கவில்லை. வைதீசுவரன் கோயிலில் எல்லோருக்கும் பழக்கப் பட்டு விட்ட ஒரு தன்மையைத் தனம் சென்னையில் அதிகம்

வெளிக்காட்டவில்லை. வானத்தைப் பார்த்தபடி மணிக்கணக்கில் உட்கார்ந்து விடவில்லை. அல்லது பல தருணங்களில் நடந்தது போலக் காலை வேளையில் படுக்கையை விட்டு எழுந்திருக்காமல் முழு நாளையும் படுத்தபடியே கடத்தவில்லை. அல்லது வாய்விட்டு அழாமல் ஆனால் அடிக்கொருதரம் அடிவயிற்றிலிருந்து கேவிக் கண்ணீரைக் குடம் குடமாகக் கொட்டவில்லை. கறுப்புப் பையன் விசு திடீர் திடீரென்று அவர்கள் வீட்டில் தோன்றிச் சங்கடமான சூழ்நிலை தோற்றுவித்த போதுகூட தனத்தின் அம்மா முகத்தில் ஒரு சுணக்கம் காட்டாமல் எல்லாவற்றையும் பொறுத்துக் கொண்டாள். கிழவூரில் தன்னந்தனியாகப் போன தனத்தை அந்த ஊர்க்காரர் நடத்திய குரூரத்தை வண்டிக்காரன் வந்து சொன்னபோது அவள் மனம் துடியாகத் துடித்தாலும், ஒரு வார்த்தைத் தனத்தை கடிந்தோ குற்றம்சாட்டியோ சொல்லவில்லை. வாலா செத்து விட்டாள் என்ற செய்தி வந்து சேர்ந்தபோது அவளும் மனதுள் துக்கத்தால் துடித்தாள். பிரமாணக் குழந்தைகளாக இருந்தாலும் விசுவையும் அவனுடைய தங்கையையும் தூக்கிக்கொண்டு வந்து எங்காவது கண்காணாத இடத்தில் நல்லபடி வளர்க்க ஏற்பாடு செய்தால் என்ன என்றெல்லாம் அவளுக்குத் தோன்றியதுண்டு. அப்படியே இந்தப் பெண்ணை, தனத்தை, நம்ப முடியாமல் இருக்கிறதே என்றும் வேதனைப்பட்டதுண்டு. எந்த ஜாதியில் பிறந்தாலும் பெண்களில் பத்தினி ஜாதி என்று ஒன்று தனியாக உண்டு என்று யாரோ எப்போதோ பேச்சுவாக்கில் சொன்னது அவளுடைய மனதில், தனம் முதல் முறையாக நோய்வாய்ப்பட்டபோது திரும்ப நினைவுக்கு வந்தது. அதன் பிறகு அடிக்கொருதரம் அந்த வாக்கியம் அவள் மனதில் தோன்றும். இது எவ்வளவு சத்தியமான வாக்கியம் என்று அவள் வியந்திருக்கிறாள்.

சென்னை வந்து சேர்ந்து இரண்டு நாட்களுக்கெல்லாம் சீதாராமன் என்றொரு மனிதர் அந்த வீட்டுக்கு வந்தார். கையில் நான்கு நோட்டுப் புத்தகங்கள் கொண்டு வந்தார். பாடம், நாடகப் பாடம். தனத்தைப் பாடச் சொல்லிக் கேட்டார். அந்த நோட்டுப் புத்தகத்திலிருந்து ஒரு பாடத்தை, ஒரு பாத்திரத்தின் பாடத்தைப் படிக்கச் சொன்னார். இன்னும் இரு நாட்கள் கழித்து ஐம்பது ரூபாய் முன் பணம் கொண்டுவந்து கொடுத்தார். தனம் ஏராளமான ஜனத்திரள் முன்பு பாடித் தன் திறமையைக் காட்ட வேண்டியதில்லை. நாடகம் என்பதற்காக மேடையேறி வேறு ஆண் நடிகர்களுடன் வேஷம் தரித்து மேடையிலும் மேடைக்குப் பின்னாலும் அவர்களுடைய ஆபாசமான பேச்சுக்களுக்கும் பாட்டுக்களுக்கும் ஹாஸ்யத்துக்கும் ஈடு கொடுக்கும்

படியான தடித்தன்மை மேற்கொள்ள வேண்டியதில்லை. குறிப்பாக ஐந்தாறு பேர்களுடன் நிசப்தமானதோர் ஒலிப்பதிவு அறைக்கு சென்று பூந்திக் கரண்டி போன்றதன் முன் உட்கார்ந்து கொண்டு கையிலிருக்கும் நாடகப் பாடத்தைப் பாடிப் பேச வேண்டும். இதில் ஒரு விசேஷம், ஒவ்வொரு முறை ஒலிப்பதிவு செய்யும்போது அது சரியாக மூன்று நிமிடங்களில் முடிந்து விடும். முழு நாடகத்தையும் மூன்று மூன்று நிமிடங்களாகப் பிரித்து ஒலிப்பதிவு செய்வார்கள். ஒத்திகை, பாடத்திற்கும் நேரத்திற்கும் சற்றுக் கடுமையாகவே இருக்கும். ஆனால் அதே நேரத்தில் இந்தச் சௌகரியம் உண்டு. பாடத்தைக் கையில் வைத்திருக்கலாம். அதனால் மறந்துவிடுமோ என்று கவலைப் பட்டுக் கொண்டிருக்க வேண்டியதில்லை. கூட்டத்திற்கு அரிதாரம் அணிந்து முன்னால் நிற்க வேண்டாம். சௌகரியமான உடை யணிந்து கொண்டு சௌகரியமாக உட்கார்ந்து கொண்டு பேசிப் பாட வேண்டும். ஆனால் எப்போதும் அந்தப் பூந்திக் கரண்டியிலிருந்து ஒரே இடைவெளியில் இருக்கும்படியாக முகத்தை வைத்துக்கொள்ள வேண்டும். முகத்தையும் அசைக்கவோ திருப்பவோ கூடாது. பாடும்போது சப்த மெழுப்பும் படியாகத் தாளம் போட்டுக்கொள்ளக் கூடாது. இதெல்லாம் ஒன்றும் பிரம்ம வித்தை இல்லை. மிக எளிதாகப் பழகிக் கொள்ளலாம். இப்படி நாடகங்களில் நடிப்பதில் பெரும் பணம் என்று கிடையாது. ஆனால் தனி இசைத் தட்டுகளாக ஒலிப்பதிவு செய்யக்கூடிய காலம் வரும். அப்போது பணம் குவியும்.

சென்னை வந்து ஒரு மாதத்திற்குள் தனத்தின் முதல் ஒலிப்பதிவு நடந்தது. ஐந்து இசைத் தட்டுகளில், அதாவது பத்துப்பக்கங்களில், 'மனோரஞ்சிதம்' என்ற நாடகம். அந்த நாடகத்தில் எல்லாமே நான்கு நான்காக இருந்தது. நான்கு இராஜகுமாரர்கள், நான்கு இராஜகுமாரிகள். ஒரு இராஜ குமாரன் கதாநாயகன், ஒருத்தி கதாநாயகி. கதாநாயகன் மீது நான்கு இராஜாகுமாரிகள் தனித்தனியாகக் காதல் கொள்வார்கள். நான்கு பேரையும் இரவில் நான்கு ஜாமத்தில், ஒவ்வொரு ஜாமத்திலும் ஒவ்வொருத்தியாகச் சந்திக்க அவன் வாக்குக் கொடுப்பான். நான்கு இராஜகுமாரிகளையும் நான்கு வெவ்வேறு தீயவர்கள் இடைமறிப்பார்கள். ஒரு பூதம், ஒரு வழிப்பறிக் கள்ளன், ஒரு ஆட்டிடையன், இப்படிக் கதை போகும். இறுதியில் எல்லாம் சுபமாக முடியும். இந்த நாடகத்தை நான்கு இசைத்தட்டுகளில் பதிவு செய்தால் பொருத்தமா யிருக்கும் என்று ஒருவர் சொல்ல, எல்லாரும் கொல்லென்று சிரித்தார்கள். நான்கு இராஜகுமாரிகளின் பெயர்கள் சரசி,

சல்லாபி, உல்லாசி, மனோரஞ்சிதம். தனத்திற்கு உல்லாசிப் பாகம், அத்துடன் ஒரு சேடி, ஒரு இராணி, ஒரு சிறு பையன் பாகங்களும். கால் ஹார்மோனியமும் தபலாவும்தான் பிரதான பக்க வாத்தியங்கள். அத்தனை இராஜகுமாரிகளும் கீச்சுக் குரலில் பேசிப் பாடினார்கள்.

இன்னும் இரு மாதங்கள் கழித்துப் 'பாதுகா பட்டாபிஷேகம்' நாடகம். இதில் கைகேயி பாத்திரத்திற்கு ஒரு பிரபல நடிகையை அமர்த்தியிருந்தார்கள். வெற்றிலை பாக்குப் போட்டுக்கொண்டு அட்டகாசமாக வருவாள். பெரியவர் சின்னவர் என்று வித்தியாசம் பாராமல் அரட்டையாகப் பேசுவாள். பெரும் ஆசாரசீலர்களாக இருப்பவர்கள்கூட அவள் முன்னிலையில் மாறிப்போனார்கள். அந்தக் கிராமபோன் கம்பெனியின் சொந்தக் காரருக்கு அவள் மிகவும் வேண்டியவள் என்று சொன்னார்கள். இருவரும் கல்யாணமே செய்துவிட்டார்கள் என்று ஒருவர் சொன்னார்.

ஆறு மாதங்களுக்குள் தனம் மூன்று இசைத்தட்டு நாடக 'செட்'களில் பங்குபெற்று விட்டாள். ஒரே ஒரு முறை அவள் புடவை கட்டிக்கொள்ளும்போது அவள் ஒரு நாடகப் பாட்டை முணுமுணுப்பதை அவளுடைய அம்மா கவனித்தாள். மாமா வைதீசுவரன் கோயிலுக்குப் போய் வந்தார். அரிசி கொண்டு வந்தார். நடந்தே கடற்கரைக்குப் போய்ச் செவ்வாய்க்கிழமைக் குளியல் முடித்துவிட்டு வருவார். பூந்தமல்லிச் சாலையில் ஒரு ஜமீன்தார் மாளிகைக் கட்டிட வேலை மேற்பார்வை யாளர்களில் ஒருவரானார். வைதீசுவரன்கோயில் வீட்டில் விட்டு வந்த பெரியம்மா இறந்தபோது எல்லோருமாகப் போய்ப் பதினாறு நாட்கள் இருந்துவிட்டு வந்தார்கள். அப்படிப் போயிருக்கக் கூடாதோ என்று தனத்தின் அம்மாவுக்குத் தோன்றிற்று. வீட்டின் உட்புறம் மிகவும் மாறியிருந்தது. சுவரில் ஏதேதோ அழுக்குக் கறைகள், கூரை மூலைகளில் ஒட்டடை சேர்ந்திருந்தது. தாழ்வாரத்துத் தூண்களில் கோணலும் மாணலு மாகக் கயிறு கட்டித் துணிகள் தொங்கிக் கொண்டிருந்தன. ஏதோ இரு புது ஆட்கள் வீட்டினுள்ளேயே சுருட்டுக் குடித்துக் கொண்டு இருந்தார்கள்.

தனத்தின் அம்மா அவள் பூட்டிவிட்டுப் போன அறையைத் திறக்கப் போனபோது அந்தப் பூட்டு உடனே திறந்து கொள்ள வில்லை. அந்தச் சாவுக் காரியங்கள் முடிந்து சென்னை திரும்பிய போதுதான் பாக்கியம் அதற்குச் சரியான காரணம் சொன்னாள். யாரோ மறு சாவி பயன்படுத்தி அந்தப் பூட்டைத் திறக்கப் பார்த்திருக்கிறார்கள். பூட்டு மிகவும் கெட்டியானதால் திறக்க

முடியவில்லை. ஆனால் உள்ளே சிறிது பழுதுபட்டு விட்டது. வைதீசுவரன் கோயிலில் அவர்கள் விட்டு வந்த வீடு அவர்கள் வீடாக இருக்கவில்லை. ஆனால் தனத்திற்கு மட்டும் அப்படி இல்லை என்று தெரிந்தது. ஒரு பகல் பொழுதுக்குள் சென்னை வாசத்தின் மாற்றங்கள் அவளிடமிருந்து மறைந்துவிட்டன.

அந்தப் பதினாறு நாட்களுக்குள் அவள் ஒருமுறை அம்மாவை ஒரு வண்டிக்கு ஏற்பாடு பண்ணச் சொன்னாள். அது சாத்தியப்படவில்லை. அவளுக்குத் தெரிந்த ஒரு பையனிடம் கிழவூர் போய்ப் பார்த்துவிட்டு வரச் சொன்னாள். போனவன் இரண்டு நாட்கள் கழித்துத்தான் திரும்பி வந்தான். சுப்பையர் வீட்டில் எல்லாருமே கும்பகோணமோ தஞ்சாவூரோ போயிருக் கிறார்கள் என்று யாரோ அவனிடம் சொல்லியிருக்கிறார்கள். அந்தப் பையன் சரியாக ஊருக்குள்கூடப் போகாமல் அவ னுடைய உறவுக்காரர் ஒருவரைச் சந்தித்து அவர் வீட்டுக்குப் போய் இரு நாட்கள் இருந்துவிட்டுத் திரும்பி இருக்கிறான்.

இரயிலுக்குக் கிளம்ப வண்டி வீட்டு வாசலில் வந்து நின்றபோது தனம், தனத்தின் அம்மா இருவருக்கும் ஒரே நினைவுதான் இருந்தது. முன்பு இதே தருணத்தில்தான் எங்கிருந்தோ அந்தக் கறுத்த பையன் மூளைத்தான். இப்போதும் வருவானா?

மாட்டு வண்டி ஊர்ந்துகொண்டு போயிற்று. மழை பெய்து தெருவெல்லாம் சேறு சகதியாக இருந்தது. அவர்கள் வீட்டிற்கும் இரயில் நிலையத்திற்கும் வெகுதூரம் இல்லை. அன்று விசு எதிர்த் திசையிலிருந்து வந்தான். வண்டியிலிருந்தபடியே தனமும் அவளுடைய அம்மாவும் ஒரே நோக்கமாக இருந்தார்கள். ஆனால் விசு வரவில்லை. இரயில் வந்து அதில் ஏறிக்கொண்ட பிறகும் தனம் ஊர்ப்பக்கமே பார்த்தபடியிருந்தாள். இரயில் கிளம்பிய பிறகும் அவள் கண்கள் விசுவைத் தேடிய வண்ணம் இருந்தன. விசு வரவில்லை.

தனம் இரயிலிலேயே தேம்பித் தேம்பி அழ ஆரம்பித்தாள். அவளுடைய அம்மாவுக்கே துக்கத்தில் தோய்ந்து நடைப் பிணமாகத் தனம் இருந்தபோதும், எங்கிருந்தோ விவரிக்க முடியாத முறையில் அவளிடம் நிறைந்திருந்த ஓர் அபூர்வ ஆற்றல் திடீரென்று அவளை விட்டு விலகியது போலத் தோன்றிற்று.

இம்முறை எழும்பூர் இரயில் நிலையம் வியப்பை அளிக்க வில்லை. காற்று புதிதாகத் தோன்றவில்லை. மனிதர்களே கண்ணுக்குத் தென்படவில்லை.

மறுமுறை சென்னை வந்தடைந்து ஒரு வாரத்திற்குள் தனம் சிறிது இரும ஆரம்பித்தாள். அது ஊரில் யாரைப் பார்த்தாலும் ஜுரமும் ஜலதோஷமுமாக இருந்த காலம். தனத்திற்கு ஜலதோஷம் வந்ததாகத் தெரியவில்லை. இருமல் மட்டும் இருந்தது. அதுவும் இருமுறை கடுக்காய்க் கஷாயம் சாப்பிட்டதில் போய்விட்டது.

பன்னிரண்டு இசைத் தட்டுகளில் 'கோவலன் நாடக செட்.' கதாநாயகன் கோவலன் – மனைவி கண்ணகி என்றாலும் அதன் பிரதான பெண் பாத்திரம் மாதவிதான். ஏழு இசைத் தட்டுகளில் ஒரு பக்கம் விடாமல் மாதவியின் பாத்திரம் இருந்தது. அப்புறம் இறுதியில் கன்னிகா தேவி பிரத்யட்சமாகும்போது மீண்டும் மாதவிக்கு ஒரு வரி "அம்பிகா! நமஸ்கரிக்கின்றோம்." ஆனால் கண்ணகியின் பாத்திரமே பதிமூன்றாம் பக்கத்தில் தன் சேடியிடம் "இது என்னடி? இது என்னடி?" என்று ஒவ்வொரு நகையாகக் கேட்டுக் கடைசியில் மாங்கல்யத்துக்கு வரும்போதுதான் முதல் பாட்டு. அப்புறம் கோவலன் மாதவி வீட்டிலிருந்து விரட்டப்பட்டுத் தன் வீடு வந்தவுடன் சிலம்பை "மாயவரம் கும்பகோணம் தஞ்சாவூரில் வாங்குவார்கள் இல்லையோ?" என்ற டூயட். முதலில் தனத்திற்குக் கண்ணகி பாத்திரந்தான் கொடுக்கப்பட்டது. அந்தப் பாடத்தைத்தான் அவள் படித்து வந்தாள். கிராமபோன் கம்பெனிக்காரருக்கு வேண்டியவளான பிரபல நடிகை மாதவி, ஏனோ அந்த அம்மாளாகவே பாத்திரங்களை மாற்றிக்கொண்டாள். அவள் நிறைகர்ப்பமாக இருந்தது ஒரு காரணமாயிருக்கலாம். இரண்டாவது இசைத்தட்டின் இரண்டாம் பக்கத்தில் மாதவி கோவலனை 'எழுந்தென்னுடன் வாரும் துரையே! எழுந்தென்னுடன் வாரும்' என்று பாடவேண்டும். இறுதி ஒத்திகையின்போது திடீரென்று தனத்திற்கு இருமல் வந்தது. ஒரு துளி எச்சில் வாயிலிருந்து சிதறிக் கோவலன் வேஷக்காரரின் சலவை வேட்டி மீது விழுந்தது. அவர் பொருட்படுத்தவில்லை. ஆனால் யாரோ பார்த்துவிட்டு விசேஷமாகச் சுட்டிக் காட்டினார். அந்த இடம் ஒரு சிறு காவிநிறப் புள்ளியாயிருந்தது. தனம் வெற்றிலை போடுவதில்லை என்பது எல்லாருக்கும் தெரிந்த விஷயம்.

பாக்கியம்தான் மிகவும் பதறிப் போனாள். "நீ வந்த அன்னிக்கே வைத்தியர் கிட்டே அழைச்சிண்டு போறேன்னு சொன்னேனே? பாவி, இதுநாள்வரை அழைச்சிண்டே போகலியே? இப்படி வினையா முடிஞ்சிடுத்தே?" என்று தன்னையே கடிந்து கொண்டாள். வைத்தியர்களே டி.பி. என்றால் முடிந்துபோன கதை என்று நினைத்த நாள். தனத்திற்கு வியாதி நன்கு முற்றியிருந்தது. உடலோடு அது குறைந்தது, இரண்டு

மூன்று ஆண்டுகளாக ஒளிந்துகொண்டு நுரையீரலை அரித்திருக்க வேண்டும்.

பசும்பாலும் சியவனப்பிராசமும் பஸ்பமும் பெரிய வித்தியாசம் ஏற்படுத்தவில்லை. சூட்டு பூட்டு அணிந்த ஒரு பெரிய வைத்தியர் தாம்பரம் அருகே வீடு பார்த்துக்கொண்டு போங்கள் என்று சொன்னார். வியாதி ஒருவரிடமிருந்து இன்னொருவருக்கு தொற்றிக்கொள்ளக் கூடியது என்றும், தனத்தின் கோழையை எப்போதும் ஒரு மூடி போட்ட பாத்திரத்தில் துப்பச் செய்து அதைத் தினமும் ஆழமாகக் குழி தோண்டிப் புதைத்துவிட வேண்டும் என்றும் சொன்னார்.

தாம்பரம் வேண்டாம், ஊரே திரும்பி விடலாம் என்று முடிவாயிற்று. தனத்தை அவளுடைய அம்மா ரயிலில் முதல் வகுப்புப் பெட்டியில் வைதீசுவரன் கோயிலுக்கு அழைத்து வந்தாள். அங்கே வீட்டில் பெரிய கூட்டமே வசித்து வந்தது. ஒரு சிறிய அறையை ஒழித்துக் கட்டிலில் தனத்தைக் கிடத்தினார்கள். ஒரு சமயத்தில் வீட்டில் ஏகப்பட்ட நபர்கள் இருந்தது எரிச்சலூட்டினாலும் இன்னொரு சமயத்தில் அத்தனை பேரும் தேவைப்பட்டது. ஆனால் வயது வந்த ஒரு பெண் படுத்த படுக்கையாகக் கிடக்க நேர்ந்தால் அருவருப்புக் கொள்வதற்கு இவ்வளவு கண்களா என்று ஒரு முறை தனத்தின் அம்மா வாய்விட்டுச் சொல்லி விட்டாள்.

ஆனால் யாரும் அதிகம் அருவருப்போ பயமோ உட்படுவதற்கு அவசியமில்லாமல் வைதீசுவரன் கோயில் வந்தடைந்த நான்காம் நாள் முன்னிரவில் தனம் யாரிடமும் ஒரு பேச்சு, ஒரு ஆசையும் தெரிவிக்காமல் இறந்து போனாள். வெங்கடாசலத்தையும் அவன் மனைவி வாலாவையும்கூட இப்படித்தான் சூரியன் அஸ்தமித்த பிறகு எமன் அழைக்க வந்தான் என்று ஒருத்தி சொன்னாள். இரவெல்லாம் பிணம் காத்துவிட்டு விடியற்காலையில் தனத்தின் அம்மா முதல் வேலையாகக் கிழவூருக்குச் செய்தி அனுப்பினாள்.

(1988)

www.ingramcontent.com/pod-product-compliance
Lightning Source LLC
LaVergne TN
LVHW101426051026
849519LV00005BC/1892
* 9 7 8 9 3 8 1 9 6 9 9 0 8 *